ചെളി പുരളാത്ത പന്ത്

CHELI PURALATHA PANTH
Sports

Rajeev Ramachandran

Chintha Publishers
Thiruvananthapuram

First Edition
August 2022

Second Impression
November 2022

Published & Typesetting
Chintha Publishers, Thiruvananthapuram

Printed at
Time Offset Printers, Thiruvananthapuram

Design & Layout
Narayana Bhattathiri

Cover Design
Zainul Abid

ISBN : 978-93-93468-37-6

CO - 3143/6243

₹ 240

Email: chinthapublishers@gmail.com
Website: www.chinthapublishers.com

Distribution
DESHABHIMANI BOOKHOUSE
H O Thiruvananthapuram 695035

Branch
Head Office Kunnukuzhi • Statue • Overbridge
Thiruvananthapuram.
KSRTC Bus Station Alappuzha • KSRTC Bus Station Ernakulam •
Machingal Lane Thrissur • IG Road Kozhikode •
Mavoor Road Kozhikode • NGO Union Building Kannur•
Central Bus Terminal Complex Thavakkara Kannur

ചെളി പുരളാത്ത പന്ത്

രാജീവ് രാമചന്ദ്രൻ

ചിന്ത പബ്ലിഷേഴ്സ്
തിരുവനന്തപുരം - 695 035

വില : ₹ 240

രാജീവ് രാമചന്ദ്രൻ

തൃശ്ശൂർ ജില്ലയിലെ പുന്നയൂർക്കുളം ചെറായിയിൽ 1973 ൽ ജനനം. കെ ശാന്തകുമാരിയും പി രാമചന്ദ്രനുമാണ് മാതാപിതാക്കൾ. മലയാളത്തിലെ ഒന്നാം തലമുറ ടെലിവിഷൻ ന്യൂസ്റൂം ജേർണലിസ്റ്റുകളിലൊരാൾ. ഏഷ്യാനെറ്റ് ന്യൂസ്, റിപ്പോർട്ടർ ടി വി, മീഡിയാവൺ എന്നീ വാർത്താ ചാനലുകളിൽ ജോലി ചെയ്തു. ഇപ്പോൾ സ്വതന്ത്രമാധ്യമപ്രവർത്തകൻ. കൊച്ചിയിൽ ജീവിക്കുന്നു. നിരവധി സിനിമകൾക്കുവേണ്ടി ഇംഗ്ലീഷ് - മലയാളം സബ് ടൈറ്റിലുകൾ തയ്യാറാക്കി. മാധ്യമ പ്രവർത്തകയായ കെ. കെ. ഷാഹിനയാണ് ജീവിത പങ്കാളി. മകൻ അൻപ് സാരാംശ്.

ഉള്ളടക്കം

നിത്യജോലി നിർത്തിയപ്പോൾ
നെറ്റിചുളിക്കാതിരുന്ന എല്ലാവർക്കും

ഫുട്ബോൾ വെറുമൊരു കളിയല്ല

എൻ എസ് മാധവൻ

ഇംഗ്ലണ്ടിലെ ധനികരായ കുട്ടികൾ പഠിക്കുന്ന പബ്ലിക് സ്കൂളുകളിൽ പിറന്നുവീണ കളിയാണ് ഫുട്ബോൾ. അത് ജനങ്ങളുടേതാക്കി മാറ്റുന്നതിൽ മുഖ്യ പങ്കുവഹിച്ചത് ഇംഗ്ലണ്ടിലെ തന്നെ തൊഴിലാളിക ളാണ്; പ്രത്യേകിച്ചും തുണിമിൽത്തൊഴിലാളികൾ. വരേണ്യർ സമയം ചെലവഴിക്കാൻ കണ്ടെത്തിയ കളിയായിരുന്നതുകൊണ്ട് അതിൽ കാശ് വാങ്ങിക്കളിക്കുന്നത് നിഷിദ്ധമായിരുന്നു. നീണ്ട സംഘർഷങ്ങൾ ക്ക് ശേഷമാണ് കളിയിൽ പ്രൊഫഷണലിസം കടന്നുവന്നത്. കളി ഉപജീവനമാർഗ്ഗമാകാം എന്നുവന്നതോടെ ലോകത്തിലെ വൻകരക ളിലെല്ലാം പാവപ്പെട്ടവർ മൈതാനങ്ങളിലേക്ക് ഇറങ്ങി.

ഫുട്ബോളിന്റെ ജനാധിപത്യവല്ക്കരണത്തിൽ അടുത്ത പങ്ക് ലാറ്റിൻ അമേരിക്കയുടേതാണ്. അതോടെ കളി സുന്ദരവും അത്ഭുതപൂർവ്വവുമായ സാഹസങ്ങൾ കലർന്നതായി. ലാറ്റിൻ അമേരിക്കയിലെ കളിക്കാർ രചിച്ച ഫുട്ബോളിന്റെ ചരിത്രം സമഗ്രമായി അനായാസവായനയ്ക്ക് ഉതകുന്ന രീതിയിൽ ആദ്യമായി മലയാളത്തിലേക്ക് എത്തിക്കുകയാ ണ് രാജീവ് രാമചന്ദ്രന്റെ ഈ പുസ്തകം. *ചെളി പുരളാത്ത പന്ത്* വായ നക്കാർക്ക് ശുപാർശ ചെയ്യുന്നതിൽ എനിക്ക് അത്യന്തം സന്തോഷ മുണ്ട്.

അർജന്റീനയിലും ബ്രസീലിലും ഫുട്ബോളിന്റെ പരിണാമത്തിൽ അവരുടെ തനതുസംസ്കാരത്തിന്റെ വേരുകൾ കാണാം, ഒപ്പം അവിട ത്തെ സംഘർഷം നിറഞ്ഞ രാഷ്ട്രീയചരിത്രവും. ഫുട്ബോളിനെ വേർ തിരിച്ച്, ഒറ്റയ്ക്ക് നിർത്തി കാണാതെ, അതാതു രാജ്യത്തെ ജനതയുടെ ചരിത്രത്തിന്റേയും സംസ്കാരത്തിന്റേയും രാഷ്ട്രീയത്തിന്റേയും ഇഴകൾ കൊണ്ട് നെയ്തെടുത്ത ആഖ്യാനമാണ് രാജീവ് രാമചന്ദ്രന്റെ ഈ പുസ്തകം.

ഫുട്ബോളിനെപ്പറ്റി പറയുമ്പോൾ അത് കളിക്കുന്നവരെ വിട്ടുകള യാൻ പറ്റില്ല. മറഡോണ, മെസ്സി, റിക്വിൽമെ എന്നിവർക്ക് പുറമേ, ലാറ്റിൻ അമേരിക്കയ്ക്ക് പുറത്തുനിന്ന് ക്രിസ്ത്യാനോ റൊണാൾഡോയെ കുറിച്ചും *ചെളി പുരളാത്ത പന്തിൽ* വിശദമായി എഴുതിയിട്ടുണ്ട്. ഫുട്ബോൾ വെറുമൊരു കളിയല്ലെന്നും അത് കളിക്കാരുടെ സ്വത്വ ത്തെ ആവിഷ്കരിക്കുന്ന മാധ്യമം കൂടിയാണെന്നും ഇതിലെ ഓരോ പുറവും ഓർമ്മിപ്പിക്കുന്നു.

കടപ്പാട്

പുസ്തകം പ്രസിദ്ധീകരിക്കുന്നത് ആദ്യമായാണ്. എന്നാൽ, ആദ്യ പുസ്തകമിതാ എന്ന് പറയുമ്പോൾ വീണ്ടും എഴുതും എന്ന സൂചനയുണ്ടല്ലോ, അത് സാദ്ധ്യമാണോ എന്ന് അടുത്ത നിമിഷത്തിൽ ചിന്തിക്കുന്നത്രയും സംശയാലുവാണ് ഞാൻ. എഴുത്തിൽ ചെറുതല്ലാത്ത ആത്മവിശ്വാസക്കുറവുള്ളയാൾ. അതുകൊണ്ടുതന്നെ എഴുതി പൂർത്തിയാക്കിയപ്പോൾ അതിൽ ഏറ്റവുമധികം അത്ഭുതപ്പെടുന്നതും ഞാൻ തന്നെയാവും.

2007-08 ൽ ദില്ലിയിൽ ജീവിച്ചിരുന്ന സമയത്താണ് സ്പോർട്സ് ലേഖനങ്ങളെഴുതിത്തുടങ്ങുന്നത്. പ്രശസ്ത മാധ്യമപ്രവർത്തകരായ വെങ്കിടേഷ് രാമകൃഷ്ണനും അന്തരിച്ച കൃഷ്ണൻ ദൂബെയുമായിരുന്നു പ്രേരണ. ഇംഗ്ലീഷിലെഴുതി ഹിന്ദിയിലാണ് ആദ്യം പ്രസിദ്ധീകരിക്കുന്നത്. എ കെ ജിയുടെ സെക്രട്ടറി എന്ന നിലയിൽ മലയാളികൾക്ക് പരിചിതനായ ദൂബെജി എഡിറ്ററായിരുന്ന *ദ പബ്ലിക് അജൻഡ, സംകാൽ* തുടങ്ങിയ പ്രസിദ്ധീകരണങ്ങളിൽ കുറെക്കാലം ഈ എഴുത്ത് തുടർന്നു. 2010 ൽ കേരളത്തിലേക്ക് തിരിച്ചുപോന്നതോടെ അതവസാനിച്ചു. 2018 ലെ ലോകകപ്പ് ഫുട്ബോൾ കാലത്താണ് വീണ്ടും ചില കുറിപ്പുകൾ എഴുതിയത്. അന്നെഴുതിയ ചില ലേഖനങ്ങൾ സോഷ്യൽ മീഡിയയിൽ വ്യാപകമായി വായിക്കപ്പെട്ടു. കുട്ടിക്കാലം തൊട്ടുള്ള പക്ഷപാതം കൊണ്ടാവണം അർജന്റീനയുടെ കളിയെപ്പറ്റിയാണ് കൂടുതലും എഴുതിയിരുന്നത്, വായനക്കാരേറെയുണ്ടായതും ആ കുറിപ്പുകൾക്ക് തന്നെ.

ഈ ലേഖനങ്ങൾ ഒരു പുസ്തകമാക്കി ഇറക്കിയാലോ എന്ന ആശയം അപ്പോൾ തന്നെ സുഹൃത്തുക്കൾ പലരും മുന്നോട്ടുവച്ചിരുന്നെങ്കിലും പ്രസാധകരോട് അതേപ്പറ്റി സംസാരിക്കാൻ വീണ്ടും രണ്ടുമൂന്ന് കൊല്ലമെടുത്തു. പിന്നീട് ആ ലേഖനങ്ങൾ ഒന്നുകൂടി വായിച്ചപ്പോൾ അപ്പടി പ്രസിദ്ധീകരിക്കാൻ വയ്യെന്ന് തോന്നി. അങ്ങനെ ആറുമാസംകൊണ്ട് മാറ്റിയെഴുതിയാണ് ഈ കാണുന്ന രൂപത്തിലാക്കിയത്. ചിന്തയിൽ കെ എസ് രഞ്ജിത്തിന്റെ കൈവശമെത്തുന്നത് പിന്നെയും കുറേനാളുകൾക്ക് ശേഷമാണ്.

ഇതെഴുതാൻ ശ്രമിച്ചു തുടങ്ങിയ അന്നുമുതൽ, ദിവസം ഇത്ര വാക്കുകൾ എന്ന് ക്വാട്ട നിശ്ചയിച്ചു നല്കുകയും മുടങ്ങാതെ മൂന്ന് തവണയെങ്കിലും വാതിലിൽ മുട്ടി ഓർമ്മിപ്പിക്കുകയും ചെയ്യുന്ന അമ്പുവാണ് ഇത് തീർക്കാനുള്ള ആദ്യത്തെ കാരണം. എഴുതിത്തീർന്നാൽ മുഴുവൻ വായിക്കുമെന്ന അവന്റെ വാഗ്ദാനം തന്നെ വലിയ പ്രലോഭനമായിരുന്നു. ഓരോ ഖണ്ഡവും എഴുതിത്തീരുന്ന നിമിഷത്തിൽ നിർബ്ബന്ധിത വായനയ്ക്ക് വിധിക്കപ്പെട്ട ഷാഹിനയുടേയും, കമ്പോട്ടുകമ്പ് വായിച്ച് അക്ഷരത്തെറ്റുകൾ മുഴുവൻ തിരുത്തിയ അനിലയുടേയും ക്ഷമയെ വാക്കാൽ വിശേഷിപ്പിക്കാനാവില്ല. ഇവർക്കു പുറമെ ശ്രീജിത്തും, ആരതിയും രോഷ്നിയും ജയറാമും കൂടി ചേരുന്ന വിശാലകുടുംബമാണ് എഴുത്തിനും പ്രസിദ്ധീകരണത്തിനുമിടയിൽ സ്നേഹനിർബ്ബന്ധങ്ങളാൽ പ്രോത്സാഹനമായത്. എന്നെപ്പോലുള്ള നിത്യനിരാശരെ പ്രചോദിപ്പിക്കാനുള്ള പാട് അത് ചെയ്തു നോക്കിയവർക്കേ മനസ്സിലാവൂ:

ഹൃദയസ്ഥാനത്ത് അർജന്റീനയുള്ള യുവമാധ്യമപ്രവർത്തകരുടെ ഒരു ചെറുസംഘമുണ്ട്, പരിചിതമായ സംഘടനാപദാവലി കടമെടുത്താൽ ഒരു ഉൾപ്പാർട്ടി ഘടകം. അതിലെ ഏറ്റവും മുതിർന്നയാൾ ഒരുപക്ഷേ, ഞാനായിരിക്കും. അവിടെ നടക്കാറുള്ള ലഘുസംവാദങ്ങൾ ഈ എഴുത്തിന് വലിയതോതിലുള്ള ഊർജ്ജമായിട്ടുണ്ട്. സൗമേഷ്, സെയ്ഫു, സവാദ്, മുഹാജിർ, സജീഷ്, എൽദോ എന്നിവരെല്ലാം പലപ്പോഴായി ഞാനുൾപ്പെട്ട ന്യൂസ് റൂമിന്റെ ഭാഗമായിരുന്നവരാണ്.

ഇറ്റാലിയൻ ടീമിന്റെ ആരാധകനാണെന്നുപറഞ്ഞ് എന്നെ ഞെട്ടിച്ച മുൻസഹപ്രവർത്തകനും കടുത്ത സിറ്റിസനുമായ (മാൻചെസ്റ്റർ സിറ്റി ആരാധകൻ) സതീഷ് മുതൽ ക്രിസ്ത്യാനോ റൊണാൾഡോയെ അത്യാവേശപൂർവ്വം പിന്തുടരുന്ന നവയുവാവായ അമലേന്ദുവരെയുള്ളവരുടെ മറുകരയേയും മറക്കാൻ പാടില്ല.

ഇവർക്ക് പുറമെ, മെസ്സി കളിക്കുന്ന ഓരോ മത്സരപ്പിറ്റേന്നും ഫോണിൽ വിളിച്ച് സന്തോഷസന്താപങ്ങൾ വൈകാരികമായി പങ്കിടാറുള്ള ചലച്ചിത്ര സംവിധായകൻ മുഹ്സിൻ പരാരിയാണ്, ആരാധകനെന്നത് അപകർഷനിലയല്ലെന്ന് എന്നെ ബോദ്ധ്യപ്പെടുത്താറുള്ളത്; പിന്നെ സൈബർലോകത്തെ സജീവ സാന്നിദ്ധ്യങ്ങളായ നിരവധി യുവസുഹൃത്തുക്കളും.

അർജന്റൈൻ ഫുട്ബോളിനോടുള്ള 1986 മുതലുള്ള ആരാധനയ്ക്ക് മുൻകാല പ്രാബല്യം നല്കാനുള്ള ശ്രമമായിരുന്നു ഈ പുസ്തകം കൊണ്ടുള്ള ചരിത്രവായന. അതിൽ വേണ്ടത്ര വിജയിച്ചില്ലെന്ന് വിലയിരുത്തുന്നത് ആ ചരിത്രത്തോടു തോന്നിയ കലഹംകൊണ്ടു കൂടിയാണ്. എഴുത്തിൽ അതുകൂടി കൊണ്ടുവരാൻ ശ്രമിച്ചിട്ടുണ്ട്. ഇതൊരു ഗവേഷണപ്രബന്ധമോ പഠനമോ അല്ല, ആരാധകഹൃദയമുള്ള ഒരു വാർത്തയെഴുത്തുകാരന്റെ കാഴ്ചക്കുറിപ്പ് മാത്രമാണ്. വായിച്ചതിനേക്കാളേറെ കണ്ട ദൃശ്യങ്ങളെയാണ് എഴുതാൻ ആശ്രയിച്ചിട്ടുള്ളത്. കാഴ്ചയെ വാ

ക്കുകളിലേക്ക് പരിഭാഷപ്പെടുത്തുന്നിടത്താണ് പലപ്പോഴും പരാജയപ്പെട്ടുപോയിട്ടുള്ളതും.

അർജന്റീന എന്ന ഫുട്ബോൾ ടീമിനോടും ആൽബിസിലസ്റ്റെ കുപ്പായത്തോടും ദ്യേഗോ അർമാൻഡോ മറഡോണ എന്ന പ്രതിഭാസത്തോടുമുള്ള പ്രതിപത്തി ഞാൻ ഒരിടത്തും മറച്ചുവയ്ക്കാത്തതാണ്. എന്നാൽ അതിലുമെത്രയോ വലുതാണ് ലിയൊണെൽ ആന്ദ്രെസ് മെസ്സി എന്ന അത്ഭുതമനുഷ്യനോടും കളിക്കളത്തിലെ അയാളുടെ ഓരോ ചലനങ്ങളോടുമുള്ള കടുത്ത പ്രേമം. അതുകൂടിയാവണം മുമ്പ് പലപ്പോഴും ശ്രമിച്ച് ഉപേക്ഷിച്ച പുസ്തകരചനയെന്ന സാഹസം ഇത്തവണ പൂർത്തിയാക്കാനായതിന്റെ കാരണം.

റെനെ ഹിഗീറ്റയുടെ സ്കോർപ്പിയൺ കിക്കും മുഹമ്മദ് അസ്ഹറുദ്ദീന്റെ പിക്അപ് ആൻഡ്ത്രോയുമടക്കം കളിക്കളത്തിലെ നിരവധി ദൃശ്യമാത്രകൾക്ക് മൊഴി നല്കിയ കഥാകാരനാണ് എനിക്ക് എൻ എസ് മാധവൻ. പുസ്തകത്തിന്റെ തലക്കെട്ടിനും ഉള്ളടക്കത്തിനുമിടയിൽ ഒരു പാലമായി അദ്ദേഹത്തിന്റെ വാക്കുകൾ ഉണ്ടെന്നതിലുള്ള സന്തോഷം അളവറ്റതാണ്. ബ്രണ്ണൻ കോളേജിലെ വിദ്യാർത്ഥികളുടെ *സംവാദം* എന്ന സമാന്തര മാസികയിലൂടെയാണ് സൈനൽ ആബിദ് എന്ന വിദ്യാർത്ഥിയെ പരിചയപ്പെടുന്നത്. അക്ഷരത്തിരുത്തുകൾ അതുപോലെ നിലനിർത്തി രൂപകല്പന ചെയ്ത *സംവാദ*ത്തിന്റെ പുറംചട്ട കണ്ട അന്നുമുതൽ ആബിദ് സൃഷ്ടിക്കുന്ന രൂപങ്ങളുടെ ആരാധകനാണ്. പുറംചട്ടയുടെ ആശയാവിഷ്കാരങ്ങൾ ആബിദിന്റേതാണെന്നതും വലിയ സന്തോഷം നല്കുന്നുണ്ട്. പുസ്തകത്തിൽ പരാമർശിക്കുന്ന വിഷയങ്ങളുടെ അനുബന്ധദൃശ്യങ്ങളിലേക്കുള്ള ക്യൂ ആർ കോഡുകളും ഏതാനും അപൂർവ്വ ചിത്രങ്ങളുമെല്ലാം ചേർത്തുള്ള നാരായണ ഭട്ടതിരിയുടെ രൂപകല്പന വായന കുറേക്കൂടി എളുപ്പമാക്കുമെന്നുറപ്പാണ്.

പുസ്തകവുമായി ചെന്ന് ആശ്ചര്യപ്പെടുത്തണമെന്ന് കരുതിയവരിൽ ആദ്യത്തെ ആൾ അച്ഛനായിരുന്നു. അത് നടക്കാതെ പോയത് വലിയ നിരാശയായി അവശേഷിക്കും. പുസ്തകം കാണിക്കുമ്പോൾ അച്ഛനുണ്ടാകുമായിരുന്ന ആഹ്ലാദം മനസ്സിൽ കാണാം.

അമ്പു മുതൽ ലിയൊ വരെ എല്ലാവർക്കും സ്നേഹാശ്ലേഷം.

“ആരാധകനെന്ന നിലയിൽ കളിയെക്കുറിച്ച് വ്യക്തിപരമായ അഭിപ്രായപ്രകടനം നടത്താൻ മാത്രം ഞാൻ വളർന്നിട്ടുണ്ടോ എന്നറിയില്ല. പക്ഷേ, പരിഭ്രമം വെടിയുകയാണ് ഒരു ആരാധകൻ ആദ്യം ചെയ്യേണ്ടതെന്ന് നമ്മൾ തമ്മിൽ ധാരണയായ സ്ഥിതിക്ക്, കളിയിൽ കണ്ടതെന്താണെന്ന്, അല്ലെങ്കിൽ കണ്ടതായി എനിക്ക് തോന്നിയതെന്താണെന്ന് ഞാൻ പറയാൻ പോവുകയാണ്.”

ഗബ്രിയേൽ ഗാർസിയ മാർക്കേസ്

എൽ ഹെറമെൻതോ (1983)

ഒരിക്കൽക്കൂടി ലോക ചാമ്പ്യൻമാരായി
അർജന്റീന (1986)

ആയിരത്തിത്തൊള്ളായിരത്തി എൺപത്തി ആറിലെ ലോകകപ്പ് ഫുട്ബോൾ നടക്കുമ്പോൾ ഞാൻ ഒമ്പതാം ക്ലാസിലാണ് പഠിക്കുന്നത്. മറഡോണ എന്ന പേര് രണ്ടു ക്ലാസ് പിരീഡുകൾക്കിടയിലെ ഇടവേളയിൽ പിൻബെഞ്ചിൽ നിന്നാണ് ആദ്യം കേൾക്കുന്നത്, ഒരൊറ്റക്കളിയിൽ അയാൾ ലോകം ശപിച്ചതും ആഘോഷിച്ചതുമായ രണ്ടു ഗോളുകളടിച്ചതിന്റെ പിറ്റേന്നാവണം. മറഡോണ കള്ളനാണെന്നും അല്ലെന്നുമുള്ള തർക്കമായിരുന്നു. ലോകകപ്പ് ഫുട്ബോളിൽ എന്തു നടക്കുന്നുവെന്നോ മറഡോണ ആരാണെന്നോ അറിയാത്തതിന്റെ അപകർഷതയുമായി വീട്ടിൽ പോയത് ഓർമ്മയുണ്ട്, പിന്നെ ദേശാഭിമാനി വായിച്ച് മറഡോണ കള്ളനല്ലെന്നുറപ്പ വരുത്തിയതും അടുത്ത ദിവസം ഫൈനൽ ടി വിയിൽ കാണാൻ, നുണ പറഞ്ഞ് വീട്ടിൽ നിന്നിറങ്ങിയതുമെല്ലാം. ലൈവായിരുന്നില്ല, ദൂർദർശന്റെ ഹൈലൈറ്റ്സ് ടെലികാസ്റ്റായിരുന്നുവെന്നാണ് ഓർമ്മ. പൊന്നാനി എ വി ഹൈസ്കൂളിനപ്പുറത്തെ വീടിന്റെ ജനാലയ്ക്കൽ നിന്നാണ് മറഡോണ കപ്പുയർത്തുന്ന ദൃശ്യങ്ങൾ ബ്ലാക്ക് & വൈറ്റിൽ കണ്ടത്. ആ ഞായറാഴ്ചയാണ് അർജന്റീന ആരാധകനെന്ന നിലയിലുള്ള എന്റെ ജന്മദിനം.

ലാ നസ്ത്ര

ഈ പുസ്തകം ഒരു സ്വയം വിമർശനമായി കണക്കാക്കാം. ഞാനെന്തുകൊണ്ട് അർജന്റീന ഫാനായി തുടരുന്നു എന്ന എളുപ്പമുള്ള ചോദ്യത്തിൽ തുടങ്ങിയ അന്വേഷണം, ആരാണ് അർജന്റീന ഫാൻ എന്ന കടുപ്പമേറിയ ചോദ്യത്തിലെത്തിയിട്ടും അവസാനിക്കുന്നില്ല എന്നതാണ് വിചിത്രവും രസകരവുമായ വസ്തുത. മുപ്പത്തഞ്ചു കൊല്ലത്തെ ആരാധകജീവിതത്തെ തെക്കനമേരിക്കൻ ഭൂമിശാസ്ത്രവും രാഷ്ട്രീയവും ചരിത്രവുംകൊണ്ട് വെറുതെ ഹരിച്ചുനോക്കുകയാണ്. ഫലം പൂർണ്ണമല്ലെന്ന് മാത്രമല്ല, ശിഷ്ടം വിചിത്രവുമാണ്. എങ്ങനെയാണ് അർജന്റീനയുടെ തനത് ഫുട്ബോൾ- ലാ നസ്ത്ര എന്ന് അവർ വിളിക്കുന്ന വകഭേദം- ഉണ്ടായതെന്നാണ് ആദ്യം പരിശോധിക്കാൻ ശ്രമിച്ചത്. തെക്കനമേരിക്കയിൽ ഫുട്ബോളെത്തിയ കാലത്തോളം പഴക്കമുള്ള ആ ചരിത്രത്തിലൂടെ സഞ്ചരിക്കാൻ ഏറ്റവും സഹായിച്ചത് മൂന്ന് എഴുത്തുകാരാണ്. അർജന്റൈൻ നരവംശശാസ്ത്രജ്ഞനായ എദ്വാർദോ പി ആർക്കെറ്റിയും ബ്രിട്ടീഷ് മാധ്യമപ്രവർത്തകനും ഫുട്ബോൾ ചരിത്രകാരനുമായ ജോനതൻ വിൽസനും ഉറുഗ്വായൻ എഴുത്തുകാരൻ എദ്വാർദോ ഗലെയാനോയും. ഫുട്ബോളിനെയും പോളോയെയും ടാംഗോയെയും മുൻ നിർത്തി അർജന്റൈൻ ദേശീയതയെയും അവരുടെ പൗരുഷനിർമ്മിതിയേയുംകുറിച്ചുള്ള ആർക്കെറ്റിയുടെ പ്രബന്ധങ്ങൾ അതിഗഹനമായ പഠന-പ്രവർത്തനങ്ങളുടെ ഫലമാണ്. അർജന്റീനയുടെ ഫുട്ബോൾ ചിരിത്രത്തെക്കുറിച്ചും ഫുട്ബോളിലെ വിന്യാസരീതികളെക്കുറിച്ചുമുള്ള ജോനതൻ വിൽസന്റെ രണ്ടു പുസ്തകങ്ങൾക്കും പകരംപറയാൻ മറ്റൊന്നില്ല. ഗലെയാനോയുടെ ഫുട്ബോൾ ഇൻ ദ സൺ ആന്റ് ഷാഡോ ആവട്ടെ ഈ കളിയെപ്പറ്റി എഴുതപ്പെട്ടിട്ടുള്ള ഏറ്റവും മനോഹരങ്ങളായ വാചകങ്ങളുടെ സമാഹാരവും. ഈ മൂന്നു പേരുടേയും എഴുത്തിനെ ആശ്രയിക്കാതെയും പരാമർശിക്കാതെയും ഇക്കാലത്ത് തെക്കനമേരിക്കൻ ഫുട്ബോളിനെപ്പറ്റി ഒരു വാചകം പോലുമെഴുതാനാവില്ല.

പത്തൊമ്പതാം നൂറ്റാണ്ടിന്റെ ഒടുവിൽ ഇംഗ്ലീഷുകാർ കൊണ്ടുവന്ന

ഫുട്ബോളിനോടുള്ള തദ്ദേശീയരുടെ സർഗ്ഗാത്മകവും സാംസ്കാരിക വുമായ കലാപത്തിന്റെ ഉല്പന്നമാണ് ക്രിയോഷോ (Criollo) ഫുട്ബോളും ലാ നസ്ത്രയും (La Nuestra) എന്ന് സാമാന്യമായി പറയാം. തെക്കനമേരിക്കയിലെ ഏറ്റവും മികച്ച സ്പോർട്സ് പ്രസിദ്ധീ കരണമായിരുന്ന *എൽ ഗ്രാഫിക്കോയു*ടെ ലേഖകൻ ദാന്തേ പൻസേരി അറുപതുകളിൽ ലാ നസ്ത്രയെ നിർവ്വചിച്ചിട്ടുള്ളത് ഇങ്ങനെയാണ്.

> നിലംപറ്റിയ ചെറിയ പാസുകൾ, സൂക്ഷ്മമായ ചലനങ്ങൾ, തുളച്ചുകയറുന്ന നീക്കങ്ങൾ, എതിരാളിയെ കുഴയ്ക്കുന്ന പന്താട്ടം (Dribbling) ഇവകൊണ്ട് പിൻനിരയിൽ നിന്ന് മുന്നേറ്റനിര ക്കാരിലേക്ക് മനോഹരമായി പന്തെത്തിക്കുന്നതാണ് നമ്മുടെ രീതി.

'അപ്രതീക്ഷിത'ങ്ങളിലാണ് ഫുട്ബോളിന്റെ സൗന്ദര്യമെന്നും അതിന് കളിക്കാരുടെ മനോധർമ്മമടക്കമുള്ള വ്യക്തിഗതമികവ് വളരെ പ്രധാനമാണെന്നും പൻസേരി കരുതിയിരുന്നതായി ആർക്കെ റ്റി നിരീക്ഷിക്കുന്നുണ്ട് (Masculinities, Football, Polo and the Tango in Argentina). അർജന്റൈൻ ഫുട്ബോൾ വ്യവഹാരങ്ങളിൽ പല ഭാഷ്യങ്ങളായി ആവർത്തിക്കപ്പെടാറുള്ള ഒരു കഥയുണ്ട്. പരസ്പ രവിരുദ്ധമായ ശൈലികളുള്ള രണ്ടു ഫോർവേഡുകളുടെ കഥ. ആർക്കെ റ്റിയുടെ പ്രബന്ധത്തിൽ ഇരുപതുകളിലെ അർജന്റൈൻ കളിക്കാരാ യിരുന്ന ആൽബെർതോ ലാലിനും മാന്വവൽ സിയോവാനിയുമാണ് ഈ കഥാപാത്രങ്ങൾ. ഇരുവരും ഇൻഡിപെൻഡെൻതെയുടെ കളി ക്കാരായിരുന്നു; ലാലിൻ റൈറ്റ് ഇൻസൈഡും സിയോവാനി സെൻ ട്രൽ സ്ട്രൈക്കറും. പന്ത് കാലിൽ കിട്ടിയാൽ അതിനെ ഓമനിച്ചു കൂടെ നിർത്തുകയും അതിമനോഹരമായ നീക്കങ്ങളാൽ കാണികളെ കൈ യിലെടുക്കുകയും ചെയ്യുന്ന ലാലിനാണ് കഥയിലെ കാല്പനികൻ. സി യോവാനിയാവട്ടെ അർദ്ധാവസരങ്ങളെ പോലും ഗോളാക്കാൻ കഴി വുള്ള തന്ത്രശാലിയായ പ്രയോഗമതിയും. എസ്റ്റ്യുഡിയാൻതെസിനെ തിരായ കളി തുടങ്ങിയതു മുതൽ ലാലിൻ ഗംഭീരമായ പന്തടക്കത്തോ ടെ കളം നിറഞ്ഞു കളിച്ചു. പന്തു കിട്ടിയപ്പോഴെല്ലാം തട്ടിയും തലോടിയും അതിന്റെ മാർദ്ദവം കൂട്ടും വിധത്തിൽ അയാൾ കൈവശം വച്ചുവെന്നാ ണ് വർണ്ണന. സിയോവാനിക്ക് പന്തു കാര്യമായി കിട്ടിയതേയില്ല എന്ന തിനാൽ പകുതിസമയംവരെ അവർക്ക് ഗോളടിക്കാനായില്ല. ഇടവേ ളയിൽ സിയോവാനി ലാലിനോടു പറഞ്ഞു, "പന്ത് കിട്ടുമ്പോൾ ഒരിക്ക ലെങ്കിലും എനിക്ക് തരണം, ഒരേ ഒരു ക്രോസ് നമുക്കതു മതിയാകും ജയിക്കാൻ." ലാലിൻ അതനുസരിച്ച് നല്കിയ കൃത്യമായ ക്രോസിൽ സിയോവാനി ഗോളടിച്ചു. ആഘോഷവേളയിൽ ലാലിനെ കെട്ടിപ്പിടി ച്ച് അയാൾ പറഞ്ഞു: "കണ്ടില്ലേ ഇങ്ങനെ ചെയ്താൽ എല്ലാക്കളിയും നമ്മൾ ജയിക്കും." അതെനിക്കറിയാമെന്നായിരുന്നു ലാലിന്റെ മറുപടി, എന്നാൽ അതിൽ നിന്ന് ഒരാനന്ദവും തനിക്ക് കിട്ടുന്നില്ലെന്നും.

ഫുട്ബോളിന്റെ രണ്ടു മുഖങ്ങളെ അവതരിപ്പിക്കുന്ന ഈ കഥ ഹോർഹെ വൽദാനോ പറയുമ്പോൾ നഗരപ്രാന്തത്തിലെ പോത്രേറോയിൽ (Potrero - നമുക്ക് കണ്ടം എന്ന് പറയാവുന്ന കളിസ്ഥലം) കളിക്കുന്ന രണ്ട് പീബേകളാണ് (Pibe - തെരുവു പിള്ളേർ) കഥാപാത്രങ്ങൾ ഈ കഥയുടെ വിവിധ ഭാഷ്യങ്ങൾ - അർജന്റീനയുടെ ലാനസ്സയുടെ മികവായും ദൗർബല്യമായും ആൽബെർതോ ലാലിനെ ഉദാഹരിക്കുന്നവ- പല കാലത്തായി പ്രചാരത്തിലുണ്ട്. കളിയുടെ സൗന്ദര്യാത്മകതയാണ് ലാലിൻ പ്രതിനിധാനം ചെയ്യുന്ന 'ക്രിയാത്മക' ഫുട്ബോളിനെ നയിക്കുന്നത്, പ്രയോഗമതിയായ സിയോവാനിയെ വിജയവും. സൗന്ദര്യാത്മകതയുടെ വക്താക്കൾ, കളിക്കുന്നത് ജയിക്കാൻ മാത്രമല്ല എന്ന തത്ത്വം മുന്നോട്ടു വയ്ക്കുമ്പോൾ എത്ര മനോഹരമായി കളിച്ചിട്ടും ജയിച്ചില്ലെങ്കിൽ അതുകൊണ്ട് പ്രയോജനമെന്ത് എന്നാണ് പ്രയോഗമതികളുടെ മറുവാദം.

അർജന്റീനയിലെ ഫുട്ബോൾ ഈ ദ്വന്ദ്വത്തിനിടയിൽ പെൻഡുലമാടാൻ തുടങ്ങിയിട്ട് ഒരു നൂറ്റാണ്ടോളമായി. ആനന്ദദായകമായ കളിയെന്നും (Alegre) ഗൗരവമുള്ള കളിയെന്നുമുള്ള (Serio) ഈ ദ്വന്ദ്വനിർമ്മിതി ക്രിയോഷോ ഫുട്ബോളിന്റെ ചരിത്രമറിയാത്തവരുടെ സൃഷ്ടിയാണെന്ന വിമർശമുന്നയിക്കുന്നവരേയും എദ്വാർദോ ആർക്കെറ്റി തന്റെ പഠനത്തിൽ അവതരിപ്പിക്കുന്നുണ്ട്. ഗൗരവമുള്ള കളിയിലും സൗന്ദര്യാത്മകതയുണ്ടെന്നും, ഭംഗിയുള്ള കളിക്ക് ഗൗരവം ഒട്ടും കുറവല്ലെന്നുമാണ് ഇവരുടെ വാദം. ലാ നസ്സയുടെ പുരാവൃത്തത്തിലെ കഥാപാത്രങ്ങളായി ലാലിനും സിയോവാനിയും അവതരിപ്പിക്കപ്പെടുന്നത് അർജന്റൈൻ ഫുട്ബോളിലെ വിരുദ്ധ ധ്രുവങ്ങളിൽ നില്ക്കുന്ന വ്യക്തിഗതഗുണങ്ങളുടെ പ്രതിനിധാനങ്ങളെന്ന നിലയ്ക്കാണ്. ഈ ഗുണങ്ങൾ പക്ഷേ, പൗരുഷവുമായി ബന്ധപ്പെട്ടുമാത്രം നിലനില്പുള്ളവയാണെന്ന് ആർക്കെറ്റി നിരീക്ഷിക്കുന്നു. ചരിത്രാതീത കാലം മുതൽ തന്നെ പൗരുഷവുമായി ബന്ധപ്പെടുത്തിയുള്ള ഈ ഫുട്ബോൾ ആസ്വാദനം നിലവിലുണ്ടായിരുന്നു താനും.

ഒളിംപിക്സിലും ലോകകപ്പിലും അയൽക്കാരായ ഉറുഗ്വായ് തങ്ങളെ തോല്പിച്ചതിനു പിന്നിൽ ആ രാജ്യത്തെ ആദിമനിവാസികളുടെ (Native Indians) പോരാട്ടവീര്യമെന്ന പൗരുഷ ഗുണമാണെന്നാണ് (La garra charua) അർജന്റീനയിലെ മുഖ്യാധാരാ ഫുട്ബോൾ വിദഗ്ധരുടെ കാലാകാലമായുള്ള വിലയിരുത്തൽ. ഉറുഗ്വായൻ കളിക്കാരെ 'ആൺകുട്ടിക'ളായും അർജന്റീനക്കാർ മികച്ചവരെങ്കിലും മനോബലം കുറഞ്ഞവരായുമാണ് *എൽ ഗ്രാഫിക്കോ*യുടെ തന്നെ പല റിപ്പോർട്ടുകളിലും അവതരിപ്പിക്കപ്പെട്ടിട്ടുള്ളത്. 1958 ലെ ലോകകപ്പിൽ ചെക്കോസ്ലോവാക്യയോടേറ്റ തോൽവിയുടെ പിറ്റേന്ന്, "ആണുങ്ങളെപ്പോലെ പ്രതിരോധിക്കാതെ കളി തോറ്റശേഷം പെണ്ണുങ്ങളെപ്പോലെ കരയുന്നത് നാണക്കേടാണെ"-ന്നാണ് ഒരു പ്രമുഖ പത്രം എഡിറ്റോ

റിയലെഴുതിയത്. കരുത്തരെ നേരിടുന്ന ദുർബ്ബലരുടെ തനതു കൗശലങ്ങളെന്ന നിലയിൽ ലാ നസ്ത എങ്ങനെയാണ് ചരിത്രപരമായി ഉരുത്തിരിഞ്ഞതെന്ന് പരിശോധിക്കാനാണ് പുസ്തകത്തിലെ ആദ്യ ഖണ്ഡത്തിൽ ശ്രമിച്ചിട്ടുള്ളത്. സ്പാനിഷ് ഇറ്റാലിയൻ വംശജരുടെ ആസൂത്രിത കുടിയേറ്റവും യൂറോപ്യൻ ജീവിതത്തോടുള്ള ഭരണവർഗ്ഗത്തിന്റെ അമിതാഭിമുഖ്യവും എപ്രകാരമാണ് വംശീയതയുടെ സ്ഥാപനവല്ക്കരണത്തിലേക്ക് നയിച്ചതെന്ന് അർജന്റൈൻ ഫുട്ബോൾ ടീമിനെ മുൻനിർത്തി വിശകലനം ചെയ്യാനും ശ്രമം നടത്തിയിട്ടുണ്ട്.

ആർക്കെറ്റി നിരീക്ഷിക്കുന്ന അതേ ആണത്തപൊതുബോധം തന്നെയാണ് അർജന്റൈൻ ഫുട്ബോളിനെ നിയന്ത്രിക്കുന്ന സംഘടിത ആരാധകവൃന്ദത്തേയും നിർമ്മിച്ചത്. അർജന്റൈൻ ആരാധകരുടെ സംഘാടനത്തിന്റെ ചരിത്രവും രാജ്യത്തിന്റെ രാഷ്ട്രീയ ചരിത്രവും തമ്മിൽ അഭേദ്യമായ ബന്ധമാണുള്ളത്. ഏകാധിപത്യവും ജനാധിപത്യവും തമ്മിൽ നടന്നിട്ടുള്ള നിരന്തര സംഘർഷങ്ങൾക്കിടയിലൂടെയാണ് അർജന്റൈൻ ഫുട്ബോളിന്റേയും പ്രയാണം. ഹ്വാൻ പെറോൺ മുതൽ കാർലോസ് ഒൻഹാനിയയും റാഫേൽ വിദേലയും വരെയുള്ള ആഗോളവല്ക്കരണ പൂർവ്വകാലത്തെ ഭരണാധികാരികളും കാർലോസ് മെനവും കിർഷ്നർ ദമ്പതികളുമുൾപ്പെട്ട സമീപകാല ഭരണനേതൃത്വവും അവരവരുടെ രാഷ്ട്രീയ താല്പര്യങ്ങൾക്കനുസരിച്ച് വിഭിന്ന രീതികളിലാണെങ്കിലും ഫുട്ബോളിനെ ഉപയോഗിച്ചുവെന്നത് വസ്തുതയാണ്.

ദേശീയവികാരം സൃഷ്ടിക്കുന്നതിലപ്പുറം, ഫുട്ബോൾ ആരാധകരുടെ സംഘടിത ശക്തിയെ രാഷ്ട്രീയ താല്പര്യത്തിനായി ഉപയോഗപ്പെടുത്തുകയാണ് കാലാകാലങ്ങളായി ഭരണനേതൃത്വം ചെയ്തുവരുന്നത്. രാജ്യത്ത് നടന്നിരുന്ന കടുത്ത മനുഷ്യാവകാശലംഘനങ്ങളേയും അടിച്ചമർത്തലിനേയും മൂടിവയ്ക്കാനുള്ള മറയായി 1978 ലെ ലോകകപ്പിനെ പട്ടാള ഭരണകൂടം സമർത്ഥമായി ഉപയോഗിച്ചുവെന്നത് രഹസ്യമല്ല. ഇതിനിടയിലാണ് ഒരു കാലത്തും അർജന്റീന, ദേശീയനായകനെന്ന നിലയിൽ പരിഗണിച്ചിട്ടില്ലാത്ത ഏണസ്റ്റോ ചെ ഗ്വാരയെ, മറഡോണ ഫുട്ബോളിന്റെ മുഖ്യധാരാ വ്യവഹാരത്തിലേക്ക് കൊണ്ടുവരുന്നത്.

ലോകമെങ്ങുമുള്ള അർജന്റീന ആരാധകരുടെ രാഷ്ട്രീയ സ്വഭാവനിർമ്മിതിയെ നിർണ്ണായകമായി സ്വാധീനിച്ച ഘടകമാണ് മറഡോണയുടെ ഇടതു പക്ഷപാതം. ഫിദെൽ കാസ്ട്രോയും ഊഗോ ചാവേസും ഇവാ മൊറാലെസും നയിച്ച ഇടതുപക്ഷത്തോടു കാണിച്ച വൈകാരികാഭിമുഖ്യവും, പലസ്തീനിലേയും ഇറാഖിലേയും അധിനിവേശങ്ങളോടുള്ള കടുത്ത പ്രതിഷേധ പ്രകടനവും മറഡോണയ്ക്ക് ഏതൊരു ലത്തീനമേരിക്കൻ ഇടതുപക്ഷ നേതാവിനോളവും പോന്ന സാമ്രാജ്യത്വ വിരുദ്ധ പരിവേഷം നല്കി. ഇന്ത്യയിലും ബാംഗ്ലാദേശിലും മദ്ധ്യപൂർവ്വേഷ്യൻ രാജ്യങ്ങളിലും മറഡോണയ്ക്ക് കളിക്കളത്തിനു പുറത്തും ആരാധ

കരെ നേടിക്കൊടുത്തത് ഈ നിലപാടുകളാണ്. അതേസമയം ജോൺപോൾ രണ്ടാമൻ മാർപ്പാപ്പക്കെതിരെ നടത്തിയ പരസ്യവിമർശനം അതേ അളവിൽ ശത്രുക്കളേയും നേടിക്കൊടുത്തിരുന്നു. കളിയും കളിയാരാധകരും തമ്മിലുള്ള സവിശേഷബന്ധത്തിന്റെ ചരിത്രവും രാഷ്ട്രീയവുമാണ് രണ്ടാം ഖണ്ഡത്തിൽ ചർച്ച ചെയ്യുന്നത്.

1958 വരെ ഫുട്ബോൾ കണ്ടുപിടിച്ചവരെന്ന് അഹങ്കരിച്ചിരുന്ന അർജന്റീനയുടെ അഭിമാനത്തിനേറ്റ പ്രഹരമായിരുന്നു അത്തവണത്തെ ലോകകപ്പിൽ ചെക്കോസ്ലോവാക്യയോടേറ്റ കനത്ത തോൽവി. അർജന്റൈൻ പോസ്റ്റിലേക്ക് ചെക്ക് കളിക്കാർ അടിച്ചു കയറ്റിയ ആറു ഗോളുകൾ ലാ നസ്ത്രയെത്തന്നെ അപ്പാടെ നിരാകരിക്കേണ്ട ഗതികെട്ട അവസ്ഥയിലേക്ക് അവരെ തള്ളിവിട്ടു. സ്വീഡനിലെ തോൽവിക്കു ശേഷം യൂറോപ്യൻ ഫുട്ബോളും ഒരു പരിധിയോളം ബ്രസീലിയൻ ശൈലിയും അനുകരിക്കാനുള്ള ശ്രമമാണ് അർജന്റീനയിലുണ്ടായത്. അതാവട്ടെ വലിയ ദുരന്തമായി മാറുകയും ചെയ്തു. പ്രതിരോധത്തിലേക്ക് പിൻവലിഞ്ഞു കളിക്കുക എന്ന അപരിചിതമായ രീതിയിലേക്കുള്ള മാറ്റം കളിക്കാർക്കും ആരാധകർക്കും ഉൾക്കൊള്ളാൻ പ്രയാസമുള്ളതായിരുന്നു.

ഒരു കാലത്ത് ക്രിയാത്മകവും ഭാവനാപൂർണ്ണവുമായ ശൈലിയായി ആഘോഷിച്ചുപോന്ന ലാ നസ്ത്രയുടെ പേരിൽ അവിടത്തെ ഫുട്ബോൾ വ്യവഹാരം നെടുകെ പിളരുക എന്നതായിരുന്നു ഇതിന്റെ അനന്തരഫലം. ലാ നസ്ത്രയെ അനുകൂലിക്കുന്നവരും എതിർക്കുന്നവരും തമ്മിലുള്ള ചേരിതിരിവ് അതിരൂക്ഷമാകുന്നതിനിടയിൽ പില്ക്കാലത്ത് ആന്റെ ഫുട്ബോൾ എന്ന് കുപ്രസിദ്ധിയാർജ്ജിച്ച പ്രതിരോധാത്മക ശൈലിയിലേക്ക് അർജന്റൈൻ ഫുട്ബോൾ ചുവടുവച്ചു. അർജന്റീനയിലെ ഫുട്ബോളിന് അങ്ങനെ രണ്ടു ധാരകളുണ്ടാവുകയും അവ തമ്മിലുള്ള ബന്ധം പ്രത്യക്ഷത്തിൽത്തന്നെ സംഘർഷാത്മകമാവുകയും ചെയ്തു. 1978 ൽ അർജന്റീനയെ ലോക ചാമ്പ്യന്മാരാക്കിയ ഇതിഹാസതുല്യനായ പരിശീലകൻ സീസർ ലൂയിസ് മെനോറ്റിയും 1986 ൽ മറഡോണയുടെ ടീമിനെ പരിശീലിപ്പിച്ച കാർലോസ് ബിലാർദോയും ഈ രണ്ടു ധാരകളുടേയും പ്രയോക്താക്കളാവുകയും ചെയ്തു. ഇടതുപക്ഷരാഷ്ട്രീയത്തിലുറച്ചു വിശ്വസിച്ച മെനോറ്റി ലാ നസ്ത്രയിലും അർജന്റീനയുടെ ഗതകാല ഫുട്ബോൾ പാരമ്പര്യത്തിലുമുറച്ചുനിന്നുകൊണ്ട് നിലവിലുണ്ടായിരുന്ന പ്രതിരോധാത്മകശൈലിയെ അപ്പാടെ പരിഷ്കരിക്കുകയാണ് ചെയ്തത്. 1978 ലെ ലോകകപ്പും തൊട്ടടുത്ത വർഷം യൂത്ത് ലോകകപ്പും നേടിക്കൊടുത്തുകൊണ്ടാണ് മെനോറ്റി തന്റെ ടീമിനെ ആന്റെ ഫുട്ബോളിന്റെ നാണക്കേടിൽനിന്നും കരകയറ്റിയത്. ഫുട്ബോളിൽ ദേശീയത ഇല്ലെന്ന വാദത്തെ തള്ളുന്ന മെനോറ്റി, മനുഷ്യൻ സാർവ്വലൗകികനാവുന്നത് അയാളുടെ വേരുകളിൽ നിന്നുകൊണ്ടാവണം എന്ന് അടിയുറച്ചു വിശ്വസിച്ചിരുന്നു. ലോകത്തിന്റെ

ഏത് കോണിലായാലും ഒരു അർജന്റീനക്കാരൻ പന്തുതട്ടുന്നത് കണ്ടാൽ തനിക്ക് മനസ്സിലാവുമെന്ന ആത്മവിശ്വാസത്തിന്റെ ഉറവിടവും ഇതാണ്.

WORLD CUP 1978, ARGENTINA
FIFA Film

മെനോറ്റിക്കു ശേഷം വന്ന ബിലാർദോ കളിക്കാരനെന്ന നിലയിൽ ആന്റെ ഫുട്ബോളിന്റെ കൂടെ നിലയുറപ്പിച്ചിരുന്നുവെങ്കിലും പരിശീലക സ്ഥാനം ഏറ്റെടുത്തതോടെ അതിൽനിന്നും മാറി നടക്കാൻ തയ്യാറായിരുന്നുവെന്ന് 86 ലെ ചാമ്പ്യൻമാരിലൊരാളായ ഹോർഹെ വൽദാനോ സാക്ഷ്യപ്പെടുത്തിയിട്ടുണ്ട്. ഒരു ഡോക്ടറെന്ന നിലയിൽ തനിക്കു പ്രാപ്യമായിരുന്ന വ്യക്തികളുടെ രഹസ്യവിവരങ്ങൾവരെ എതിരാളികളെ കളിക്കളത്തിൽ തോല്പിക്കാനായി ഉപയോഗിച്ചുവെന്ന ആരോപണം നേരിട്ട കളിക്കാരനായിരുന്നു ബിലാർദോ എന്നുമോർക്കണം. പരിശീലകന്റെ കുപ്പായമണിഞ്ഞു തുടങ്ങുന്നതുവരെ കാർലോസ് ബിലാർദോ ഗൈനക്കോളജിസ്റ്റായി പ്രാക്ടീസ് ചെയ്തിരുന്നു. അതിനു മുമ്പ് എസ്റ്റ്യൂഡിയാൻതെസിന്റെ കളിക്കാരനായിരുന്ന ബിലാർദോ എതിരാളികളെ സൂചികൊണ്ട് കുത്തുന്ന ദൃശ്യങ്ങൾവരെ പുറത്തുവന്നിരുന്നു. മിത്തുകളിലെ പീബെയുടെ ആൾരൂപമായ മറഡോണയെപ്പോലുള്ള ഒരു കളിക്കാരന്റെ സാന്നിദ്ധ്യമാവണം, അതുവരെ ആന്റെ ഫുട്ബോളിനാൽ കുപ്രസിദ്ധനായിരുന്ന ബിലാർദോയെ ചെറുതായെങ്കിലും ശൈലീമാറ്റത്തിന് പ്രേരിപ്പിച്ചതെന്നും കരുതാം, ഒപ്പം മെനോറ്റിയോടുള്ള മാത്സര്യബുദ്ധിയും.

ബാല്യം, സർഗ്ഗാത്മകത, സാഹസികകൗശലം, ഓമനത്വം തുടങ്ങി കുട്ടികളുമായി ബന്ധപ്പെട്ട മൂല്യങ്ങളിലാണ് ലാ നസ്ത്രയുടെ അസ്തിവാരം പടുത്തിരിക്കുന്നതെന്ന് അർജന്റൈൻ ഇസ്രായേലി കവിയായ ലാസാരോ, ഫുട്ബോൾ ആരാധകനായ ഹ്വാൻചോ തുടങ്ങി വിവിധ ശ്രേണിയിലുള്ള നിരീക്ഷകരെ ഉദ്ധരിച്ച് ആർക്കെറ്റി സമർത്ഥിക്കുന്നുണ്ട്. പക്വതയും ആസൂത്രണവും അനുമാനങ്ങളുമെല്ലാം കളിയിലേക്കു കടന്നുവന്നാൽ ഫുട്ബോളിന്റെ നിഷ്കളങ്കത നഷ്ടപ്പെടുമെന്നുവരെ ഇവർ വാദിക്കുന്നുണ്ട്. ഓരോ മനുഷ്യന്റേയും (ഫുട്ബോളിന്റെ പശ്ചാത്തലത്തിൽ പുരുഷന്റെ) ഉള്ളിലുള്ള കുട്ടിത്തം നഷ്ടപ്പെടുമ്പോഴാണ് അവൻ സാങ്കേതികത്തികവുള്ള ഫുട്ബോളിന് പുറകെ പോവുന്നതത്രെ! തനതു ഫുട്ബോളിൽ നഗരത്തിലെ തെരുവുപിള്ളേർക്കും അവരുടെ കളിയിടങ്ങൾക്കുമുള്ള സ്ഥാനം തലമുതിർന്ന മാധ്യമ

പ്രവർത്തകനും എഴുത്തുകാരനുമായ ബൊറൊകോത്തോ ഇരുപതുകളിൽ തന്നെ വരച്ചിട്ടിട്ടുണ്ട്. ബൊറോകോത്തോയുടെ പീബെയെ പുസ്തകത്തിൽ പലയിടത്തായി വിശകലനം ചെയ്യാൻ ശ്രമിച്ചിട്ടുണ്ട്. 'പോത്രേറോകളിലെ കളിയിൽ ഓരോ ടീമിലും ഇരുപതു പേർ വീതമുണ്ടാകും. സ്ഥലമാവട്ടെ വളരെ കുറവും. പന്തു കാലിൽ കിട്ടിയാൽ നഷ്ടപ്പെടാതിരിക്കാൻ അസാദ്ധ്യമായ പന്താട്ടപാടവവും പന്തടക്കവും വേണം. അതുകൊണ്ടാണ് പോത്രേറോകളിൽനിന്നു വരുന്ന പീബെകളെ വെല്ലുന്ന പന്താട്ടക്കാർ കുറവാണെന്നു പറയുന്നത്. കളിസ്ഥലങ്ങളിൽ ഇടം കുറവേ ഉള്ളൂ എന്നതിനാലാണ്, അവർ ബ്രസീലുകാരെപ്പോലുള്ള നൃത്തച്ചുവടുകൾക്കും ഇംഗ്ലീഷുകാരെപ്പോലെ വായുവിലൂടെയുള്ള പാസുകൾക്കും മുതിരാത്തത്'- ഹ്വാൻചോ, ആർക്കെറ്റിയോട് സമർത്ഥിക്കുന്നു.

പോത്രേറോകളിൽ കളിക്കുന്ന പീബേകൾക്കുള്ള സ്വാതന്ത്ര്യമാണ് മറ്റൊരു സംഗതി. കുട്ടികളെന്ന നിലയിൽ ജോലി, കുടുംബം, ഉത്തരവാദിത്വം എന്നിവയിൽ നിന്നെല്ലാം വിടുതൽ നേടിയിട്ടുള്ളവരാണ് മിത്തുകളിലെ പയ്യന്മാർ. ഇവർക്ക് രക്ഷാകർത്താക്കളുമില്ല. അച്ഛനില്ലാത്ത കുട്ടികളുടെ സ്വാതന്ത്ര്യമാണ് ലാ നസ്യ പ്രയോജനപ്പെടുത്തിയിട്ടുള്ളത്. ഈ അർത്ഥത്തിലാണ് മറഡോണയും റിക്വിൽമെയും കാർലോസ് ടെവെസും ഈ നിർവ്വചനത്തിനുള്ളിലേക്ക് കൃത്യമായി പാകമാവുന്നത്; മുപ്പത്തിനാലാം വയസ്സിലും അച്ഛൻ ഹോർഹെയുടെ തണലിൽ കഴിയുന്ന ലിയോ മെസ്സി അതിനു പുറത്താവുന്നതും.

രാജ്യാന്തരവേദികളിലേക്കുള്ള പീബെകളുടെ കടന്നുവരവിന്റെ ചരിത്രമാണ് മറഡോണയുടെയും റിക്വിൽമെയുടെയും കളിയെ വിശകലനം ചെയ്യുമ്പോൾ നമുക്കുമുന്നിൽ അനാവൃതമാവുക. ബഹിർമുഖവും അന്തർമുഖവുമായ വിരുദ്ധവ്യക്തിത്വങ്ങളെന്ന നിലയിൽ ഇവർ രണ്ടു പേരുടേയും അർജന്റീനയിലേയും യൂറോപ്പിലേയും കായികജീവിതം പിന്തുടരുന്നത് കൗതുകകരമാണ്. വെള്ളത്തിൽനിന്നും കരയിലേക്ക് പിടിച്ചിട്ട മത്സ്യത്തെപ്പോലെ യൂറോപ്യൻ ക്ലബ് ഫുട്ബോളിൽ റിക്വിൽമെക്ക് ശ്വാസംമുട്ടിയെങ്കിൽ ചുരുങ്ങിയത് ഇറ്റലിയിലെ നേപ്പിൾസിലെങ്കിലും മറഡോണ ജലത്തിൽ മീനെന്ന പോലെ, ആയാസരഹിതമായി ജീവിച്ചു; നിയന്ത്രണമില്ലാത്ത ഭോഗാസക്തി പിന്നീടതിന് വിരാമമിട്ടുവെങ്കിലും. മറഡോണയ്ക്കു ശേഷം റിക്വിൽമെ കൂടി കഴിഞ്ഞാണ് മെസ്സി സംഭവിക്കുന്നത്. ആഗോളവല്ക്കരണാനന്തര ലോകത്ത് പീബെക്ക് സംഭവിച്ച അനിവാര്യമായ പരിണാമമാണ് മെസ്സിയിൽ നമ്മൾ കാണുന്നത്. മറഡോണയിൽ നിന്ന് മെസ്സിയിലേക്കുള്ള പരിണാമദശയിലെ ഏറ്റവും ശ്രദ്ധേയമായ ഏടാണ് ഹ്വാൻ റോമൻ റിക്വിൽമെ. ദ്യേഗോയേയും ലിയോയെയും ബന്ധിപ്പിക്കുന്ന കൊളുത്തു (Enganche) പോലുള്ള സാന്നിദ്ധ്യം.

മെനോറ്റിസ്മോക്കും ബിലാർദിസ്മോക്കും ശേഷമുള്ള അർജന്റൈൻ

ഫുട്ബോളിന്റെ മുഖമുദ്രയായിരുന്ന ലാ പൗസ (The Pause). അതായത് അർജന്റീനക്കാർ എൻഗാൻജെ (Enganche- the hook) എന്നു വിളിക്കുന്ന പത്താം നമ്പർ, സ്ട്രൈക്കർക്കും വിങ്ങർമാർക്കും പന്തെത്തിക്കുന്നത് ഒരു നിമിഷാർദ്ധം വൈകിപ്പിക്കുന്ന രീതി. മറഡോണയുടെ മുൻഗാമിയായിരുന്ന റിക്കാർദോ ബൊച്ചീനിയാണ് ലാ പൗസ എന്ന ഈ വേഗഭ്രംശത്തിന്റെ രാജാവായിരുന്നത്. പിന്നീടാണ് റിക്വിൽമെ അതിന്റെ അതിഗംഭീരനായ പ്രയോക്താവായി മാറിയത്. (റിക്വിൽമെയുടെ ലാ പൗസ രീതിയാണ് അയാൾക്ക് തണുപ്പനെന്ന പേരുദോഷമുണ്ടാക്കിയത്). യൊഹാൻ ക്രൗഫും ജോർജ്ജ് ബെസ്റ്റും യൂറോപ്പിൽ ലാ പൗസ മനോഹരമായി ഉപയോഗപ്പെടുത്തിയവരായിരുന്നു, പിന്നീട് എഫ് സി ബാഴ്സലോണയും. ഫുട്ബോൾ ലോകം സ്പാനിഷ് ടികി-ടാക്കയിലേക്കും തുടർന്ന് ലത്തീനമേരിക്കൻ- ഇംഗ്ലീഷ് സങ്കരമായ ഹൈപ്രസിലേക്കും വികസിച്ചപ്പോൾ എൻഗാൻജെ എന്ന പ്ലേമേക്കർമാർ ഏതാണ്ട് അരങ്ങൊഴിഞ്ഞു. പ്ലേമേക്കർമാരുടെ തലമുറയിലെ അവസാന കണ്ണിയായി നിന്നുകൊണ്ടാണ് കഴിഞ്ഞ ദശകത്തിൽ റിക്വിൽമെ, ലാ നസ്ത്രയുടെ ബാറ്റൺ മെസ്സിക്കു കൈമാറുന്നത്. റൊസാരിയോവിലെ പോത്രേറോകളിലെ ബാല്യകാലത്തിനുശേഷം യൂറോപ്പിൽ - വിശിഷ്യ ബാഴ്സലോണയിൽ- ചെലവിട്ട കൗമാരയൗവനങ്ങൾ മെസ്സിയിലുണ്ടാക്കിയ മാറ്റത്തെ ലാ നസ്ത്രയുടെ രാജ്യാന്തര വകഭേദമായി കാണേണ്ടതാണ്. എന്നാൽ അതിന് മെസ്സിക്കപ്പുറമുള്ള തുടർച്ചയുണ്ടാകാനുള്ള സാദ്ധ്യതകൾ തുലോം തുച്ഛവുമാണ്. മെസ്സിയുടെ സമകാലികനായ അൻഹെൽ ഡി മരിയ മാത്രമാണ് ദേശീയ ടീമിൽ ലാ നസ്ത്രയുടെ മിന്നലാട്ടങ്ങൾ അവശേഷിക്കുന്ന ഏക കളിക്കാരൻ.

ഇതെഴുതുമ്പോൾ കോപ്പ അമേരിക്ക ചാമ്പ്യൻമാരാണ് അർജന്റീന. പി എസ് ജിയുടെ മുപ്പതാം നമ്പറിലാണ് മെസ്സി കളിക്കുന്നത്. കോപ്പ അമേരിക്ക നേടിയെങ്കിലും ലാ നസ്ത്രയിൽനിന്ന് പുറകോട്ടുനടക്കുന്ന ടീമിനെയാണ് നാമിപ്പോൾ കാണുന്നത്. നേരത്തെ സൂചിപ്പിച്ച പെൻഡുലം ആടിക്കൊണ്ടേയിരിക്കുകയാണ്. ഒന്നാം പകുതിയുടെ തുടക്കത്തിലേ ഗോളടിച്ച് പിൻനിരയിലേക്ക് മാറി തട്ടുത്തുകളിക്കുകയാണ് ലിയൊണൈൽ സ്കലോണിയുടെ പുതിയ അർജന്റീന. മെസ്സിയും ഡി മരിയയുമുള്ള മുൻനിര മാത്രമാണ് അതിനെ ആന്റിഫുട്ബോളിൽനിന്ന് വ്യത്യസ്തമാക്കുന്നത്.

ലാ നസ്ത്രയുടെ പരിണാമങ്ങളും അതിന്റെ രാഷ്ട്രീയ സാമൂഹ്യ സാഹചര്യങ്ങളും ചർച്ച ചെയ്യുന്ന മൂന്ന് ഖണ്ഡങ്ങളടങ്ങിയ ഒരു ഭാഗവും, മറഡോണ, കെംപസ്, ബാറ്റിസ്റ്റൂട്ട, റിക്വിൽമെ, മെസ്സി എന്നിവരുടെ കളി വിശകലനം ചെയ്യുന്ന മറ്റു നാല് ഖണ്ഡങ്ങളുള്ള രണ്ടാം ഭാഗവുമാണ് പുസ്തകത്തിലുള്ളത്. ഫുട്ബോളിനെയും മെസ്സിയെയുംകുറിച്ച് പറയുമ്പോൾ ക്രിസ്ത്യാനോ റൊണാൾഡോയെ പരാമർശിക്കാതിരിക്കാ

നാവില്ല. അർജന്റീനയുടെ ലാ നുസ്ത്രയെക്കുറിച്ച സംസാരിക്കുമ്പോൾ റൊണാൾഡോക്ക് അതിൽ സ്ഥാനമില്ലതാനും. 2018 ൽ റയൽ മഡ്രീഡിനുവേണ്ടി യുവന്തസിനെതിരെ റൊണാൾഡോ നേടിയ ലോകപ്രശസ്തമായ അക്രോബാറ്റിക് ഗോളിനെ വിലയിരുത്തുന്ന ഒരു പ്രത്യേക ലേഖനം അനുബന്ധമായി ചേർത്തിട്ടുണ്ട്. അതിൽ അനിവാര്യതയെന്നവണ്ണം മെസ്സിയുമായുള്ള താരതമ്യവും വരുന്നുണ്ട്.

1986. THE STORY BEHIND THE CUP
Chapter 1 The Genesis

ഭാഗം ഒന്ന്

1930 ലോകകപ്പ് ഫൈനലിൽ അർജന്റീനക്കെതിരെ
ഉറുഗ്വായുടെ കാർലോസ് പ്യൂചിലെയുടെ ഗോൾ

“ഏതൊരു സമൂഹത്തിന്റേയും സാംസ്കാരിക ഭൂപടം വരച്ചിടാൻ ഒരർത്ഥത്തിൽ ഫുട്ബോളിനാവും. ആ സമൂഹത്തെക്കുറിച്ചുള്ള ആഴമേറിയ പഠനങ്ങൾക്ക് അതേറെ സഹായകരമാണ്. മിക്ക സമൂഹങ്ങളിലും ഫുട്ബോളിന് കിട്ടുന്ന സാംസ്കാരിക പ്രാധാന്യം അതിന്റെ രാഷ്ട്രീയവും പ്രതീകാത്മകവുമായ പ്രസക്തിയുടെ സൂചകമായി കാണാം. സാമൂഹ്യമാറ്റത്തിലും മനുഷ്യരുടെ സാംസ്കാരിക സ്വത്വത്തിലും മാത്രമല്ല പ്രത്യയശാസ്ത്ര പ്രയോഗങ്ങളിൽവരെ ഇടപെടാൻ അതിന് കഴിയാറുണ്ട്.”

- റിച്ചാർഡ് ജൂലൈനോറ്റി

സാമൂഹ്യശാസ്ത്രജ്ഞൻ

ഒളിവിൽ പാർക്കുന്ന കലാപകാരി

ഗൗച്ചകളവരുടെ നടപ്പ കണ്ടോ-
കൂനിക്കൂടി, വളഞ്ഞ്
ജർമ്മൻകാരീ നമ്മൾ നടക്കും
നെഞ്ചുവിരിച്ച്, നിവർന്ന്.

2014ലെ ഫുട്ബോൾ ലോകകപ്പ് നേടിയ ജർമ്മൻ ടീമിന് ബർലിനിൽ നല്കിയ വരവേല്പിൽ അലയടിച്ച പാട്ടിന്റെ പരിഭാഷയാണിത്. ഫൈനലിൽ തോറ്റുപോയ ലിയൊണെൽ മെസ്സിയുടെ അർജന്റീനയെ വംശീയമായി അപഹസിക്കുന്ന ഈ പാട്ടു പാടി നൃത്തം ചെയ്തത് ജർമ്മൻ ആരാധകരായിരുന്നില്ല, മറിച്ച് ഫൈനലിൽ നിർണ്ണായക ഗോളടിച്ച് അവർക്ക് കപ്പ് നേടിക്കൊടുത്ത മാരിയോ ഗൊറ്റ്സ ഉൾപ്പെടെയുള്ള ഏതാനും ജർമ്മൻ കളിക്കാർ തന്നെയായിരുന്നു. ലോകമെങ്ങുമുള്ള ഫുട്ബോൾ പ്രേമികളിൽനിന്നും പ്രതിഷേധമുയർന്നതോടെ ഖേദപ്രകടനം നടത്തി തടിയൂരിയെങ്കിലും അവർ പരസ്യമായി ഉന്നയിച്ച വംശീയാധിക്ഷേപം അങ്ങനെത്തന്നെ നിലനിന്നു.

റിയോ ദ് ല പ്ലാത്ത തീരപ്രദേശത്തിന്റെ തനത് ഫുട്ബോളിനെ നിർവ്വചിക്കാൻ അർജന്റൈൻ ജനത വിഭാവനം ചെയ്തെടുത്ത ഗൗച്ചോ എന്ന 'അപരിഷ്കൃതൻ' യൂറോപ്യൻ ആധുനികതയുടെ കരുത്തിനും ഗതിവേഗത്തിനും മുന്നിൽ നിലനില്ക്കില്ലെന്ന ധാർഷ്ട്യം എത്രത്തോളം സാധുവാണ്? ഇരുപതാം നൂറ്റാണ്ടിനൊപ്പം അർജന്റീനയിൽ വളർന്ന ലാ നസ്ത്രയ്ക്ക് (നമ്മുടെ/തനത്) എന്ത് പരിണാമമാണ് സംഭവിച്ചത്? ലിയൊണെൽ മെസ്സി കൂടി ബൂട്ടഴിക്കുന്നതോടെ അർജന്റൈൻ ഫുട്ബോളിന്റെ വർത്തമാനപ്രസക്തി മാഞ്ഞുപോകുമോ? കഴിഞ്ഞ ഒരു

നൂറ്റാണ്ടിൽ അർജന്റീന നേരിട്ട സാംസ്കാരികവും രാഷ്ട്രീയവുമായ അനിശ്ചിതത്ത്വങ്ങളിൽ ഒരുപക്ഷേ, ഈ ചോദ്യങ്ങളുടെ ഉത്തരമുണ്ടാവും.

ഒന്ന്

ബ്രിട്ടീഷ് സാമ്രാജ്യത്തിന്റെ ഭാഗമായിരുന്നില്ലെങ്കിൽക്കൂടി പത്തൊമ്പതാം നൂറ്റാണ്ടിന്റെ ഉത്തരാർദ്ധത്തിൽ അർജന്റീനയിലും ഫുട്ബോൾ എത്തുന്നത് ഇംഗ്ലീഷുകാർ വഴി തന്നെയാണ്, ഏതാണ്ട് ഇന്ത്യയിൽ കാൽപ്പന്തുകളി തുടങ്ങിയ അതേ കാലഘട്ടത്തിൽത്തന്നെ. പത്തൊമ്പതാം നൂറ്റാണ്ടിന്റെ തുടക്കത്തിൽ സ്പാനിഷ് വൈസ്രോയി ഭരണത്തിലിരിക്കെയാണ് ഇംഗ്ലീഷുകാർ റിയോ ദ് ല പ്ലാത്തയുടെ തീരങ്ങളിലേക്ക് കുടിയേറ്റം തുടങ്ങിയത്. ഇന്നത്തെ അർജന്റീന, ഉറുഗ്വായ്, പരാഗ്വായ് എന്നീ രാജ്യങ്ങളും ബൊളീവിയയുടെ ചില ഭാഗവും ചേർന്ന വിശാലപ്രദേശം. അർജന്റീനയ്ക്കും ഉറുഗ്വായ്ക്കുമിടയിലുള്ള നദിയായാണ് കണക്കാക്കുന്നതെങ്കിലും ഒരു ഉൾക്കടലിനോളം വലുതാണ്, ബ്രിട്ടീഷുകാർ റിവർപ്ലേറ്റെന്നു വിളിക്കുന്ന റിയോ ദ് ല പ്ലാത്ത അഥവാ വെള്ളിനദി.

ബ്രിട്ടീഷ് അധിനിവേശ ശ്രമത്തെ ചെറുത്തുതോല്പിച്ച സ്പാനിഷ് വൈസ്രോയിഭരണകൂടം പക്ഷേ, വ്യവസായികളായും കർഷകരായും മിഷനറിമാരായും എത്തിയ ഇംഗ്ലീഷുകാരെ വലിയ എതിർപ്പൊന്നുമില്ലാതെ സ്വീകരിച്ചതായാണ് ചരിത്രം. ചെന്നുപാർക്കുന്നിടത്തെല്ലാം സ്വന്തം രാജ്യത്തിന്റെ ചെറുമാതൃകകൾ സൃഷ്ടിക്കാൻ ശ്രമിച്ചിരുന്ന ഇംഗ്ലീഷുകാർ ഇവിടെയും പതിവുതെറ്റിച്ചില്ല. ബാങ്കിങ് മുതൽ റെയിൽവേ വികസനം വരെയുള്ള വിവിധ മേഖലകളിൽ സജീവമായി ഇടപെട്ട ബ്രിട്ടീഷുകാർ അർജന്റീനയുടെ രാഷ്ട്രീയ പരിണാമത്തിലും ചെറുതല്ലാത്ത പങ്കുവഹിച്ചു. പത്തൊമ്പതാം നൂറ്റാണ്ടിന്റെ തുടക്കത്തിലെ സ്വാതന്ത്ര്യപോരാട്ടത്തിന് ബ്രിട്ടീഷുകാരുടെ പരോക്ഷ പിന്തുണയുണ്ടായിരുന്നതായി അർജന്റൈൻ ചരിത്രകാരന്മാർ രേഖപ്പെടുത്തിയിട്ടുണ്ട്. 1816 ൽ സ്പാനിഷ് ഭരണം അവസാനിക്കുമ്പോൾ ഏതാണ്ട് ആയിരത്തിയെണ്ണൂറ് ഇംഗ്ലീഷുകാരാണ് ബ്വീനൊസ് ഐറിസിൽ ഉണ്ടായിരുന്നത്. അടുത്ത മൂന്ന് പതിറ്റാണ്ടിനിടെ ബ്രിട്ടീഷ് ജനസംഖ്യ അൻപതിനായിരം വരെയെത്തിയെന്നാണ് കണക്കുകൾ.

ബ്വീനൊസ് ഐറിസ് തുറമുഖത്ത് കപ്പലിറങ്ങിയ ബ്രിട്ടീഷ് നാവികരാണ് ആ രാജ്യത്ത് ആദ്യമായി ഫുട്ബോൾ കളി തുടങ്ങിയതെന്നു വേണം കരുതാൻ. ബ്വീനൊസ് ഐറിസിലെ തുറമുഖവളപ്പുകളിൽ പന്തുതട്ടിയിരുന്ന സ്വർണ്ണമുടിയുള്ള ബ്രിട്ടീഷ് കുട്ടികളെപ്പറ്റി, ആദ്യതലമുറ പത്രപ്രവർത്തകനായ ഹവാൻ ഹോസെ ദ് സോസേ റൈലിയെ (1879-1959) ഉദ്ധരിച്ച് *Soccer under sun and shadow*

എന്ന വിഖ്യാതമായ പുസ്തകത്തിൽ എദ്വാർദോ ഗലെയാനോ പരാമർശിക്കുന്നുണ്ട്. ഒരു പന്തിനു പുറകെ ഓടിക്കളിക്കുന്ന നാവികരുടെ ഈ വിനോദം വളരെ പെട്ടെന്നു തന്നെ ജനപ്രിയമായി. പിന്നീടാണ് സ്പോർട്സ് ക്ലബ്ബുകളുടെ തുടക്കം. ഫുട്ബോളിനേക്കാൾ മുമ്പ് ക്ലബ്ബുകളിൽ ക്രിക്കറ്റാണ് ഇംഗ്ലീഷുകാർ തുടങ്ങിയത്. ബ്രിട്ടീഷ് അധിവാസമേഖലകളിൽ മാത്രമുണ്ടായിരുന്ന സ്പോർട്സ് ക്ലബ്ബുകളിൽ ഇംഗ്ലീഷുകാർക്കോ ഇംഗ്ലീഷ് വംശജർക്കോ മാത്രമായിരുന്നു അംഗത്വം. ബ്വീനൊസ് ഐറിസ് ക്രിക്കറ്റ് ക്ലബ്ബിനോട് ചേർന്നാണ് ആദ്യത്തെ വ്യവസ്ഥാപിത ഫുട്ബോൾ മത്സരം അർജന്റീനയിൽ നടക്കുന്നത്. നഗരപ്രാന്തത്തിലെ പലേർമോയിൽ നടന്ന കളിയിൽ രണ്ടു ടീമിലുമായി ബ്രിട്ടീഷുകാരനല്ലാത്ത ഒരേ ഒരാളേ ഉണ്ടായിരുന്നുള്ളൂ- ഇറ്റാലിയൻ കുടിയേറ്റക്കാരുടെ മകനായ വില്യം ബോഷ്സ്റ്റെറ്റിയാണ് അന്ന് കളത്തിലിറങ്ങിയ ഏക ഇംഗ്ലീഷേതര കളിക്കാരനെന്ന് പ്രശസ്ത അർജന്റൈൻ നരവംശ ശാസ്ത്രജ്ഞൻ എദ്വാർദോ പി ആർക്കെറ്റി രേഖപ്പെടുത്തിയിട്ടുണ്ട്. (Masculinities: football, polo and tango in Argentine).

1880 കളിലാണ് സ്കോട്ട്ലന്റിലെ എഡിൻബറോ സർവ്വകലാശാലയിൽനിന്ന് ബ്വീനൊസ് ഐറിസിലെ സേയ്ന്റ് ആൻഡ്ര്യൂസ് സ്കൂളിൽ എത്തിയ അലക്സാണ്ടർ വാറ്റ്സൻ ഹട്ടൻ എന്ന അദ്ധ്യാപകൻ, അർജന്റീനയിൽ ഫുട്ബോളിന് കൃത്യമായ ദിശാബോധം നല്കുന്നത്. ബ്രിട്ടനിൽനിന്ന് ഫുട്ബോൾ അസോസിയേഷന്റെ നിയമാവലി കൊണ്ടുവന്ന് പരിചയപ്പെടുത്തുന്നത് ഹട്ടനാണ്. സ്കൂൾ കരിക്കുലത്തിനു പുറത്ത് കായികവിനോദം എന്ന നിലയിൽ ഫുട്ബോൾ പഠിപ്പിക്കാനും അതിനായി ടീമുകളെ വാർത്തെടുക്കാനും അലക്സ് ഹട്ടന് ഒരുപാട് കടമ്പകൾ കടക്കേണ്ടി വന്നിരുന്നു. ആദ്യകാലത്ത് ബ്രിട്ടീഷ് ഉപരിവർഗ്ഗത്തിന്റെ ക്ലബ്ബുകളിൽ തുടങ്ങിയ ഫുട്ബോൾ, പിന്നീട് തദ്ദേശീയരായ വരേണ്യർ ഏറ്റെടുത്തുവെങ്കിലും സമൂഹത്തിന്റെ ഉപരിശ്രേണിയിൽ മാത്രമാണ് തുടക്കകാലത്ത് അതിന് പ്രചാരം ലഭിച്ചത്. ഇതിനൊരു മാറ്റമുണ്ടാകുന്നത് ചില ഫാക്ടറികൾ -വിശിഷ്യാ റെയിൽവേ കമ്പനികൾ- അവരുടെ തൊഴിലാളികൾക്കു വേണ്ടി ക്ലബ്ബുകൾ തുടങ്ങുമ്പോഴാണ്. അങ്ങനെയാണ് ബ്വീനൊസ് ഐറിസിൽനിന്നും ഫുട്ബോൾ റൊസാരിയോ പോലുള്ള ചെറുപട്ടണങ്ങളിലേക്കും വ്യാപിക്കുന്നത്.

THE HISTORY OF SOCCER IN
ARGENTINA | Documentary Film 1964

രണ്ട്

റെയിൽവേ നിർമ്മാണത്തിനായി എത്തിയവരിൽ ഇംഗ്ലീഷുകാർക്കൊപ്പം മറ്റ് യൂറോപ്യൻ രാജ്യങ്ങളിൽനിന്നുള്ള തൊഴിലാളികളും ഏറെയുണ്ടായിരുന്നു. ഇറ്റലിയിൽനിന്നുള്ള അടിസ്ഥാന വർഗ്ഗക്കാരായിരുന്നു ബ്രിട്ടീഷേതര കുടിയേറ്റക്കാരിൽ ഭൂരിപക്ഷവും. പത്തൊമ്പതാം നൂറ്റാണ്ട് തീരുംമുമ്പ് തന്നെ അർജന്റൈൻ ജനസംഖ്യയുടെ ഭൂരിപക്ഷവും ഇറ്റാലിയൻ വംശജരായി മാറിക്കഴിഞ്ഞിരുന്നു. 1869 ലേയും 1895 ലേയും സെൻസസ് കണക്കുകളിൽനിന്ന് ഇത് വ്യക്തമാണ്. ഈ കാൽനൂറ്റാണ്ടു കാലത്ത് മാത്രം അർജന്റീനയിലെ ജനസംഖ്യ ഇരട്ടിയാകും വിധം ശക്തമായിരുന്നു യൂറോപ്പിൽ നിന്നുള്ള കുടിയേറ്റം.

തൊഴിലാളി ക്ലബ്ബുകൾ ഫുട്ബോൾ കളിക്കാൻ തുടങ്ങിയതോടെ അർജന്റീനയിൽ ഫുട്ബോളിന് സംഭവിച്ച വർഗ്ഗപരമായ പരിണാമമാണ് ഒരുപക്ഷേ, കായിക വിനോദമെന്ന നിലയിൽ ഇതിന്റെ ഗതി മാറ്റിമറിച്ചതെന്ന് പറയാം. വരേണ്യരുടെ ക്ലബ്ബുകളിലൂടെയും മിഷണറി സ്കൂളുകളിലൂടെയും ഇംഗ്ലീഷുകാർ പഠിപ്പിച്ച ഫുട്ബോളിന് ചില സവിശേഷതകളുണ്ടായിരുന്നു. മാന്യത, സദാചാരം, രീതിശാസ്ത്രം എന്നിവയായിരുന്നു തീർത്തും നിർവ്വികാരമായ ഇംഗ്ലീഷ് ഫുട്ബോളിന്റെ ആധാരശിലകൾ. വ്യാകരണനിഷ്ഠമായ ദീർഘവാചകങ്ങളുടെ വൈജ്ഞാനികഗദ്യമായിരുന്നു അവർക്ക് കളി. അതിൽ കല്പനകൾക്കും വികാരത്തിനും സൗന്ദര്യത്തിനും വലിയ സ്ഥാനമൊന്നുമില്ലായിരുന്നു. ആദിമദ്ധ്യാന്തങ്ങളിലൂടെ സഞ്ചരിച്ച് ലക്ഷ്യവേധിയാകുന്ന അർത്ഥപൂർണ്ണ വാചകങ്ങളായിരുന്നു ഇംഗ്ലീഷുകാരുടെ കളത്തിലെ ഓരോ നീക്കങ്ങളും, ക്രിസ്തീയപൗരുഷം എന്ന സവിശേഷമൂല്യം യുവാക്കളിൽ വാർത്തെടുക്കുക എന്ന ലക്ഷ്യം കൂടി ഫുട്ബോൾ പരിശീലനത്തിനൊപ്പം അവർക്കുണ്ടായിരുന്നിരിക്കണം. സ്വയംഭോഗം പോലുള്ള 'പാപങ്ങളി'ൽ നിന്ന് കൗമാരക്കാരെ മോചിപ്പിക്കുക എന്നതായിരുന്നു ഒരു ലക്ഷ്യം. ഇതിനു വേണ്ടിയാണ് സ്കൂളുകളിൽ ശാരീരികക്ഷമത വർദ്ധിപ്പിക്കുന്നതിനും ധാർമ്മികത വളർത്തുന്നതിനുമായി ഫുട്ബോൾ പരിശീലനം തുടങ്ങിയതെന്ന് പല ചരിത്രകാരന്മാരും നിരീക്ഷിച്ചിട്ടുണ്ട്.

എസ്റ്റ്യുഡിയാൻതെയുമായുള്ള ഒരു കളിയിൽ റഫറിയുടെ തീരുമാനം തെറ്റായിരുന്നുവെന്നതിനാൽ സയന്റ് ആൻഡ്ര്യൂസ് സ്കൂളിലെ പൂർവ്വവിദ്യാർത്ഥികളുടെ ക്ലബ്ബായ അലൂമിനിയുടെ ക്യാപ്റ്റൻ പെനാൽറ്റി കിക്ക് പുറത്തേക്കടിച്ചു കളഞ്ഞ കഥ ജോനതൻ വിൽസൻ *Angels with dirty faces* എന്ന പുസ്തകത്തിൽ പരാമർശിക്കുന്നുണ്ട്. അർജന്റൈൻ ഫുട്ബോളിന്റെ ഏറ്റവും ആധികാരികമായ ഈ ചരിത്രമെഴുതിയ വിൽസനും ഒരു ബ്രിട്ടീഷുകാരനാണെന്നതാണ് രസകരമായ മറ്റൊരു വസ്തുത.

സ്കൂൾ കോമ്പൗണ്ടുകളിൽനിന്നും വരേണ്യരുടെ ക്ലബ്ബുകളിൽനിന്നും പുറത്തുകടന്നതോടെയാണ് ഫുട്ബോൾ എന്ന കളി അർജന്റീനയെ കണ്ടെത്തുന്നത്. തൊഴിലാളികളുടെ മക്കളായ, സ്കൂളുകളിലിടം കിട്ടാത്ത തെരുവുകുട്ടികൾ ഈ കളി ഏറ്റെടുത്തതോടെ അതിന്റെ സ്വഭാവമാകെ മാറി. അവർക്ക് ധാർമ്മികതയുടെയും സദാചാരത്തിന്റെയും അധിക ബാദ്ധ്യതയില്ലായിരുന്നതിനാൽ അതീവ നൈസർഗ്ഗികമായ നാട്ടുകൗശലങ്ങൾ കളിക്കളത്തിലേക്കെത്താൻ തുടങ്ങി. എതിരാളിയെ കബളിപ്പിച്ച് പന്തുമായി മുന്നോട്ടു കുതിക്കാനുള്ള അതിവിദഗ്ദ്ധമായ തനതു ചലനങ്ങൾ അവർ വികസിപ്പിച്ചെടുത്തു. നിയതമല്ലാത്ത ശരീരനീക്കങ്ങൾ പലതരം മായാവേഗങ്ങളായി പരിണമിച്ചു. അവർ ഗംബീത്ത എന്ന് വിളിച്ച ഈ പന്താട്ടം ഇംഗ്ലീഷിലെ ഡ്രിബ്ളിങ് എന്ന വാക്കിലുമെത്രയോ മടങ്ങ് അർത്ഥസംപുഷ്ടമായിരുന്നു. പന്തിന്റേയും അതിനു പിന്നാലെയുള്ള പന്താട്ടക്കാരന്റേയും രേഖീയ ചലനങ്ങളെ അർജന്റീനക്കാർ ഗംബീത്തകൊണ്ട് പൊളിച്ചെഴുതി. വെറും പന്തടക്കം മാത്രമല്ല ഗംബീത്ത, അതിന് രണ്ട് ഘടകങ്ങളുണ്ട്. ഒന്ന് നൈപുണ്യം, അതായത് മനസ്സെത്തുന്നിടത്ത് കാലെത്തും വിധം ശരീരചലനത്തിന്മേലുള്ള നിയന്ത്രണം. രണ്ടാമത്തേത് എതിരാളിയെ കബളിപ്പിക്കുന്ന കൺകെട്ട്. ഇടത്തോട്ട് നീങ്ങുന്നുവെന്ന് എതിരാളിയെ വിശ്വസിപ്പിച്ച് വലത്തോട്ടോ നേരെ തന്നെയോ പോകാൻ വേണ്ട ആ മിടുക്ക് അർജന്റീനക്കാർക്ക് ജന്മസിദ്ധമാണെന്ന് മുൻ കളിക്കാരനായ ഹോർഹെ വൽദാനോ നിരീക്ഷിക്കുന്നുണ്ട്. ഞൊടിയിടയിൽ നടത്തുന്ന ഈ ദിശാമാറ്റമാണ് ഗംബീത്തയുടെ അടിസ്ഥാനമെന്ന് വൽദാനോ വിശദീകരിക്കുന്നു. എതിരാളിക്ക് പിടികൊടുക്കാത്തവിധം തോൾ ചായ്ച്ചും ചരിച്ചും അരക്കെട്ടിന്റെ കള്ളനീക്കങ്ങൾകൊണ്ട് അവരുടെ ശ്രദ്ധ തെറ്റിച്ചും പന്തു കൊണ്ടുപോകുന്ന രീതി പക്ഷേ, ഇംഗ്ലീഷുകാരുടെ മാന്യതാസങ്കല്പത്തിന് നിരക്കുന്നതായിരുന്നില്ല. അർജന്റൈൻ നാടോടി പാരമ്പര്യം അതിന്റെ തന്മയായി ഭാവന ചെയ്യുന്ന ഗൗച്ചോ ജീവിതത്തിലാണ് ഗംബീത്തയുടെ വേരുകൾ ചെന്നെത്തുന്നത്.

തെക്കനമേരിക്കൻ പുൽമേടുകളായ പാംപകളിൽ കാലിമേച്ചു ജീവിച്ച, ഒന്നിനേയും കൂസാത്ത മനുഷ്യനാണ് അവർക്ക് ഗൗച്ചോ. കുതിരകളെ മെരുക്കിയിരുന്ന, ചുറ്റുപാടുകളിൽനിന്ന് അതിജീവന കൗശലങ്ങൾ പഠിച്ച, മണ്ണും മാനവും അതിരുകളാക്കിയ പുരുഷജീവിതമാണ് ഗൗച്ചോ സങ്കല്പത്തിൽ നിന്ന് അർജന്റൈൻ ചരിത്രകാരന്മാർ സ്വാംശീകരിക്കാൻ ശ്രമിച്ചത്. തെക്കനമേരിക്കയിലെ കൗബോയ് എന്നാണ് ഗൗച്ചോ ഇംഗ്ലീഷിലേക്ക് പരിഭാഷപ്പെട്ടത് എന്നതിൽനിന്ന് അത് കൂടുതൽ വ്യക്തമാവും. എൽ പീബേറിയോ പോർതീന്യോ എന്ന് അവർ പറയുന്ന 'കണ്ടത്തിൽ കളിക്കുന്ന തെരുവു പിള്ളേരി'ലൂടെ ഫുട്ബോളിന്റെ തനതുരൂപത്തെ തദ്ദേശീയമാക്കിയെടുക്കുകയാണ് അർജന്റൈൻ എഴുത്തുകാരും മാധ്യമങ്ങളുമടങ്ങുന്ന തന്മാവാദികൾ ചെയ്തു

തെന്ന് ഗവേഷകനായ കാർലോസ് ആന്ദ്രെയാസ് ബെർതോലിയോ സമർത്ഥിക്കുന്നു. (Football is dead! Long live football!). ഹോസെ ഹെർണാണ്ടെസിന്റെ മാർട്ടിൻ ഫിയെറോ എന്ന ഗൗച്ചയുടെ കഥ (El Gaucho Martin Fierro) എന്ന മഹാകാവ്യത്തിലൂടെയാണ് അർജന്റീനയുടെ ഗൗച്ചെസ്ക് പൈതൃകം ജനകീയമാവുന്നത്. ഗൗച്ചോ ഒരു സാങ്കല്പിക നിർമ്മിതിയാണെന്നും അതിന് സ്പാനിഷ് അധിനിവേശത്തിനു മുമ്പുള്ള അർജന്റൈൻ പുൽമേടുകളിലെ (പാമ്പാ) ആദിമ ജീവിതവുമായി ഒരു ബന്ധവുമില്ലെന്ന ആന്തരിക വിമർശവും അന്നുമുതലേ നിലവിലുണ്ട്. അതേസമയം അത്ര തന്നെ പഴക്കമുള്ളതാണ് ആമിത്തിനെ ക്രിമിനൽവല്ക്കരിക്കാനുള്ള വരേണ്യവർഗ്ഗ-വംശ താല്പര്യങ്ങളും, അതിന്റെ ഏറ്റവും പരിഷ്കൃതവും ആധുനികവുമായ ഉദാഹരണമായി ജർമ്മൻ കളിക്കാരുടെ ബെർലിനിലെ പാട്ടിനെയും നൃത്തത്തെയും കാണാം.

മൂന്ന്

ബ്രിട്ടീഷുകാർ കൊണ്ടുവന്ന 'യഥാർത്ഥ' ഫുട്ബോൾ, കൂട്ടായ്മയുടെ കരുത്തിനെയും കളിയുടെ രീതിശാസ്ത്രത്തെയും ആശ്രയിച്ചപ്പോൾ, അർജന്റീനയിൽ വികസിച്ച ക്രിയോഷോ (Criollo) ശൈലിയുടെ അടിസ്ഥാനം കളിക്കാരുടെ വ്യക്തിഗതകൗശലവും ഗംഭീരതയുടെ ക്രിയാത്മകതയുമായിരുന്നു. (ആൽഫ്രെദോ ഡി എസ്തെഫാനോയും മാരിയോ കെംപസും ദ്യേഗോ മറഡോണയും ലിയൊണെൽ മെസ്സിയും ഉൾപ്പെടുന്ന പ്രതിഭാസാന്നിദ്ധ്യമില്ലാതെ ടീമെന്ന നിലയിൽ അർജന്റീന ഒരു കാലത്തും മികവ് പ്രകടിപ്പിച്ചിരുന്നില്ലെന്നത് ഈ ക്രിയോ ഷോ ശൈലിയുടെ സവിശേഷതയായി കാണണം. ഈ വലിയ താരങ്ങളെ മാറ്റി നിർത്തിയാൽ പോലും ഗബ്രിയേൽ ബാറ്റിസ്റ്റ്യൂട്ട, ക്ലോദിയോ കനീജിയ, ഏരിയൽ ഒർട്ടേഗ, പാബ്ലോ അയ്മർ തുടങ്ങി പാബ്ലോ ഡിബാലയും മൗറോ ഇക്കാർഡിയും സെർജിയോ അഗ്യുറോയും വരെ മിന്നിമറയുന്ന ഒറ്റയാൾ വിസ്മയങ്ങളായിരുന്നു അർജന്റൈൻ ഫുട്ബോളിന്റെ ജീവൻ. ഹ്വാൻ റോമൻ റിക്വിൽമെ മാത്രമാണ് ഇതിന് അപവാദമായിട്ടുള്ള മികവുറ്റ അർജന്റൈൻ കളിക്കാരൻ. വ്യക്തിഗത മികവിനൊപ്പം തനിക്കു ചുറ്റും ഒരു സംഘത്തെ വിന്യസിക്കുന്ന അയാളുടെ കേളീശൈലിക്ക് പക്ഷേ, ഹ്രസ്വകാലത്തേക്ക് മാത്രമേ നിലനില്പുണ്ടായുള്ളൂ).

സ്വാഭാവികമായും വ്യവസായവല്ക്കരണത്തിന്റേയും ബ്രിട്ടീഷ് സാമ്രാജ്യത്വത്തിന്റേയും പ്രതീകമായ ഇംഗ്ലീഷ് ഫുട്ബോളിന്റെ എതിർചേരിയിൽ ക്രിയോഷോ ഫുട്ബോൾ പ്രതിഷ്ഠിക്കപ്പെടുകയും യന്ത്രവും തന്ത്രവും തമ്മിലുള്ള ആദിമദ്വന്ദ്വത്തിന്റെ തുടർച്ചയായി അത് മാറുകയും

ചെയ്തു. ബ്രിട്ടീഷുകാരുടെ സാംസ്കാരിക - ധാർമ്മിക ചട്ടക്കൂട്ടുകളിൽ നിന്ന് മോചിതമാകാനുള്ള തദ്ദേശീയരുടെ ശ്രമമായി ക്രിയോഷോ ഫുട്ബോളിന്റെ തുടക്കത്തെ കാണാവുന്നതാണ്. പില്ക്കാലത്ത് ലത്തീനമേരിക്കക്കാരെ കുറിക്കുന്ന ശബ്ദമായി മാറിയെങ്കിലും ക്രിയോഷോ എന്ന വാക്കിന് സ്പാനിഷ് വംശജരെന്ന അർത്ഥമാണ് ആദ്യമുണ്ടായിരുന്നത്. അർജന്റീനയിൽ വികസിച്ച ക്രിയോഷോ ഫുട്ബോൾ ഇറ്റാലിയൻ കുടിയേറ്റക്കാരുടേത് കൂടിയായിരുന്നു. തദ്ദേശീയരെന്നതിനേക്കാൾ ബ്രിട്ടീഷിതര വംശജരുടെ കൂട്ടായ്മ എന്ന നിലയിലും തൊഴിലാളി വർഗ്ഗമെന്ന നിലയിലുമുള്ള പാരസ്പര്യമാവണം അവരെ ഐക്യപ്പെടുത്തിയത്. എന്നാൽ ശുദ്ധദേശീയവാദികളുടെ പിന്തുണ ക്രിയോഷോ ഫുട്ബോളിനുണ്ടായിരുന്നില്ലെന്ന് മാത്രമല്ല, കുടിയേറ്റക്കാരുടെ മക്കളുണ്ടാക്കിയെടുത്ത കാൽപന്തു ചിട്ടയ്ക്ക് അർജന്റൈൻ പൈതൃകത്തിന്റെ പേരു നല്കിയതിനെ അവർ നഖശിഖാന്തം എതിർക്കുകയും ചെയ്തിരുന്നു.

അർജന്റീനയിൽ രൂപപ്പെട്ട ഈ പുതിയ കേളീശൈലിയെ ക്രിയോഷോ ഫുട്ബോൾ ഫൗണ്ടേഷൻ എന്ന് വിളിച്ച അന്നത്തെ പ്രമുഖ പത്രമായിരുന്ന *എൽ ഗ്രാഫിക്കോയ്ക്ക്* വരേണ്യദേശീയവാദികളിൽനിന്ന് കടുത്ത എതിർപ്പ് നേരിടേണ്ടി വന്നിരുന്നതായും എദ്വാർദോ ആർക്കെറ്റി നിരീക്ഷിക്കുന്നുണ്ട്. (The Hybridisation of Europeans in the World of Football and Polo in Argentina). ബൊറോകോത്തോ എന്ന തൂലികാ നാമത്തിൽ എഴുതിയിരുന്ന *എൽ ഗ്രാഫികോ* എഡിറ്റർ റിക്കാർദോ ലൊറാൻസോ റൊദ്രീഗസാണ് അർജന്റീനയിലെ - ഒരു പക്ഷേ, ഉറുഗ്വായേയും ചേർത്ത് റിയോ - പ്ലാത്തിനോ എന്ന് വിളിക്കാവുന്ന നദീതടപ്രദേശത്തെ- ഫുട്ബോളിന്റെ സ്വഭാവം നിർണ്ണയിക്കുന്നതെന്ന് പറയാം. അദ്ദേഹത്തിന്റെ നിരീക്ഷണപ്രകാരം കുട്ടികൾ, അതും തെരുവു കുട്ടികളായിരുന്നു (പീബേ) അർജന്റീനയിലെ തനതു ഫുട്ബോളിന്റെ പ്രയോക്താക്കൾ. തെരുവുകളിൽ, കിട്ടുന്ന ഇടങ്ങളിൽ തുണിപ്പന്തുകളുമായി അവർ എതിരാളികളെ കബളിപ്പിക്കുന്ന പുതിയ നീക്കങ്ങൾ കണ്ടെത്തിക്കൊണ്ടേയിരുന്നു. പരിശീലന പദ്ധതികളെ അട്ടിമറിക്കുംവിധം കളിക്കളത്തിലെ മനോധർമ്മം അർജന്റൈൻ ഫുട്ബോളിൽ ഉറച്ചുപോയത് ഈ കുട്ടികളിലൂടെയാണ്.

1978 ലെ ലോകകപ്പിന് അർജന്റീന വേദിയായപ്പോൾ അതിന്റെ ഭാഗ്യചിഹ്നമായത് ഇങ്ങനെയൊരു പീബേയാണ്. മറഡോണ മുതൽ കാർലോസ് ടെവെസ് വരെയുള്ള മിക്ക അർജന്റൈൻ ആഘോഷതാരങ്ങളും തെരുവിൽ കളി തുടങ്ങിയ പീബേകളാണ്. മദ്ധ്യവർഗ്ഗ ജീവിതസാഹചര്യത്തിൽനിന്നും വരുന്ന ലിയൊണൽ മെസ്സി മാത്രമാണ് ഇതിനപവാദം. 1928 ൽ ഗംബീത്ത എന്ന അർജന്റൈൻ കൗശലത്തിന്റെ പ്രതിരൂപമായി ഒരു പ്രതിമ നിർമ്മിക്കാൻ ബൊറോകോത്തോ ഒരു നിർദ്ദേശം മുന്നോട്ടുവച്ചിരുന്നു. കീറിത്തുന്നിയ ട്രൗസറും എലി

കടിച്ച ആൽബിസെലസ്റ്റെ വരകളുള്ള കുപ്പായവും, ചപ്രത്തലമുടിയുമുള്ള, ചിരിച്ചുകൊണ്ട് തെരുവിൽ തുണിപ്പന്തു തട്ടുന്ന പീബെയായിരുന്നു ആ പ്രതിമ. പിന്നീട് ദ്യേഗോ മറഡോണയായി പിറവിയെടുത്തത് ഈ രൂപമാണെന്ന രസകരമായ കഥയും അർജന്റീനയിലെ നഗരമിത്തുകളുടെ ഭാഗമാണ്. എങ്ങനെയുള്ള കളിക്കാരനെയാണോ ഇരുപതുകളിലെ അർജന്റീൻ പൊതുബോധം സങ്കല്പിച്ചിരുന്നത് അതിന്റെ മനുഷ്യരൂപമായിരുന്നു മറഡോണയെന്ന് ഈ കഥകൾ പറയുമ്പോൾ ആ മനുഷ്യന് ലഭിച്ച ജനപ്രീതിയുടെ കാരണം വേറെ അന്വേഷിക്കേണ്ടതില്ല.

തെരുവുകളിലും കുതിരലായങ്ങളിലും ചെറിയ കണ്ടങ്ങളിലുമെല്ലാമായിരുന്നു പീബേകളുടെ കളിയെങ്കിലും ഗംഭീരതയുടെ സൗന്ദര്യം അതിലെ ഏറ്റവും പ്രധാനപ്പെട്ട ഘടകമായിരുന്നു. ശരീരത്തിന്റെ ചലനവടിവുകളായിരുന്നു പലപ്പോഴും കളിക്കാരന്റെ കഴിവിന്റെ മാനദണ്ഡമായിരുന്നത്. ഗോളടിച്ചുവെന്നതിലും പ്രധാനമായിരുന്നു എത്രത്തോളം ഭംഗിയിൽ പന്ത് പോസ്റ്റിലെത്തിച്ചുവെന്നതും എത്രപേരെ കബളിപ്പിച്ചുവെന്നതും. എതിരാളികളെ 'കബളിപ്പിക്കുന്ന'തിനെ ഒരു മൂല്യമായി അംഗീകരിക്കുന്നുവെന്നതാണ് സ്പാനിഷ് അമേരിക്കൻ ഫുട്ബോളിനെ ഇംഗ്ലീഷ് ഫുട്ബോളിൽനിന്ന് വ്യത്യസ്തമാക്കുന്നതെന്ന് പറയാം.

ക്രിയോഷോ ഫുട്ബോൾ വേരുപിടിച്ചു വരുന്ന കാലത്തു തന്നെയാണ് അർജന്റീനയിലെ തദ്ദേശീയ ഫുട്ബോൾ ക്ലബ്ബുകളുടേയും ഉദയം. ക്ലബ് ദ് ഹിംനേസിയ യി എസ്ത്രിമാ ല പ്ലാത്തയിലാണ് തുടക്കം. (Club de gimnasia y esgrima La Plata - La Plata gymnastics and fencing club) റിവർപ്ലേറ്റും റേസിങ് ക്ലബ്ബും ബോക്കാ ജൂനിയേഴ്സും ന്യൂൾസ് ഓൾഡ് ബോയ്സും, റൊസാരിയോ സെൻട്രലുമെല്ലാം പുതിയ നൂറ്റാണ്ടിനൊപ്പം പിറവിയെടുത്ത ക്ലബ്ബുകളാണ്. ക്ലബ്ബ് ഫുട്ബോളിൽനിന്ന് ഇംഗ്ലീഷുകാർ പടിപടിയായി ഒഴിവാക്കപ്പെട്ടുവെന്നതാണ് ഇതിൽ കാണേണ്ട ചരിത്രപരമായ സവിശേഷത.

നാല്

ബ്യൂനൊസ് ഐറിസിന് സമാനമായ സ്ഥിതി തന്നെയായിരുന്നു റിയോ ദ് ല പ്ലാത്തയിലെ മറ്റൊരു തുറമുഖമായ മോൻഡെവിദെയൊവിലും. ഇതേകാലത്തു തന്നെ ഇംഗ്ലീഷുകാർ അവിടേയും പന്തുതട്ടിത്തുടങ്ങിയിരുന്നു. അർജന്റീനയെ അപേക്ഷിച്ച് ഇറ്റാലിയൻ തൊഴിലാളികൾ കുറവായിരുന്നുവെങ്കിലും ക്രിയോഷോ ഫുട്ബോൾ ഉറുഗ്വായിലും രൂപംകൊണ്ടു. 1920 കളിൽ കാലിൽ പന്തുമായി അണ്ണാനെപ്പോലെ മൈതാനം നിറഞ്ഞ് ചാടിയോടുന്ന ഉറുഗ്വായൻ കളിക്കാർ യൂറോപ്യന്മാരെ അത്ഭുതപ്പെടുത്തിയ കഥ പറയുമ്പോൾ,

ഫുട്ബോളല്ല അവർ ചെസ്സാണ് കളിച്ചതെന്ന് കാല്പനികനാവുന്നുണ്ട് എദ്വാർദോ ഗലെയാനോ. 1924 ലെ ലോകചാമ്പ്യൻമാരായ ഉറുഗ്വായ ൻ ടീമിൽ ഐസുകച്ചവടക്കാരൻ മുതൽ മാർബിൾ പണിക്കാരൻവരെ അംഗമായിരുന്നു.

ആദ്യമായി ആഫ്രിക്കൻവംശജർ രാജ്യാന്തര ഫുട്ബോൾ കളിക്കു ന്നത് ഉറുഗ്വായ്ക്ക വേണ്ടിയാണ്. ഇസബെല്ലീനോ ഗ്രാദിനും ഹ്വാൻ ദെൽഗാദോയും. മോൻഡെവിദെയൊവിൽ ജനിച്ച ഗ്രാദിന്റെ അപ്പൂപ്പ നും അമ്മൂമ്മയും ആഫ്രിക്കയിൽനിന്നും റിയോ ദ് ല പ്ലാത്തയിലേക്ക് കൊണ്ടു വന്ന അടിമകളിൽപ്പെട്ടവരായിരുന്നു. ഉറുഗ്വായിലെ ഫ്ളോ റിഡയിൽ ജനിച്ച ദെൽഗാദോയുടെ പാരമ്പര്യവും മറ്റൊന്നായിരുന്നി ല്ല. 1916 ലെ തെക്കനമേരിക്കൻ ചാമ്പ്യൻഷിപ്പിൽ ഉറുഗ്വായോട് എതി രില്ലാത്ത നാല് ഗോളിന് തോറ്റ ചിലി മത്സരഫലം റദ്ദാക്കാൻ അപ്പീൽ നല്കിയിരുന്നതായി ഗലെയാനോ രേഖപ്പെടുത്തുന്നുണ്ട്. രണ്ട് കറുത്ത വർ ഉറുഗ്വായ് ടീമിൽ കളിച്ചിരുന്നതാണ് അവർ കാരണമായി ഉന്നയി ച്ചിരുന്നതത്രെ! ആ കളിയിൽ ഉറുഗ്വായുടെ രണ്ട് ഗോളുകളടിച്ച ഇസ ബെല്ലിനോ ഗ്രാദിന്റെ 'തിരുവോസ്തി പോലെ നിഷ്കളങ്കമായ' മുഖത്തിന്റെ അതികാല്പനിക ചിത്രമാണ് ഇതിനൊപ്പം ഗലെയാനോയുടെ *ഫുട്ബോൾ - വെയിലത്തും തണലത്തും*മെന്ന (Football in sun and shadow) അസാധാരണ പുസ്തകത്തിൽ കാണാനാവുക. അതേസമ യം അർജന്റീനക്കെതിരെ മികച്ച കളി പുറത്തെടുത്ത ഇവരെ പിറ്റേ ന്നത്തെ പത്രങ്ങൾ കുരങ്ങൻമാരെന്ന് ആക്ഷേപിച്ചതാണ് ഇതിന്റെ മറുവശം.

ഇംഗ്ലീഷുകാരുടെ ശൈലിയോട് കലഹിച്ച് തദ്ദേശീയരുണ്ടാക്കിയ ക്രിയോഷോ ഫുട്ബോളും അർജന്റീനയിലെങ്കിലും വെളുത്തവരുടെ മാത്രം കളിയായി തുടരുകയായിരുന്നു. ഒന്നര നൂറ്റാണ്ടിനിപ്പുറം ഇന്നു വരെയുള്ള ചരിത്രമെടുത്താൽ ഒരേയൊരു ആഫ്രിക്കൻ വംശജനേ അർജന്റൈൻ ദേശീയ ടീമിൽ കളിച്ചിട്ടുള്ളൂവെന്നത് അത്ഭുതപ്പെടുത്തു ന്ന വസ്തുതയാണ്. 1921 ൽ ടീമിലിടം നേടിയ അലഹാന്ദ്രോ ദ് ലോസ് സാന്തോയുടെ കുടുംബം അങ്കോളയിൽനിന്ന് കുടിയേറിയവരായിരുന്നു. അലഹാന്ദ്രോക്കുശേഷം നാളിതുവരെ ഒരു കറുത്തവംശജനും തെക്ക നമേരിക്കയിലെ ഈ വെളുത്ത രാജ്യത്തിന്റെ ദേശീയ ടീമിലെത്തിയി ല്ല. ഒറ്റ നോട്ടത്തിൽ ഇതിന്റെ കാരണവും വ്യക്തമാണ്, അർജന്റൈൻ ജനസംഖ്യയുടെ 0.3 ശതമാനം മാത്രമാണ് ആഫ്രിക്കൻ വംശജരു ള്ളത്.

പതിനേഴ് പതിനെട്ട് നൂറ്റാണ്ടുകളിൽ ആഫ്രിക്കൻ അടിമകൾ ബ്വീനൊസ് ഐറിസിലും എത്തിയിരുന്നു. പതിനെട്ട് - പത്തൊമ്പത് നൂറ്റാണ്ടുകളിൽ ജനസംഖ്യയുടെ 30 ശതമാനം വരെ അവരുണ്ടായി രുന്നുതാനും. അടിമകളോടുള്ള സമീപനത്തിന്റെ കാര്യത്തിൽ മറ്റ് തെ ക്കനമേരിക്കൻ രാജ്യങ്ങളേക്കാൾ ഭേദമായിരുന്നു അർജന്റീനയെന്നും

നിരീക്ഷിക്കപ്പെട്ടിട്ടുണ്ട്. എന്നാൽ പത്തൊമ്പതാം നൂറ്റാണ്ടിന്റെ പകുതിയോടെ അടിമക്കച്ചവടം നിരോധിച്ചതിനുശേഷം ഇവരുടെ ജീവിതം ദുസ്സഹമായിത്തീർന്നു. 1858 നും 1874 നുമിടയിലുള്ള ഒന്നരപ്പതിറ്റാണ്ടിനിടയിൽ ആഫ്രോ അർജന്റൈൻ ജനതയുടെ സംഖ്യ അവിശ്വസനീയമാം വിധം കുറഞ്ഞു. മഞ്ഞപ്പനിപോലുള്ള രോഗങ്ങൾമൂലം മരിച്ചവരിലേറെയും അടിമക്കച്ചവടത്തിൽനിന്നു മോചിതരായ ആഫ്രിക്കൻ സമൂഹമായിരുന്നുവെന്നതാണ് ഇതിന് ലഭിക്കുന്ന ഒരു വിശദീകരണം. എന്നാൽ അന്നത്തെ ഭരണകൂടം നടത്തിയ വംശഹത്യയുടെ ഇരയാവുകയായിരുന്നു ഇവരെന്ന വാദവും സജീവമാണ്. 1864-70 ലെ പരാഗ്വായൻ യുദ്ധകാലത്ത് പരാജയമുറപ്പായ പോരാട്ട മുഖത്തേക്കെല്ലാം ആഫ്രോ അർജന്റൈൻ സൈനികരെ നിർബ്ബന്ധിതമായി അയച്ചിരുന്നുവെന്ന് പല ചരിത്രകാരന്മാരും ചൂണ്ടിക്കാണിക്കുന്നുണ്ട്. പുരുഷന്മാർ കൂട്ടത്തോടെ കൊല്ലപ്പെട്ടതും സ്ത്രീകൾ മറ്റു വംശജരുമായി സഹജീവനം തുടങ്ങാൻ നിർബ്ബന്ധിക്കപ്പെട്ടതും ഒരു വംശമൊന്നടങ്കം നാമാവശേഷമാകുന്നതിന് കാരണമായി എന്ന കണ്ടെത്തലിനെ ഗൂഢാലോചനാ സിദ്ധാന്തമായി തള്ളുകയാണ് ഭരണകൂടം ചെയ്തത്.

വംശീയതയുമായി ബന്ധപ്പെട്ട പ്രശ്നങ്ങളിൽനിന്ന് ഒളിച്ചോടുന്ന സമീപനമാണ് അർജന്റീന എക്കാലവും സ്വീകരിച്ചതെന്നതാണ് ആധുനികാനന്തര സാമൂഹ്യ-നരവംശ ശാസ്ത്രജ്ഞർ ഉന്നയിക്കുന്ന വിമർശം. സൂപ്പർ താരമായിരുന്ന യുവാൻ സെബാസ്റ്റ്യൻ വെറോൺ തന്റെ വംശീയ സ്വത്വം ഒരിക്കൽ പോലും വെളിപ്പെടുത്തിയിരുന്നില്ലെന്നത് ആ രാജ്യത്തിന്റെ വംശീയ(അ)ബോധത്തിനുള്ള ഉദാഹരണമായി ഇവർ ചൂണ്ടിക്കാട്ടുന്നു. ആധുനിക കാലത്ത് ചോരയൊഴുക്കാതെ തന്നെ ഭരണകൂടം ഒരു വംശത്തെ അപ്പാടെ അപ്രത്യക്ഷമാക്കിയത് വെറോണിന്റെ രൂപത്തിലടക്കം കാണാമെന്ന് ദക്ഷിണാഫ്രിക്കൻ ഗവേഷകനായ ഗ്രാന്റ് ഫാരീദ് പറയുന്നുണ്ട്. (Race and silence in Argentine football). അർജന്റീനയും വെറോണും വംശീയതയെപ്പറ്റി നിശ്ശബ്ദമാവുന്നത് സ്വയം വിമർശനത്തോടുള്ള ഭയം കൊണ്ടാണെന്ന് പ്രൊഫസർ ഫാരിദ് നിരീക്ഷിക്കുന്നു.

അർജന്റീനയിൽ എത്തിയ അതേ കാലത്തു തന്നെയാണ് സ്കോട്ടിഷ് കുടിയേറ്റക്കാരിലൂടെ ബ്രസീലിലും ഫുട്ബോൾ എത്തുന്നത്. വംശവൈവിദ്ധ്യത്താൽ അർജന്റീനയിലേതിനേക്കാൾ ഏറെ സങ്കീർണ്ണമായിരുന്നു പോർച്ചുഗീസ് സാമ്രാജ്യത്വത്തിൻകീഴിൽ ബ്രസീലിലെ സാമൂഹ്യാന്തരീക്ഷം. യൂറോപ്യൻ കുടിയേറ്റക്കാർക്കും തദ്ദേശീയർക്കും പുറമെ കരിമ്പിൻ തോട്ടങ്ങളിലെ അടിമപ്പണിക്കു വേണ്ടി യൂറോപ്യന്മാർ ആഫ്രിക്കയിൽനിന്നും കൊണ്ടുവന്ന കറുത്തമനുഷ്യർകൂടി ചേർന്നതായിരുന്നു ബ്രസീലിയൻ ജനസമൂഹം. എന്നാൽ മറ്റേത് തെക്കൻ അമേരിക്കൻ രാജ്യങ്ങളിലേക്കാളും എളുപ്പത്തിൽ വംശീയ/ബഹുവംശ ജനാധിപത്യത്തിന്റെ വിവിധ ഘട്ടങ്ങളെ ഉൾക്കൊള്ളാൻ

ബ്രസീലിയൻ ജനതയ്ക്ക് കഴിഞ്ഞുവെന്ന് ചരിത്രകാരന്മാരും ഗവേഷകരും നിരീക്ഷിക്കുന്നുണ്ട്.

പത്തൊമ്പതാം നൂറ്റാണ്ടിന്റെ അവസാനവും ഇരുപതാം നൂറ്റാണ്ടിന്റെ തുടക്കത്തിലുമെല്ലാം ബ്രസീലിന്റെ ഏറ്റവും വലിയ പ്രശ്നമായി കണക്കാക്കപ്പെട്ടിരുന്ന വംശസങ്കരം തന്നെയാണ് ബഹുവംശ ജനാധിപത്യത്തിലേക്കുള്ള വഴിത്താരയായതെന്നത് ശ്രദ്ധേയമാണ്. അതേസമയം ഇരുപതാം നൂറ്റാണ്ടിന്റെ തുടക്കകാലത്ത് കളി തുടങ്ങിയ ജർമ്മൻ കുടിയേറ്റക്കാരനായ ആർതർ ഫ്രീദിൻഹാച്ചിന് പെലെയേക്കാളേറെ ഗോളുകൾ നേടിയിട്ടും (1329) ഒരു ദേശീയ നായകന്റെ പരിവേഷം നേടാൻ കഴിഞ്ഞിരുന്നില്ല. ആഫ്രിക്കൻ യൂറോപ്യൻ സങ്കരസന്തതിയായിരുന്ന (Mulatto) ഫ്രീദിൻഹാച്ചാണ് ജീംഗ എന്ന് പില്ക്കാലത്ത് പ്രശസ്തമായ ബ്രസീലിയൻ തനത് ഫുട്ബോളിനെ ജനകീയമാക്കിയത്. അർജന്റീനയിലെ ഗംബീത്ത, ഏറെയും സാഹിത്യത്തിൽ മാത്രം നിലനിന്ന ഗൗച്ചോ സങ്കല്പത്തിന്റെ ഉല്പന്നമായിരുന്നുവെങ്കിൽ ജീംഗ കുറേക്കൂടി യഥാർത്ഥമായിരുന്നു. അങ്കോളൻ ആദിവാസി ആയോധനകലയായ കപോഎ്വറയിലാണ് ജീംഗ ചുവടുറപ്പിച്ചിട്ടുള്ളത്. തലമുട്ടും തൊഴിയും ഒഴിവും തടയും ഉൾപ്പെട്ട കപോഎ്വറ, ബ്രസീലിന്റെ നാട്ടുതാളമായ സാംബയോട് ചേരുംവിധമാണ് ജീംഗയുടെ ചിട്ട. ശരീരമുലച്ച് പാദങ്ങളോളം തന്നെ മടമ്പും തുടയും എന്തിന് പുറം പോലും ഉപയോഗിച്ച് പന്തിനെ നിയന്ത്രണത്തിൽ നിർത്തുന്ന ജീംഗ ശൈലിക്ക് വേഗവും കൂടുതലായിരുന്നു.

1920 കൾ വരെ മ്യൂലാതോ ആയാലും മെസ്റ്റിസോ ((Mestizo ആഫ്രിക്കക്കാരുടേയും തദ്ദേശീയരുടേയും സങ്കരം) ആയാലും ബ്രസീലിയൻ ദേശീയ ടീമിൽ ഇടം കണ്ടെത്താനാവുമായിരുന്നില്ല. 1921 ലെ തെക്കനമേരിക്കൻ ചാമ്പ്യൻഷിപ്പിൽ വെളുത്തവരല്ലാത്തവരെ ടീമിലെടുക്കേണ്ടതില്ലെന്ന് പ്രസിഡന്റിന്റെ ഉത്തരവു തന്നെ ഉണ്ടായിരുന്നു. അവിടെനിന്ന് പെലെയും ഗാരിഞ്ചയുമെല്ലാം ദേശീയപുരുഷന്മാരാകുന്നിടത്തേക്ക് മാറാൻ ഇരുപത് വർഷത്തിൽ താഴെയേ എടുത്തുള്ളൂ എന്നതാണ് ബ്രസീലിയൻ ഫുട്ബോൾസമൂഹത്തെ കുറച്ചെങ്കിലും വ്യത്യസ്തമാക്കുന്നത്. വെള്ളക്കാരല്ലാത്തവർക്ക് മെച്ചപ്പെട്ട അവസരങ്ങളും ബഹുമാനവും ലഭിച്ചിരുന്ന ഏക മേഖല ഫുട്ബോളായിരുന്നുവെന്നതിൽ ബ്രസീലിയൻ രാഷ്ട്രീയ ചരിത്രകാരന്മാർക്കിടയിലും ഭിന്നാഭിപ്രായം കുറവാണ്.

1945 ലെ തെക്കനമേരിക്കൻ ചാംപ്യൻഷിപ്പിൽ അർജന്റീനയും ചിലെയും

അഞ്ച്

ഇരുപതാം നൂറ്റാണ്ടിലെ ആദ്യത്തെ ദശകം പിന്നിട്ടതോടെതന്നെ അർജന്റീനയിൽ ബ്രിട്ടീഷുകാരുടെ അധീനതയിലുണ്ടായിരുന്ന Football പൂർണ്ണമായും സ്പാനിഷ് നിയന്ത്രണത്തിലുള്ള Futbol ആയി പരിണമിച്ചിരുന്നു. ബ്വീനൊസ് ഐറിസിൽ മാത്രം ഇക്കാലത്ത് ഏതാണ്ട് നാനൂറ്റി എൺപത് ഫുട്ബോൾ ക്ലബ്ബുകൾ രൂപംകൊണ്ടിരുന്നു. റിയോ ദ് ല പ്ലാത്ത പ്രദേശത്തെങ്ങും നിരവധി പ്രാദേശിക ഫുട്ബോൾ കൂട്ടായ്മകൾ രൂപപ്പെട്ടു. ബ്രിട്ടീഷുകാരുടെ സാന്നിദ്ധ്യം അവയൊന്നിലും ഇല്ലായിരുന്നുവെന്നു തന്നെ പറയാം. ദേശീയ ടീമെന്ന നിലയിൽ അർജന്റീന ആദ്യം കളിക്കുന്നത് സ്വാഭാവികമായും ഉറുഗ്വായുമായിത്തന്നെയാണ്. 1902 ൽ നടന്ന മത്സരത്തിൽ അർജന്റീന എതിരില്ലാത്ത ആറു ഗോളുകൾക്ക് ജയിച്ചു. അയൽരാജ്യങ്ങളായ ചിലെയുമായും ബ്രസീലുമായും ഏതാനും മത്സരങ്ങൾ കളിച്ചതൊഴിച്ചാൽ രാജ്യാന്തരപര്യടനങ്ങൾ കുറവായിരുന്നു. ഒന്നാം ലോകമഹായുദ്ധം മുതൽ പല കാരണങ്ങളാലായിരുന്നു ഇത്.

1924 ലെ ഒളിംപിക്സിൽ അർജന്റീന പങ്കെടുത്തിരുന്നില്ല. തെക്കനമേരിക്കയിൽനിന്നും കപ്പലേറി ഫ്രാൻസിലെത്തിയ ഉറുഗ്വായ് ടീം കാഴ്ചവച്ച അത്ഭുതപ്രകടനത്തിലൂടെയാണ് ഒളിമ്പിക്സ് ഫുട്ബോൾ ചരിത്രത്തിലിടം പിടിക്കുന്നത്. യൂഗോസ്ലാവ്യയെ തോല്പിച്ച് ഉറുഗ്വായ് സ്വർണ്ണം നേടിയത് ലാറ്റിനമേരിക്കൻ രാജ്യങ്ങളൊന്നടങ്കം ആഘോഷിച്ചിരുന്നു. രാജ്യമെന്ന നിലയിൽ ജയിച്ചത് ഉറുഗ്വായ് ആണെങ്കിലും പ്ലാതോ നദിക്കരയിലുള്ളവരെല്ലാം സഹോദരങ്ങളാണെന്ന് ബോക്കാ ജൂനിയേ

ഌിന്റെ ഗോളി അമെരിഗൊ തെസാരീരി പറഞ്ഞതായി എൽ ഗ്രാഫി ക്കോ റിപ്പോർട്ട് ചെയ്തിട്ടുണ്ട്.

സാഹോദര്യ പ്രകടനത്തിനൊപ്പം അല്പം അസൂയ കൂടി ചേർന്നതായിരുന്നു ഉറുഗ്വായോടുള്ള അർജന്റീനയുടെ സമീപനമെന്നാണ് ജോനതൻ വിൽസൻ (Angels with dirty face) അഭിപ്രായപ്പെട്ടന്നത്. ഒളിമ്പിക്സിനു തൊട്ടുശേഷം ഇരു രാജ്യങ്ങളും തമ്മിൽ നടന്ന സൗഹൃദ മത്സരത്തിൽ ഇത് വ്യക്തമാവുന്നുണ്ട്. മൊൻഡെവിദിയോവിലെ ഒന്നാം പാദമത്സരം ഓരോ ഗോളിന്റെ സമനിലയിലായ ശേഷം ബ്വീനൊസ് ഐറിസിൽ നടന്ന കളി വലിയ സംഘർഷത്തിലാണ് കലാശിച്ചത്. ഇടയ്ക്കുവെച്ച് തടസ്സപ്പെട്ട കളി മാറ്റിവയ്ക്കുകയായിരുന്നു. കാണികൾക്കും മൈതാനത്തിനുമിടയിൽ വേലി കെട്ടിയാണ് പിന്നീട് മത്സരം വീണ്ടും നടത്തിയത്. ഈ കളിയിലാണ് ചെസാരിയോ ഒൻസാരി അതുവരെ അസാദ്ധ്യമെന്ന് കരുതിയിരുന്ന ഒരു ഷോട്ടിലൂടെ ഗോളടിക്കുന്നത്. ഒൻസാരിയുടെ കോർണർ കിക്ക് നേരെ പോസ്റ്റിലെത്തുകയായിരുന്നു. കോർണറിൽനിന്ന് നേരെ ഗോളടിക്കാമെന്ന നിയമം നിലവിൽ വന്നതേ ഉണ്ടായിരുന്നുള്ളൂ. ഒളിമ്പിക് ചാമ്പ്യന്മാർക്കെതിരെ നേടിയ അത്ഭുത ഗോളെന്ന നിലയിൽ അത് പിന്നീട് ഒളിമ്പിക് ഗോളെന്ന് അറിയപ്പെട്ടു. കോർണറിൽനിന്ന് നേരിട്ടു നേടുന്ന ഗോളിന് ഇപ്പോഴും ഒളിമ്പിക് ഗോളെന്ന് പറയാറുണ്ട്.

ഉറുഗ്വായ് ഒളിമ്പിക് സ്വർണ്ണം നേടിയതോടെയാണ് ക്രിയോഷോ ഫുട്ബോളിനെ യൂറോപ്യൻ ടീമുകൾ ശ്രദ്ധിച്ചു തുടങ്ങിയത്. ഉറുഗ്വായിൽനിന്നും അർജന്റീനയിൽനിന്നുമുള്ള കളിക്കാർക്ക് യൂറോപ്യൻ ക്ലബ്ബുകളിൽനിന്ന് ക്ഷണം കിട്ടിത്തുടങ്ങി. 1921 ലെ തെക്കനമേരിക്കൻ കപ്പിൽ മിന്നും താരമായ ജൂലിയോ ലിബൊനാറ്റിയാണ് ആദ്യം കപ്പൽ കയറിയവരിലൊരാൾ. ഇറ്റലിയിലേക്ക് കുടിയേറിയ ലിബൊനാറ്റി 1926 മുതൽ അവരുടെ ദേശീയ ടീമിൽ കളിക്കാൻ തുടങ്ങി. മുപ്പതുകളായതോടെ കൂടുതൽ തെക്കനമേരിക്കൻ കളിക്കാർ യൂറോപ്പിലേക്ക് പോകാൻ തുടങ്ങി. 1928 ലെ ഒളിമ്പിക്സിൽ തിളങ്ങിയ അർജന്റൈൻ കളിക്കാരൻ റെയ്മൻഡോ ഓർസിക്ക് സൈനിങ് ഫീസായി കിട്ടിയ ഒരു ലക്ഷം ലീറെക്കും ഫിയറ്റ് 509 കാറിനും പുറമെ മാസം 32,000 ലീറെയായിരുന്നു ശമ്പളം. ഇതോടെ അർജന്റൈൻ നായകനായിരുന്ന ലൂയി മോണ്ടിയും എന്റിക്കെ ഗ്വായ്റ്റയും ഇറ്റലിയിലേക്കു പോയി. മൂന്നു പേരും 1934 ൽ ലോകകപ്പ് നേടിയ ഇറ്റാലിയൻ ടീമിൽ അംഗങ്ങളായിരുന്നു.

അർജന്റീനയുടെ ആദ്യത്തെ ഇതിഹാസതാരമെന്ന് വിളിക്കാവുന്ന അൽഫ്രദോ ഡി എസ്റ്റെഫാനോ റെയൽ മഡ്രീഡിലെത്തിയതിനു ശേഷമാണ് ലോകപ്രശസ്തനാവുന്നത്. യൂറോപ്യൻ ടീമുകളിലേക്കുള്ള കളിക്കാരുടെ കൂറുമാറ്റം തുടങ്ങിയതോടെ ക്രിയോഷോ ഫുട്ബോൾ തന്ത്രങ്ങൾ യൂറോപ്യൻ മൈതാനങ്ങളിലും കാണാൻ തുടങ്ങി. എന്നാൽ

റിയോപ്ലാതൻസി ഗംഭീരത്തയുടെ സവിശേഷ സ്വാഭാവികത കൈവരിക്കാൻ യൂറോപ്പിൽ കളിച്ചിരുന്നവർക്ക് പറ്റിയില്ല എന്നത് വസ്തുതയാണ്. ക്രിയോഷോ ഫുട്ബോളിന്റെ നിലനില്പ് ഗൗച്ചോ ജീവിത പരിസരത്താണെന്നാണ് ഇതിന് ബൊറൊകോത്തോ നല്കിയിരുന്ന വിശദീകരണം. എന്നാൽ പില്ക്കാലത്ത് ആൽഫ്രെദോ എസ്റ്റെഫാനോ മുതൽ മറഡോണയും മെസ്സിയും വരെ യൂറോപ്പിലെത്തിയതോടെയാണ് ക്രിയോഷോ ഫുട്ബോളിന്റെ അംശങ്ങൾ യൂറോപ്യൻമാരും പരിചയിക്കുന്നത്. ഘട്ടം ഘട്ടമായുള്ള ഒരു സ്വാംശീകരണ പ്രക്രിയയായിരുന്നു അത്. അമ്പതുകളിലെ ഷൂസെ അൽതാഫീനി മുതലിങ്ങോട്ട് നെയ്മർ ജൂനിയർ വരെയുള്ള ബ്രസീലിയൻ കളിക്കാരും യൂറോപ്യൻ ക്ലബ്ബുകളിൽ കളിച്ചതോടെ ക്രിയോഷോ - ജിംഗാ ഫുട്ബോൾ യൂറോപ്പിന് തീർത്തും അന്യമല്ലാതായി.

ആറ്

അർജന്റൈൻ കായികാഖ്യാനങ്ങളിലെ പ്രതിഭകളിലേറെയും സമൂഹത്തിന്റെ അരികുകളിൽനിന്നും കാഴ്ചക്കാരെ ഞെട്ടിച്ചുകൊണ്ട് മുഖ്യധാരയിലേക്ക് കടന്നുവരുന്നവരാണ്. മെസ്സി പോലുള്ള ചുരുക്കം അപവാദങ്ങളൊഴികെ മിക്കവരും പീബെ എന്ന വർഗ്ഗീകരണത്തിൽ പെടുന്നവരുമാണ്. അർജന്റീനയിൽ മറഡോണയ്ക്ക് ലഭിച്ച ജനപ്രീതിലിയോ മെസ്സിക്ക് ലഭിക്കാത്തതിനുള്ള കാരണവും ഇതിലുണ്ട്. മറഡോണ മാത്രമല്ല, കാർലോസ് ടെവെസും മെസ്സിയേക്കാൾ ജനപിന്തുണയുള്ള കളിക്കാരനായിരുന്നു. 2006 ലെ ഒരു മത്സരത്തിനായി ടീം കളത്തിലിറങ്ങുമ്പോൾ അന്ന് ലോകത്തിന്റെയാകെ ശ്രദ്ധയാകർഷിച്ചു തുടങ്ങിയിരുന്ന മെസ്സിയേക്കാൾ ടെവെസിനെയാണ് കാണികൾ ആവേശത്തോടെ സ്വീകരിച്ചതെന്ന് ജോനതൻ വിൽസൻ ഓർക്കുന്നുണ്ട്. ഹവാൻ റോമൻ റിക്വിൽമെക്കും ഉറുഗ്വായിൽ ലൂയി സുവാരസിനും ഈ പീബെ പ്രതിച്ഛായ ലഭിച്ചിരുന്നു.

അപകടകരമായ ജീവിത സാഹചര്യങ്ങളെ നേരിടാനുള്ള കുറുക്കുവിദ്യകളാണ് പലപ്പോഴും പീബെകളിലെ പ്രതിഭയെ പുറത്തു കൊണ്ടുവരുന്നത്. കൗശലവും അല്പം കുസൃതി കലർന്ന തന്ത്രവുമെല്ലാം ഉരുകിച്ചേർന്നതാണ് അവരുടെ പ്രതിഭ തന്നെയും. അതിന്റെ പ്രധാന സവിശേഷതയായ മനോധർമ്മമാവട്ടെ, ഇല്ലായ്മയുടെ ഉല്പന്നമാണ്. ഏത് സാഹചര്യത്തോടും പൊരുത്തപ്പെടാനും ഇല്ലാത്ത ഇടങ്ങൾ ഉണ്ടാക്കിയെടുക്കാനും ഇവർക്ക് കഴിയുന്നതിനു കാരണവും ഇതാണ്. പെനാൽറ്റി ബോക്സിനകത്ത് നിരവധി പേർ കാലുകൾക്കിടം നല്കാതെ വളഞ്ഞാലും അതിനിടയിലൂടെയും പന്തിന് പോസ്റ്റിലേക്ക് വഴിയൊരുക്കാനുള്ള നൈസർഗ്ഗികമായ ഗംഭീരത്ത അവരെ സംബന്ധിച്ചിട

ത്തോളം അതിജീവനം തന്നെയാണ്. തെരുവുകളിലും ഇടവഴികളിലും തുറമുഖച്ചന്തകളിലും പണിക്കിടയിലെ ചെറിയ ഇടവേളകളിലായിരുന്നു കളിയെന്നതിനാലാണ് ആൾക്കൂട്ടത്തിലും സാദ്ധ്യമാവുന്ന കുറിയ പാസുകളും തിരിഞ്ഞും മറിഞ്ഞുമുള്ള മുന്നേറ്റങ്ങളും അവർക്ക് പ്രിയമായത്. വിശാലമായ മൈതാനങ്ങളുടേയും ദീർഘമായ വിനോദ വിശ്രമ വേളകളുടേയും അഭാവംകൊണ്ട് ക്രിയോഷോ ഫുട്ബോളിന് നഷ്ടമായത് അവരുടെ സ്ഥായീ ദൗർബല്യമായി കണക്കാക്കപ്പെടുന്ന ദീർഘമായ ലോബുകളും പാസുകളുമാണ്. മിലോംഗ ക്ലബ്ബുകളിലെ രണ്ടടി ചതുരത്തിൽ കാൽവിരലുകൾ കൊണ്ട് ചിത്രമെഴുതുന്ന ടാംഗോ നർത്തകനെപ്പോലെയാണ് ഇത്തിരിയിടങ്ങളിൽ പന്താട്ടം നടത്തുന്ന ക്രിയോഷോ ഫുട്ബോൾ കളിക്കാരെന്നാണ് ഗലെയാനോ പറയുന്നത്.

ന്യൂനതകളേറെയുള്ള കളിക്കാരുടെ ശാരീരികവും മാനസികവുമായ ദൗർബല്യങ്ങളെക്കൂടി ഉൾക്കൊള്ളുന്നതായിരുന്നു അവരുടെ ക്രിയോഷോ ഫുട്ബോളെന്ന് എളുപ്പത്തിൽ നിരീക്ഷിക്കാനാവും. മൈതാനങ്ങൾക്കുപുറത്ത് വികാസം പ്രാപിച്ചതിനാൽത്തന്നെ പൂർണ്ണമായും നിയമാനുസൃതമായി കളി മുന്നോട്ടു കൊണ്ടുപോകാൻ പീബെകൾക്ക് കഴിയുമായിരുന്നില്ല. അതുകൊണ്ടുതന്നെ എതിരാളിക്കൊപ്പം കളിനിയമങ്ങളേയും കബളിപ്പിക്കാനുള്ള ത്വര അവന് അടക്കിനിർത്താനുമാവില്ല. സദാചാരത്തിനും ധാർമ്മികതയ്ക്കും മുകളിൽ കെട്ടിപ്പൊക്കിയിട്ടുള്ള മാന്യതയുടെ മുഖമുദ്രയുള്ളതും നിയമങ്ങളുടെ ചതുരങ്ങൾക്കകത്തുമാത്രം കളിക്കാവുന്നതുമായ ഇംഗ്ലീഷ് ഫുട്ബോൾ അവരുടെ എതിർസ്ഥാനത്ത് വരുന്നത് അതിനാൽത്തന്നെ സ്വാഭാവികവുമാണ്. ഇംഗ്ലണ്ടിനെതിരായ മറഡോണയുടെ ദൈവത്തിന്റെ കൈ പ്രയോഗവും അർജന്റീനയുടെ പ്രശസ്തമായ വിജയവും ഫാൽക്കൻ ദ്വീപിനു വേണ്ടി നടന്ന യുദ്ധത്തിന്റെ പശ്ചാത്തലത്തിലാണ് ഇന്നും വിലയിരുത്തപ്പെടുന്നത്.

യുദ്ധത്തിൽ കൊല്ലപ്പെട്ട അർജന്റൈൻ സൈനികർ അതിവൈകാരികതയ്ക്ക് കാരണമായിരുന്നുവെങ്കിലും, ഇംഗ്ലണ്ടുമായുള്ള കളിയെപ്പറ്റി മറഡോണ പറയുന്നതിൽ ശ്രദ്ധേയമായ മറ്റൊന്നുണ്ട്. ഞാനവരെ പോക്കറ്റടിക്കുകയായിരുന്നു എന്ന് എമിർ കുസ്തുറിക്കയ്ക്ക് നല്കിയ അഭിമുഖത്തിൽ മറഡോണ പറയുന്നത് ചിരിച്ചുകൊണ്ടാണ്. ജീവിതത്തിൽ താൻ ഏറ്റവും ആസ്വദിച്ച് നല്കിയ അഭിമുഖമാണിതെന്നും ദ്യേഗോ പറഞ്ഞിട്ടുണ്ട്. നൂറ്റാണ്ടിന്റെ ഗോളെന്ന് ഫിഫ വിലയിരുത്തിയ അന്നത്തെ രണ്ടാം ഗോളിനേക്കാൾ ഒരുപക്ഷേ, മറഡോണയിലെ പീബെ ആസ്വദിച്ചിരിക്കുക ആദ്യത്തെ ആ പോക്കറ്റടി തന്നെയായിരിക്കും. കാരണം എദ്വാർദോ ആർക്കെറ്റി സംഗ്രഹിക്കുന്നതുപോലെ, പീബെകൾക്ക് കുറ്റബോധമില്ല, അവരൊരു പക്ഷേ, മോശം മാതൃകകളോ സ്വയം വിനാശകാരികളോ ആയേക്കാം, പക്ഷേ, അന്തിമമായി അവരെ അളക്കേണ്ടത് ശരീരത്തിന്റെ സർഗ്ഗശേഷി വച്ചാണ്. ഇംഗ്ലണ്ടിലും ചില

പടിഞ്ഞാറൻ രാജ്യങ്ങളിലുമല്ലാതെ മറ്റെവിടേയും മറഡോണയുടെ ദൈവത്തിന്റെ കൈയിനെ ശപിക്കുന്നവരില്ലെന്ന് കുസ്തുറിക്ക സാക്ഷ്യപ്പെടുത്തുന്നതും ഇതിനൊപ്പം വായിക്കണം.

എക്കാലവും യൂറോപ്യൻ ധാർമ്മികതയ്ക്കു പുറത്തു ജീവിച്ച ഗൗച്ചകളുടെ പാരമ്പര്യമാണ് അർജന്റീനയുടെ കായികചരിത്രം അവകാശപ്പെട്ടിട്ടുള്ളത്. പുറത്തു നിന്നുള്ള നോട്ടങ്ങൾക്ക് ഒരുപക്ഷേ, അത് കുനിക്കുടിയുള്ള നടത്തമായി തോന്നാം. എന്നാൽ ആ കുറിയ രൂപത്തിനുള്ളിൽ ഒരു കലാപകാരി ഒളിവിൽ പാർക്കുന്നുണ്ട് എന്നാണ് കളിക്കളത്തിലെ അവരുടെ അപ്രതീക്ഷിതമായ കുതിപ്പുകൾ നമ്മോടു പറയുന്നത്. ഏണസ്റ്റോ ചെ ഗുവാര മുതൽ ദ്യേഗോ മറഡോണ വരെയുള്ളവരുടെ വിമതജീവിതം ചരിത്രത്തിന് നല്കുന്ന പാഠവും മറ്റൊന്നല്ല.

ARGENTINA vs BRASIL,1957
Angels with dirty faces

ഇറ്റലിയിൽ വച്ചാണ്
മറഡോണ ചെ യുടെ ചിത്രം
ശരീരത്തിൽ പച്ചകുത്തിയത്

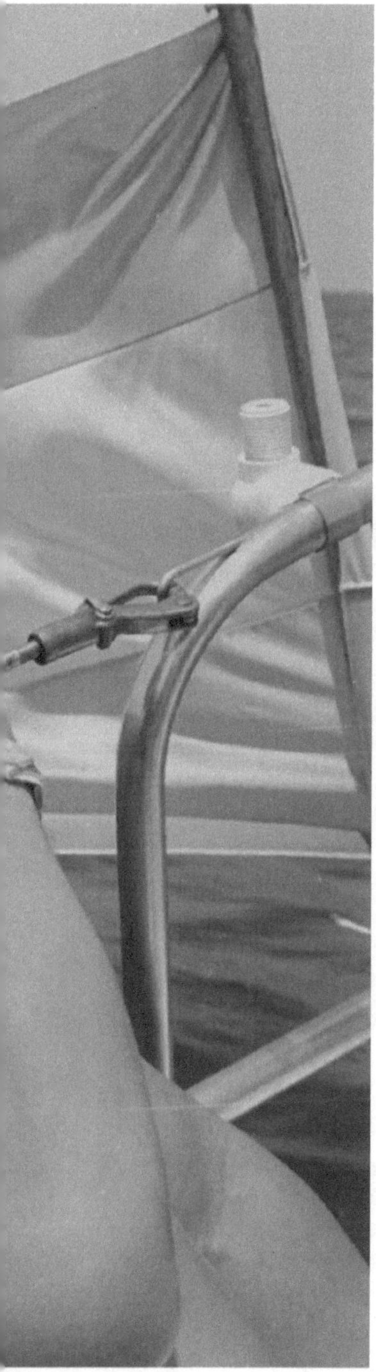

"ഇവിടെ ടീമും സ്കോറും മാച്ചുമൊന്നുമില്ല. സ്റ്റേഡിയങ്ങളെല്ലാം കാലങ്ങളായി ഉപേക്ഷിക്കപ്പെട്ട നിലയിലാണ്. അവയിൽ പലതും തകർന്നുകൊണ്ടിരിക്കുകയുമാണ്. ഇപ്പോൾ നടക്കുന്ന കളിയെല്ലാം റേഡിയോക്കും ടെലിവിഷനും വേണ്ടിയുള്ള അഭിനയമാണ്. ആ കമന്റേറ്ററുടെ കപടാവേശം കേട്ടിട്ടും ഇതെല്ലാം തട്ടിപ്പാണെന്ന് നിനക്ക് മനസ്സിലായില്ലേ? ബ്വീനെസ് ഐറിസിലെ ഒടുവിലത്തെ ഫുട്ബോൾ കളി നടന്നത് 1937 ജൂൺ 24 നാണ്. അതിനുശേഷം ഫുട്ബോളും മറ്റെല്ലാ കായികമത്സരങ്ങളും വെറും നാടകം മാത്രമാണ്. ആ സൗണ്ട് ബൂത്തിലിരിക്കുന്ന ഒരാളോ അല്ലെങ്കിൽ ജേഴ്സിയണിഞ്ഞ് ക്യാമറയ്ക്കു മുന്നിലെത്തുന്ന ഏതാനും നടന്മാരോ അവതരിപ്പിക്കുന്ന വെറും നാടകം"

എസ്സെ എസ്ത് പെർസിപി
ഹോർഹെ ലൂയി ബോർഹെസ്,
അദോൽഫോ ബ്യോസ് കസാരസ്

ചെ ഗുവാരയെ വീണ്ടെടുത്ത മറഡോണ

അടുത്ത നിമിഷം മൈതാനമദ്ധ്യത്തിലെവിടെയെങ്കിലും വച്ച് പന്ത് അയാളുടെ കാലിലെത്തും. കാലുകളുടെ ചലനവേഗം കൂട്ടിയും കുറച്ചും എതിർ ടീമിലെ ഓരോരുത്തരെയായി ദേഹവടിവിനാൽ ഇടതും വലതുമൊഴിഞ്ഞ്, ഇരുകാലുകൊണ്ടും മാറി മാറി പന്തുതൊട്ടും തൊടാതെയും അയാൾ വലതു പാർശ്വത്തിലൂടെ പെനാൽറ്റി ബോക്സി നടുത്തെത്തും. പ്രതിരോധിക്കുന്ന കാലുകളെയെല്ലാം കബളിപ്പിക്കുന്ന ഗംഭീരതയിലൂടെ അയാൾ ബോക്സിൻ തുഞ്ചത്തേക്ക് തിരിഞ്ഞു കയറി, ആ ഇടംകാൽ പ്രയോഗത്തിനുള്ള ഇത്തിരിവിടവു കണ്ടെത്തും. അതി ശക്തമായ വോളി പ്രതീക്ഷിച്ച് വായുവിൽ വലത്തോട്ട് കുതിക്കുന്ന കീപ്പറുടെ കീഴിലൂടെ പന്ത് ഒരു തിടുക്കവുമില്ലാതെ വലയിലെത്തു മ്പോൾ, ഗോൾവരയുടെ വലതുമൂലയിൽ അയാൾ ആകാശത്തേക്ക് കൈകളുയർത്തി മുട്ടു കുത്തും.

അർജന്റീന കളിക്കുന്ന ഏത് കളിയിലും ഓരോ നിമിഷവും അവരുടെ ആരാധകർക്കുള്ള പ്രതീക്ഷയാണിത്, ഒട്ടും അസംഭാവ്യമ ല്ലാത്ത ഈ പ്രതീക്ഷയ്ക്കു മുകളിലാണ് അർജന്റീനയുടെ ദേശീയ ടീമിന് ലോകമെങ്ങും ആരാധകരുണ്ടാവുന്നതു തന്നെ. മെസ്സിക്കു മുമ്പ് ഈ മനോദൃശ്യത്തിൽ പക്ഷേ, സ്വന്തം ഹാഫിൽനിന്ന് കുതിച്ച് എതിർനി രയിലെ പ്രതിരോധക്കാരെയെല്ലാം ഒന്നൊന്നായി വെട്ടിയൊഴിഞ്ഞ് ഗോൾകീപ്പറേയും മറികടന്ന് പന്തിനെ പോസ്റ്റിലേക്കയച്ച് ഗോൾവര യിലേക്ക് മൂർച്ഛിക്കുന്ന മറ്റൊരു കുറിയ രൂപമായിരുന്നുവെന്ന് മാത്രം - ദ്യേഗോ മറഡോണ. മറഡോണയ്ക്കും മെസ്സിക്കുമിടയിലുള്ള കാലത്തു മുണ്ടായിരുന്നു പ്രതീക്ഷയുടെ ആൾരൂപങ്ങളായി ചിലർ, ഗാബി ബാറ്റിസ്റ്റ്യൂട്ട മുതൽ ഹ്വാൻ റിക്വിൽമെ വരെയുള്ളവർ. അക്കാലം പക്ഷേ, ഈ ആരാധകരിൽ ഒരു തരം അക്ഷമ പ്രകടമായിരുന്നു. അവർ മറ ഡോണയ്ക്കു ശേഷമുള്ള മെസ്സിയുടെ വരവ് കാക്കുകയായിരുന്നുവെന്നു വേണം കരുതാൻ. ആരാധകരുടെ പ്രതീക്ഷകളിന്മേൽ മാത്രം നില നില്ക്കുന്ന ഫുട്ബോൾ ടീമാണ് അർജന്റീനയെന്നു പറഞ്ഞാൽ അതിശ യോക്തിയാവില്ല.

ആരാധകരുടെ ആൾക്കൂട്ട സംസ്കാരത്തിലാണ് ചരിത്രപരമായി ത്തന്നെ അർജന്റൈൻ ഫുട്ബോളിന്റെ നിലനില്പ്. കളിയോളം തന്നെ പ്രായമുണ്ട് ബ്യൂനൊസ് ഐറിസിലേയും റൊസ്സാരിയോവിലേയുമെല്ലാം ആരാധകക്കൂട്ടത്തിനും. എന്നാൽ ഇതിനെയെല്ലാം അതിലംഘിക്കുന്നതാണ് ആകാശനിറമുള്ള വരയൻകുപ്പായക്കാരുടെ ആ സംഘം ലോകമെങ്ങുമുള്ള ഫുട്ബോൾ കമ്പക്കാരിൽ സൃഷ്ടിക്കുന്ന സ്വപ്നസമാനമായ കാല്പനികത. കളിക്കാനിറങ്ങുന്ന അർജന്റൈൻ ടീമിനെ, അവരുടെ കഴിവിനും സാദ്ധ്യതകൾക്കുമെല്ലാം അപ്പുറമുള്ള ഒരു അതീതയാഥാർത്ഥ്യത്തിന്റെ പ്രതലത്തിലാണ് ആരാധകർ പ്രതിഷ്ഠിക്കുന്നത്. ആ ടീമിനെ ചുറ്റിപ്പറ്റിയുള്ള രാഷ്ട്രീയവും ചരിത്രവുമെല്ലാം തന്നെ കല്പനയ്ക്കും യാഥാർത്ഥ്യത്തിനുമിടയിലെ ഇടതുപക്ഷ ആദർശവാദത്തിന്റെ ഭ്രമഭ്രമിയിലാണ് നിലകൊള്ളുന്നത്. ദ്യേഗോ മറഡോണയിൽ തുടങ്ങി ഏണസ്റ്റോ ചെ ഗുവാരയുടെ സ്മരണയാൽ ആദർശവല്ക്കരിക്കപ്പെട്ട ഈ കല്പിതാഖ്യാനത്തിന്റെ വേരുകൾ ചെന്നെത്തുക ഹവാൻ ഡൊമിൻഗോ പെറോണിന്റെ ഭരണകാലത്താണ്. ഫാസിസത്തോടുള്ള ആഭിമുഖ്യം തൊട്ട് തൊഴിലാളിവർഗ്ഗ രാഷ്ട്രീയവും മുതലാളിത്തവും വിപ്ലവാത്മക സോഷ്യലിസവും ഇടക്കാലത്ത് ജനകീയ ദേശീയതയുമെല്ലാം താണ്ടിയ പ്രത്യയശാസ്ത്രമാണ് പെറോണിസം.

അരനൂറ്റാണ്ടിനിടെ അർജന്റീനയിൽ പെറോണിസത്തിനുണ്ടായ രാഷ്ട്രീയ പരിണാമം വിചിത്രമാണെന്ന് പിയർ ഓസ്റ്റിഗേയെപ്പോലുള്ള രാഷ്ട്രമീംമാംസകർ നിരീക്ഷിക്കുന്നു ((Peronism and Anti Peronism: Social-cultural bases of political identity in Argentina). അർജന്റൈൻ രാഷ്ട്രീയത്തിന്റെ ഈ വൈചിത്ര്യവും വൈരുദ്ധ്യങ്ങളും സങ്കീർണ്ണതയുമെല്ലാം അവരുടെ ഫുട്ബോൾ ടീമിലും ലോകമെങ്ങുമുള്ള ആരാധകവൃന്ദത്തിലും പ്രകടവുമാണ്. ഇരുപതാം നൂറ്റാണ്ടിലെ അർജന്റീനയിലെ രാഷ്ട്രീയ സമൂഹത്തിന്റെ വളർച്ചയ്ക്ക് സമാന്തരമായാണ് ഫുട്ബോൾ ആരാധനയും രൂപപ്പെടുന്നത്.

കളികളിൽ (Games) നിന്ന് കായികവിനോദങ്ങളിലേക്കുള്ള (Sports) പരിണാമം ആധുനിക കായികചരിത്രത്തിലെ സുപ്രധാനമായ ഒരു നാഴികക്കല്ലാണ്. ഇംഗ്ലണ്ടിലെ ഉപരിവർഗ്ഗ വിദ്യാർത്ഥികൾക്കായുള്ള സ്കൂളുകളിലൂടെയുണ്ടായ ഈ മാറ്റം വർഗ്ഗവിഭജനത്തിന്റെ പ്രത്യക്ഷ ഫലമാണെന്നാണ് ഫ്രഞ്ച് സാമൂഹ്യശാസ്ത്രജ്ഞനായ പിയെർ ബോർദ്യൂവിനെപ്പോലുള്ളവർ വിലയിരുത്തുന്നത് (How can one be a sports fan?) വരേണ്യ - ബൂർഷ്വാകുടുംബങ്ങളിൽനിന്നുള്ള വിദ്യാർത്ഥികൾ ജനപ്രിയങ്ങളായ - അതിനാൽ തന്നെ അവർ അമാന്യമെന്നു കരുതിയിരുന്ന- കളികളുടെ ഉള്ളടക്കവും സ്വഭാവവും തങ്ങൾക്കനുകൂലമാംവിധം മാറ്റിയെടുക്കുകയായിരുന്നു. അധഃസ്ഥിതരെ സംബന്ധിച്ചിടത്തോളം ബോക്സിങ്, മോട്ടോർ സൈക്കിളിങ് തുടങ്ങിയ കളികൾ അദ്ധ്വാനം, വേദന, കഷ്ടപ്പാട് തുടങ്ങിയ ജീവിതാനുഭവങ്ങളു

ടെ പ്രതിനിധാനങ്ങളായിരുന്നു. എന്നാൽ വരേണ്യവർഗ്ഗ വിദ്യാർത്ഥികൾ ഈ കളികൾ ഏറ്റെടുത്തതോടെ അവ ജീവിതാനുഭവം, നേതൃത്വപാടവം, അച്ചടക്കം, ധീരത, പൗരുഷം തുടങ്ങിയ മൂല്യങ്ങളുടെ പ്രതിനിധാനത്തിലേക്ക് വഴിമാറി. ഫുട്ബോളിനെയും ഇക്കൂട്ടത്തിൽ കൂട്ടുന്നതിൽ തെറ്റുണ്ടെന്ന് തോന്നുന്നില്ല. കായികവിനോദത്തിന്റെ പ്രത്യയശാസ്ത്രപരമായ വികാസത്തിന് വ്യക്തമായ രാഷ്ട്രീയമാനം കൈവരുന്നത് ഈ ദശയിലാണെന്ന് ബോർദ്യൂ നിരീക്ഷിക്കുന്നുണ്ട്.

എന്നാൽ അർജന്റീനയിലെ ഫുട്ബോൾ ചരിത്രം പരിശോധിക്കുമ്പോൾ ഈ രാഷ്ട്രീയപരിണാമത്തിന്റെ വ്യുൽക്രമമാണ് (Receproc ation) കാണാനാവുക. ഇംഗ്ലണ്ടിലെ വരേണ്യർ മാന്യത നല്കി വ്യവസ്ഥാപിതമാക്കി അവതരിപ്പിച്ച ഫുട്ബോൾ എന്ന കായികവിനോദത്തെ തദ്ദേശീയമായ സർഗ്ഗാത്മകതയും 'അമാന്യമായ' കൗശലങ്ങളും കൂട്ടിച്ചേർത്ത് വീണ്ടും കളിയായി തെരുവിലേക്കിറക്കുകയാണ് അർജന്റീന ചെയ്തത്. ഇംഗ്ലീഷ് സ്കൂളുകളുടേയും ക്ലബ്ബുകളുടേയും മൈതാനങ്ങളിൽനിന്ന് പൊതുവിടങ്ങളിലേക്കു കടന്നതോടെയാണ് ഫുട്ബോളിന് കാണികളുണ്ടാവുന്നത്. അതുവരെ കളികാണാനെത്തിയിരുന്നവർ ക്ഷണിക്കപ്പെട്ട അതിഥികളായിരുന്നു. പെരുമാറ്റ മര്യാദകൾ പാലിച്ച് നിശ്ശബ്ദരായി കളി കണ്ടിരുന്ന അതിഥികളിൽനിന്ന് ആവേശത്താൽ ആർപ്പുവിളിക്കുന്ന കാണികളിലേക്കുള്ള ഈ മാറ്റമാണ് അർജന്റൈൻ ഫുട്ബോളിന്റെ സ്വഭാവ നിർമ്മിതിയിലെ മറ്റൊരു പ്രധാന ഘടകം. ഈ പ്രക്രിയയിലാണ് ഫുട്ബോൾ മൈതാനത്തുനിന്ന് സ്ത്രീകൾ പൂർണ്ണമായും ഒഴിവാക്കപ്പെടുന്നതെന്ന് ഫെമിനിസ്റ്റ് ചരിത്രമെഴുത്തുകാർ കരുതുന്നു.

ക്ഷണിതാക്കളിൽ നിന്ന് ആൾക്കൂട്ടത്തെ വ്യത്യസ്തമാക്കുന്നത് പ്രധാനമായും അതിന്റെ ഭിന്നലക്ഷണത്വമാണ് (Heterogeneity) ക്ഷണിതാക്കൾക്ക് ആതിഥേയരുടെ സാമൂഹ്യനില അനുസരിച്ചുള്ള വംശപരവും വർഗ്ഗപരവുമായ സമലക്ഷണത്വം (Homogeneity) ഉണ്ടാവും. അതേസമയം സ്ത്രീകൾ പിൻവാങ്ങിയപ്പോഴുണ്ടായ ലിംഗപരമായ സമലക്ഷണത്വം മാത്രമേ 'കാണികൾ'ക്കുണ്ടായിരുന്നുള്ളൂ. തൊഴിലാളികളുടെ ക്ലബ്ബുകൾ പരസ്പരം കളിക്കാൻ തുടങ്ങിയപ്പോൾ സഹതൊഴിലാളികളും കൂട്ടുകാരുമെല്ലാം ഇരുടീമുകളുടേയും പക്ഷം പിടിച്ച് പ്രോത്സാഹിപ്പിക്കുന്നത് പതിവായി. സംഘടിതരായ ആരാധകക്കൂട്ടങ്ങളുടെ തുടക്കം ഇവിടെനിന്നാണ്. കളത്തിലെ ഓരോ നീക്കവും ആരവങ്ങൾക്ക് വഴിവച്ചു. ഗോളുകൾ ആഘോഷങ്ങളായി. ആവേശം വാശിയായും സംഘർഷങ്ങളായും വൈരാഗ്യമായും പടർന്നു. ആരാധകക്കൂട്ടങ്ങൾ അക്രമാസക്തമാവുന്ന കാലം അധികം വൈകാതെത്തന്നെ എത്തിച്ചേർന്നു. കാണികളിൽനിന്ന് സ്ത്രീകൾ അപ്രത്യക്ഷമായതിന്റെ പ്രധാന കാരണമായി സാമൂഹ്യശാസ്ത്രജ്ഞർ ചൂണ്ടിക്കാട്ടുന്നത് അധീശപുരുഷത്വത്തിന്റെ അക്രമാസക്തമായ ഈ വളർച്ചയാണ്.

പ്രഥമ വനിതയായിരുന്ന ഈവ പെറോൺ പ്രസിഡന്റ് ഹ്വാൻ പെറോണിനൊപ്പം ഫുട്ബോൾ മൈതാനത്ത് (1951)

കാണികളായി മൈതാനത്ത് വരാതായെങ്കിലും അപൂർവ്വമായെങ്കിലും സ്ത്രീകൾ മൈതാനത്ത് കളിക്കാനിറങ്ങിയതിനെപ്പറ്റി സൂചനകളുണ്ട്. 1913 ഒക്ടോബർ 5 ന് റൊസ്സാരിയോവിലാണ് സ്ത്രീകൾ മാത്രം കളിച്ച ആദ്യത്തെ ഫുട്ബോൾ മത്സരം നടക്കുന്നതെന്ന് ബിയാങ്ക ഒസ്സോല എന്ന ഗവേഷകയെ ഉദ്ധരിച്ച് വെറോനിക്ക മൊറിയേറ, ഗബ്രിയേലാ ഗാർട്ടൻ എന്നിവർ രേഖപ്പെടുത്തിയിട്ടുണ്ട്. (Football, nation, and women in Argentina: redefining the field of power) 1924ൽ ബോക്കയുടെ തട്ടകമായ ലാ ബൊംബനാരയിലും വനിതാ ഫുട്ബോൾ മത്സരം നടന്നതായി ഇവർ സമർത്ഥിക്കുന്നുണ്ട്.

കാണികളുടെ ആവേശപ്രകടനങ്ങളിൽ അസഹിഷ്ണുക്കളായ ഇംഗ്ലീഷ് വരേണ്യവർഗ്ഗം 1905 നും 1910 നുമിടയിലുള്ള നാലോ അഞ്ചോ കൊല്ലത്തിനിടെ മൈതാനങ്ങളുപേക്ഷിച്ചിരുന്നതായി എദ്വാർദോ ആർക്കെറ്റി രേഖപ്പെടുത്തിയിട്ടുണ്ട് (Masculinities Football, Polo and the Tango in Argentina). ഇതോടെ ഫുട്ബോൾ മത്സരത്തിന്റെ കാണികൾ തദ്ദേശീയ പുരുഷന്മാർക്ക് മുഗീയഭൂരിപക്ഷമുള്ള ആരാധകക്കൂട്ടങ്ങളായി പരിണമിച്ചു. 1880 കളിൽ റൊസ്സാരിയോവിലും അടുത്ത പതിറ്റാണ്ടിൽ ബ്വിനൊസ് ഐറിസിലുമായി ഫുട്ബോൾ ക്ലബ്ബുകൾ രൂപീകരിക്കപ്പെട്ടതോടെ തദ്ദേശീയരായ ആരാധകർ വ്യത്യസ്ത ചേരികളായി തിരിയാൻ തുടങ്ങി. റൊസ്സാരിയോവിലെ ന്യൂൾസ് ഓൾഡ് ബോയ്സ് തുടക്കത്തിൽ ഇംഗ്ലീഷ് സ്കൂളിലെ വിദ്യാർത്ഥികളും പൂർവ്വവിദ്യാർത്ഥികളും അദ്ധ്യാപകരുമെല്ലാം ചേർന്നതായിരുന്നു. എന്നാൽ റൊസ്സാരിയോ സെൻട്രലാവട്ടെ റെയിൽവേ തൊഴിലാളികളുടെ മുൻകൈയിലുണ്ടായ ക്ലബ്ബും. രണ്ടിന്റേയും വർഗ്ഗസ്വഭാവം അവരുടെ ആരാധകരിലും പ്രകടമായിരുന്നതിനാൽത്തന്നെ അവർക്കി

ടയിലെ സംഘർഷങ്ങളെ രാഷ്ട്രീയമായി വായിക്കുന്ന പ്രവണത അക്കാലത്തുതന്നെ നിലനിന്നിരുന്നതായി ഡച്ച് ഗവേഷകനായ ജോൻ സ്റ്റൈവൻബർഗ് നിരീക്ഷിക്കുന്നുണ്ട്. (Futbol rivalry and fan identification in Rossario).

ജീവകാരുണ്യപ്രവർത്തനത്തിന്റെ ഭാഗമായി കുഷ്ഠരോഗികൾക്കുള്ള ധനശേഖരണാർത്ഥം ഒരു പ്രദർശന മത്സരം കളിക്കാനുള്ള ന്യൂൾസിന്റെ ക്ഷണം റൊസ്സാരിയോ സെൻട്രൽ നിരസിച്ചത് ഇരു ടീമുകളും തമ്മിലുള്ള സംഘർഷം മൂർച്ഛിക്കുന്നതിനുള്ള ഒരു പ്രധാനകാരണമായി എദ്വാർദോ ആർക്കെറ്റിയും ജോനതൻ വിൽസനുമടക്കം പല ചരിത്രകാരന്മാരും എടുത്തു പറയുന്നുണ്ട്. കളിയിൽനിന്നും കിട്ടുന്ന പണം ബൂർഷ്വാസികളായ ഓൾഡ് ബോയ്സ് മാനേജ്മെന്റ് വകമാറ്റി ചെലവിടും എന്ന ആരോപണം റൊസ്സാരിയോ സെൻട്രൽ ഉന്നയിക്കുന്നത് അവരുടെ വർഗ്ഗ നിലപാടിൽ നിന്നുകൊണ്ടാണെന്നായിരുന്നു അന്നത്തെ ഒരു വ്യാഖ്യാനം. ഈ സംഭവത്തോടെയാണ് ന്യൂൾസ് ഓൾഡ് ബോയ്സിന് 'കുഷ്ഠന്മാർ' എന്ന കുറ്റപ്പേര് ലഭിക്കുന്നത്. മറുപടിയെന്നവണ്ണം അവരുടെ ആരാധകർ സെൻട്രലുകാരെ 'കഴുവേറികളെ'ന്നാണ് ആക്ഷേപിച്ചത്. വർഷങ്ങൾക്കിപ്പുറവും ആരാധകർ തമ്മിലുള്ള എല്ലാ സംഘർഷങ്ങളിലും ആചാരം പോലെ ഈ അധിക്ഷേപങ്ങൾ പരസ്പരം ചൊരിയാറുണ്ട്.

പക്ഷേ, ആരോപിക്കപ്പെടുന്നപോലെയുള്ള വർഗ്ഗ സ്വഭാവമോ രാഷ്ട്രീയാഭിമുഖ്യമോ ഇരു ക്ലബ്ബുകളുടേയും ആരാധകരിലോ സംഘാടകരിലോ കാണാനാവില്ലെന്നാണ് സ്റ്റൈവൻബർഗിന്റെ നിരീക്ഷണം. കഴിഞ്ഞ ഏതാനും പതിറ്റാണ്ടുകളുടെ ചരിത്രം പരിശോധിച്ചാൽ വിവിധ സാമൂഹ്യ- രാഷ്ട്രീയ പരിസരങ്ങളിലും വർഗ്ഗ നിലകളിലുമുള്ള ആരാധകർ ഇരു ക്ലബ്ബുകൾക്കുമുണ്ട്. തൊഴിലാളികൾ മാത്രമുള്ള ക്ലബ്ബെന്ന നിലയിൽനിന്ന് സെൻട്രലും ഉപരിമദ്ധ്യവർഗ്ഗത്തിന്റെ ക്ലബ്ബെന്ന നിലയിൽ നിന്ന് ഓൾഡ് ബോയ്സും പുറത്തു കടന്നിട്ട് കാലമേറെയായി. വലതുപക്ഷ രാഷ്ട്രീയത്തിന്റെ വക്താക്കളായി വിലയിരുത്തുന്ന തിനെ ന്യൂൾസ് ഓൾഡ് ബോയ്സ് പ്രതിരോധിക്കാറുള്ളത് ദ്യേഗോ മറഡോണ തങ്ങൾക്കു വേണ്ടി കളിച്ചിട്ടുള്ളത് ചൂണ്ടിക്കാട്ടിയാണ്. യൂറോപ്പിലെ ക്ലബ്ബ് ഫുട്ബോൾ മതിയാക്കി, നാട്ടിൽ തിരിച്ചെത്തിയ ശേഷമാണ് മറഡോണ ഓൾഡ് ബോയ്സിനു വേണ്ടി കളത്തിലിറങ്ങിയത്. വിരലിലെണ്ണാവുന്ന കളികളേ കളിച്ചുള്ളൂവെങ്കിലും ഓൾഡ്ബോയ്സിന്റെ മുഖചിത്രമായി ദ്യേഗോ അതിനകംതന്നെ മാറിക്കഴിഞ്ഞിരുന്നു. മറഡോണയുടെ മരണത്തിന്റെ തൊട്ടടുത്ത ദിവസം ബാഴ്സയ്ക്കായി ഗോളടിച്ചശേഷം മറ്റൊരു റൊസ്സാരിയോക്കാരനായ ലയണൽ മെസ്സി അദ്ദേഹത്തെ സ്മരിച്ചത് ഓൾഡ് ബോയ്സിന്റെ പത്താം നമ്പർ ജേഴ്സി ഉയർത്തിപ്പിടിച്ചുകൊണ്ടാണെന്നത് ശ്രദ്ധേയമാണ്.

അതേസമയം ലോകം മുഴുവൻ ആരാധനയോടെ നോക്കുന്ന വിപ്ലവകാരിയുടെ ആദരവ് പിടിച്ചുപറ്റിയവർ എന്ന അവകാശവാദമാണ് റൊസ്സാരിയോ സെൻട്രലിനുണ്ടായിരുന്നത്. തന്റെ ജന്മദേശമായ റൊസ്സാരിയോവിന്റെ പേരുള്ളതിനാൽ ഏണസ്റ്റോ ചെ ഗുവാര റൊസ്സാരിയോ ക്ലബ്ബിന്റെ പേരിൽ അഭിമാനം കൊണ്ടിരുന്നുവെന്ന കഥയ്ക്ക് വലിയ പ്രചാരം ലഭിച്ചിരുന്നു. ചെയുടെ സഹോദരൻ ഹ്വാൻ മാർട്ടിൻ അത് ശരിവച്ചിട്ടുമുണ്ടായിരുന്നു. എന്നാൽ ചെ ഗുവാരയുടെ സഖാവും ജീവചരിത്രകാരനുമായ ഹ്യൂഗോ ഗാംബീനി ഈ വാദം തള്ളിക്കളയുകയാണ്. നന്നേ ചെറുപ്പത്തിലേ റൊസ്സാരിയോ വിട്ട ചെ ഗുവാരയ്ക്ക് ക്ലബ്ബുമായോ ആ നാട്ടുമായോ സവിശേഷമായ ആത്മബന്ധമൊന്നുമുണ്ടായിരുന്നില്ലെന്ന് ഗാംബീനി ഉറപ്പിച്ചു പറയുന്നു. അതിലുപരി ചെയുടെ താല്പര്യം ഫുട്ബോളിനേക്കാൾ റഗ്ബിയിലായിരുന്നുവെന്നും ഗാംബിനിയെ ഉദ്ധരിച്ച് ബ്രിട്ടീഷ് -സ്പാനിഷ് മാധ്യമപ്രവർത്തകനും എഴുത്തുകാരനുമായ ജിമ്മി ബേൺസ് വിശദീകരിക്കുന്നുണ്ട്. (Christiano and Leo- The race to become the greatest footballer of all time) എന്തു തന്നെയായാലും ചെ ഗുവാര മുതൽ മലയാളപത്രങ്ങളിലെ ഫുട്ബോൾ കാല്പനികതയുടെ ഇഷ്ടകഥാപാത്രമായ 'റൊസ്സാരിയോവിലെ മുത്തശ്ശി' വരെ ഉൾക്കൊള്ളുന്നതാണ് അർജന്റൈൻ ഫുട്ബോളിന്റെ ലോകവ്യാപിയായ ആരാധകക്കൂട്ടം.

ബോക്ക ജൂനിയേഴ്സും റിവർപ്ലേറ്റും തമ്മിലുള്ള വൈരത്തിന് സമാന്തരമായും സമാനമായ രാഷ്ട്രീയ ഉപാഖ്യാനമുണ്ട്. ഇരുപതാം നൂറ്റാണ്ടിന്റെ തുടക്കത്തിൽ ബ്വീനൊസ് ഐറിസിലെ തുറമുഖപ്രദേശത്ത് രൂപം കൊണ്ടവ എന്ന നിലയിലാണ് ഇരു ക്ലബ്ബുകളും തമ്മിലുള്ള മാത്സര്യത്തിന്റെ തുടക്കം. തുറമുഖ - റെയിൽവേ തൊഴിലാളികളും നഗര ഭൂരിപക്ഷമായ സാധാരണജനങ്ങളും തന്നെയായിരുന്നു ഇരു ക്ലബ്ബുകളുടേയും ആരാധകർ. 1924 ൽ റിവർപ്ലേറ്റ് അവരുടെ ആസ്ഥാനം കുറേക്കൂടി സമ്പന്നമായ ചുറ്റുപാടുകളുള്ള ന്യൂനസ് ജില്ലയിലേക്ക് മാറ്റിയതോടെ ലക്ഷപ്രഭുക്കളെന്ന അവരുടെ വിളിപ്പേര് ഉറപ്പിക്കപ്പെട്ടു. തൊഴിലാളി ഭൂരിപക്ഷ പ്രദേശത്തു തുടർന്ന ബോക്കാജൂനിയേഴ്സിന് ഇടതുപക്ഷ രാഷ്ട്രീയ മേൽവിലാസം ചാർത്തിക്കിട്ടുകയും ചെയ്തു. 1946 ൽ ഹ്വാൻ ഡൊമിൻഗോ പെറോൺ പ്രസിഡന്റ് സ്ഥാനത്തെത്തിയതോടെ ബോക്കയുടെ രാഷ്ട്രീയ ബന്ധം ഊട്ടിയുറപ്പിക്കപ്പെട്ടു. ബോക്ക-പെറോൺ ഊനാ കോറോഷോൺ (ബോക്കയ്ക്കും പെറോണിനും ഒരേ ഹൃദയം) എന്നായിരുന്നു ആരാധകരുടെ മുദ്രാവാക്യം. ബോക്കയ്ക്ക് സ്റ്റേഡിയ നിർമ്മാണത്തിനായി വൻതുക അനുവദിച്ചതിലെ രാഷ്ട്രീയ താല്പര്യങ്ങളെക്കുറിച്ച് *Angels with dirty faces* എന്ന പുസ്തകത്തിൽ ബ്രിട്ടീഷ് പത്രപ്രവർത്തകൻ ജോനതൻ വിൽസൻ വിശദീകരിക്കുന്നുണ്ട്.

ഇരുപതാം നൂറ്റാണ്ടിന്റെ തുടക്കത്തിൽ റിയോ ദ് ലാ പ്ലാത്തയിലെ

രണ്ടു പ്രബലശക്തികളെന്ന നിലയിൽ അർജന്റീനയും ഉറുഗ്വായുമായിരുന്നു ഫുട്ബോളിലെ സ്ഥിര വൈരികൾ. ആദ്യ മത്സരങ്ങളിൽ അർജന്റീനയ്ക്കായിരുന്നു ജയമെങ്കിലും, 1924 ലെ ഒളിമ്പിക് ഫുട്ബോൾ സ്വർണ്ണം ഉറുഗ്വായ് നേടിയതോടെ അവരുടെ സ്ഥാനം ഉയർന്നു. ഒളിമ്പിക്സിനു തൊട്ടു ശേഷം നടന്ന അർജന്റീന - ഉറുഗ്വായ് മത്സരങ്ങളിലൂടെയാണ് രാജ്യാന്തര ഫുട്ബോളിലേക്കും അക്രമം പടരുന്നത്. മോൻഡെവിദെയോയിൽ നടന്ന ആദ്യപാദമത്സരം സമനിലയിലായിരുന്നു. ബ്വീനൊസ് ഐറിസിലെ രണ്ടാം പാദമത്സരം ആദ്യപകുതി പൂർത്തിയാകും മുമ്പേ നിർത്തിവയ്ക്കേണ്ടി വന്നു. കാണികൾ കൂട്ടത്തോടെ മൈതാനത്തിറങ്ങി ഉറുഗ്വായ് കളിക്കാരെ നേരിടുകയായിരുന്നുവെന്ന് അന്നത്തെ പ്രമുഖ സ്പോർട്സ് പത്രമായ *എൽ ഗ്രാഫിക്കോ* റിപ്പോർട്ട് ചെയ്തിരുന്നു. രണ്ടു ദിവസത്തിനുശേഷം മൈതാനത്തിനും ഗ്യാലറിക്കും (ടെറസ്) ഇടയിൽ കമ്പിവേലി കെട്ടിത്തിരിച്ചാണ് മത്സരം വീണ്ടും തുടങ്ങിയത്. ഈ കളിയിലാണ് കോർണർ കിക്ക് നേരെ പോസ്റ്റിലെത്തിച്ച് ചെസാരിയോ ഒൻസാരി ഒളിമ്പിക് ഗോളിന് തുടക്കമിടുന്നത്. 1929 ൽ അർജന്റീന സന്ദർശിച്ച ചെൽസി ടീമിനും സമാനമായ അനുഭവമുണ്ടായി. അവരുടെ ക്യാപ്റ്റൻ ആൻഡ്ര്യൂ വിൽസന് മർദ്ദനത്തിൽ പരിക്കേറ്റു. ദേശീയ നാണക്കേടെന്നാണ് എല്ലാ പത്രങ്ങളും ഒരേ സ്വരത്തിൽ സംഭവത്തെ അപലപിച്ചത്. 1921 ൽ ആഫ്രിക്കൻ വംശജരായ കളിക്കാരുമായി എത്തിയ ബ്രസീലിയൻ ടീമിന് നേരിടേണ്ടിവന്ന വംശീയമായ ആക്ഷേപങ്ങളുടെ തുടർച്ചയായി വേണം വർദ്ധിച്ചുവന്ന ആൾക്കൂട്ട ആക്രമണങ്ങളെ കാണാൻ. ഇതേ കാലഘട്ടത്തിൽ തന്നെയാണ് മറ്റു നഗരങ്ങളിലുണ്ടായ ഫുട്ബോൾ അക്രമങ്ങളിൽ രണ്ടുപേർ വെടിയേറ്റു മരിക്കുന്നത്. സംഘടിതരായ ആരാധകക്കൂട്ടം അക്രമകാരികളാകുന്നതിന്റേയും നഗരങ്ങളിലെ കളിക്കളങ്ങളേയും സമീപപ്രദേശങ്ങളേയും കൈയടക്കുന്നതിന്റെയും സൂചനകളായിരുന്നു ഇത്.

THE FANS WHO MAKE FOOTBALL
Boca Juniors FC

അക്രമാസക്തരായ ഈ ആരാധകക്കൂട്ടത്തെ ആദ്യം ക്ലബ്ബുമുതലാളിമാരും പിന്നീട് രാഷ്ട്രീയ നേതാക്കളും ഉപയോഗപ്പെടുത്താൻ തുടങ്ങിയതോടെ ഫുട്ബോളുമായി ബന്ധപ്പെട്ട ശക്തമായ ഒരു അധോലോകം അർജന്റീനയിൽ വളർന്നു തുടങ്ങിയെന്ന് മിക്കവാറും എല്ലാ ചരിത്രഗവേഷകരും ഒരുപോലെ പറയുന്നു. രാജ്യത്തെങ്ങും ഇപ്പോൾ സജീവമായിട്ടുള്ള ബാർറബ്രാവ (Barra brava) എന്ന ഫുട്ബോൾ ആരാധ

കൂട്ടം ഇതിനുദാഹരണമാണ്. ഓരോ ക്ലബ്ബുകൾക്കും അവരവരുടെ ബാർറബ്രാവകളുണ്ട്. അതിനെല്ലാം തന്നെ നായകരും കൃത്യമായ അധികാര ശ്രേണിയുമുണ്ട്. ടിക്കറ്റുകളുടെ കരിഞ്ചന്തവില്പനയും സ്റ്റേഡിയത്തിലെ വാഹന പാർക്കിങ്ങുമെല്ലാം ഇവരുടെ നിയന്ത്രണത്തിലാവും. സ്റ്റേഡിയത്തിനകത്തു കയറിയാൽ പിന്നെ ഇരിപ്പിടവിതരണവും, കച്ചവടങ്ങളും മുതൽ അവിടെ നടക്കുന്ന ഓരോ ചലനവും നിയന്ത്രിക്കുന്നത് ഈ അധോലോക സംഘമാണ്. ഇംഗ്ലണ്ടിലെ ഹൂളിഗൻസിന്റേയും ബ്രസീലിലെ ടോർസീദാസിന്റേയുമെല്ലാം അർജന്റൈൻ പതിപ്പെന്ന് ബാർറബ്രാവയെ പറയാം. എന്നാൽ ബാർറബ്രാവയെ സംഘടിത കുറ്റവാളികളെന്ന് മുദ്രകുത്തുന്നതോടെ പരിഹരിക്കാവുന്ന പ്രശ്നമല്ല, അർജന്റീനയിലെ ഫുട്ബോൾ കാണികളുടെ അക്രമാസക്തിയെന്ന് ഗവേഷകനായ വില്യം ഹഡ്ൽസ്റ്റൻ പറയുന്നു (Kicking off: Violence, honour, identity and masculinity in Argentinian football chants).

അഹ്വാന്തെ എന്ന സ്പാനിഷ് പുരുഷ മൂല്യത്തിലധിഷ്ഠിതമാണ് അർജന്റീനയിലെ ഫുട്ബോൾ ആരാധന. ഏതു സാഹചര്യത്തേയും നേരിടാനുള്ള കഴിവ്, അല്ലെങ്കിൽ സ്വന്തം ടീമിനുവേണ്ടി എന്തും സഹിക്കാനുള്ള സന്നദ്ധത, ഒരർത്ഥത്തിൽ ചങ്കുറ്റമെന്ന് മലയാളത്തിൽ തർജ്ജമ ചെയ്യാവുന്ന ആ ഗുണമാണ് ഓരോ ആരാധകനിൽനിന്നും അർജന്റൈൻ ഫുട്ബോൾ ആവശ്യപ്പെടുന്നത്. ബോക്കയുടെ ബൊംബൊനാരോ സ്റ്റേഡിയത്തിൽ വന്ന് തങ്ങൾ റിവർപ്ലേറ്റുകാരാണെന്ന് മുദ്രാവാക്യം മുഴക്കുന്ന ആരാധകരുടെ സ്വാഭിമാനം അവരുടെ ചങ്കുറ്റമാണ് (Aguante). അവരുടെ പാട്ടുകളിലും മുദ്രാവാക്യങ്ങളിലുമെല്ലാം അതാണുള്ളത്. ഇരുപതുകൾ മുതലിങ്ങോട്ടുള്ള അർജന്റൈൻ ഫുട്ബോൾ ഉശിരുള്ള ചുണക്കുട്ടന്മാരുടെ ചങ്കുറ്റത്തിന്മേൽ പടുത്തുയർത്തിയതിനാലാവണം അഹ്വാന്തെയ്ക്ക് സ്ത്രൈണത തീർത്തും ഇല്ലാതായത്. കളിക്കാർക്കും കാണികൾക്കും ഒരുപോലെ വിഭാവനം ചെയ്യാനും പ്രതിനിധീകരിക്കാനും കഴിയുംവിധം പൗരുഷത്തെ ആദർശവല്ക്കരിക്കുന്ന അരങ്ങാണ് അർജന്റീനയിലെ ഫുട്ബോളെന്നാണ് എദ്വാർദോ ആർക്കെറ്റി സമർത്ഥിക്കുന്നത്. അക്രമാസക്തമായ പൗരുഷത്താലും ആഘോഷിക്കപ്പെടുന്ന ചങ്കുറ്റത്താലും നിയന്ത്രിക്കപ്പെടുന്ന സാമൂഹ്യ സാംസ്കാരിക അന്തരീക്ഷത്തിൽ അക്രമം സ്വീകാര്യമാവു ന്നത് സ്വാഭാവികം മാത്രം. ഫുട്ബോൾ മൈതാനത്തിനു ചുറ്റും രൂപപ്പെട്ട ഈ ചങ്കുറ്റവും പൗരുഷവും സമർത്ഥമായി ഉപയോഗപ്പെടുത്തിയാണ് പിന്നീട് ഹുവാൻ പെറോൺ അർജന്റൈൻ ദേശീയതയിലൂന്നിയ രാഷ്ട്രീയ കാഴ്ചപ്പാടുമായി രംഗത്തു വരുന്നത്.

ആദ്യം തൊട്ടേ കമ്യൂണിസ്റ്റ് വിരുദ്ധനായിരുന്നിട്ടും ഹുവാൻ പെറോണിനാണ് അർജന്റീനയുടെ ഇടതുപക്ഷ മേൽവിലാസത്തിന്റെ നേരവകാശമെന്നത് ആ രാജ്യത്തെ രാഷ്ട്രീയവിരോധാഭാസങ്ങളിലൊന്നു

മാത്രമാണ്. മുതലാളിത്ത വിരുദ്ധമായ നിലപാടുകളെല്ലാം ആത്യന്തികമായി ഇടതുപക്ഷമാണെന്ന് വിലയിരുത്തിയ മാധ്യമങ്ങളുടെ ഉദാരതയോ ഉദാസീനതയോ മുതൽ രാജ്യഭ്രഷ്ടനായ കാലത്ത് പെറോൺ കമ്യൂണിസ്റ്റുകളോടു കാണിച്ച അടവുപരമായ ആഭിമുഖ്യം വരെ ഇതിന് കാരണമായിട്ടുണ്ടാവണം. ഫുട്ബോളിന് അർജന്റൈൻ സമൂഹത്തിലുണ്ടാക്കാവുന്ന ചലനം കൃത്യമായി മനസ്സിലാക്കി അതിനെ രാഷ്ട്രീയമായി വഴിതിരിച്ചുവിടാനുള്ള വലിയ പദ്ധതികളുമായാണ് പെറോൺ അധികാരമേറ്റതുതന്നെ.

1943 ൽ പ്രസിഡന്റ് ആർത്യൂറോ റൗസനെ പുറത്താക്കി പട്ടാളം സർക്കാർ രൂപീകരിച്ചപ്പോൾ തൊഴിൽ മന്ത്രിയായിരുന്നു പെറോൺ. തൊഴിൽമന്ത്രാലയത്തിന്റെ ചുമതല വഹിച്ച ആ ചെറിയകാലയളവിൽ തൊഴിലാളികളുമായുണ്ടാക്കിയ ബന്ധമാണ് പെറോണിന്റെ രാഷ്ട്രീയ നിലപാടുകളെ വലിയതോതിൽ സ്വാധീനിച്ചത്. സംഘടനാസ്വാതന്ത്ര്യത്തിനും മിനിമംകൂലി അടക്കമുള്ള മറ്റ് അവകാശപ്പോരാട്ടങ്ങളിലും തൊഴിലാളികൾക്കൊപ്പം നിന്ന പെറോൺ അക്ഷരാർത്ഥത്തിൽ അർജന്റൈൻ തൊഴിലാളി വർഗ്ഗത്തിന്റെ വളർത്തുപുത്രനായി. വർഗ്ഗരാഷ്ട്രീയത്തിലേക്കുള്ള പെറോണിന്റെ ചുവടുവയ്പ് അർജന്റൈൻ കമ്യൂണിസ്റ്റുപാർട്ടിക്ക് അംഗീകരിക്കാവുന്നതല്ലായിരുന്നു.

1940 കളുടെ രണ്ടാം പകുതിയിൽ ഹുവാൻ പെറോണിന്റെ ഭാര്യ ഈവാ പെറോണും സാമൂഹ്യരാഷ്ട്രീയപ്രവർത്തനങ്ങളിൽ സജീവമായതോടെ രാജ്യത്തേറ്റവും ജനപ്രീതിയുള്ള കുടുംബമായി അവർ മാറിയിരുന്നു. സ്ത്രീകളുടെ വോട്ടവകാശത്തിനുവേണ്ടി നിലകൊണ്ട ഈവാ പെറോൺ രാജ്യത്തെ ആദ്യത്തെ വനിതാ രാഷ്ട്രീയ സംഘടനയും രൂപീകരിച്ചതോടെ പ്രസിഡന്റിനോളം തന്നെ ജനസ്വാധീനമുള്ള നേതാവായി വളർന്നു. തൊഴിൽ ആരോഗ്യ മന്ത്രാലയങ്ങളുടെ ചുമതല വഹിച്ച ഈവ പെറോൺ നല്ലൊരു ഭരണാധികാരിയാണെന്നും തെളിയിച്ചിരുന്നു. വൈസ്പ്രസിഡന്റ് സ്ഥാനത്തേക്ക് മത്സരിക്കാനിരിക്കെയാണ് 1952 ൽ അവർ ക്യാൻസറിന് കീഴടങ്ങുന്നത്. ആശയപരമായി മുതലാളിത്തവിരുദ്ധനായിരുന്നെങ്കിലും കമ്യൂണിസ്റ്റുകാരെ ബോധപൂർവ്വം എതിർവശത്ത് നിർത്തിയിരുന്ന ഹുവാൻ പെറോൺ കടുത്ത ദേശീയവാദിയും ഇറ്റാലിയൻ ഫാസിസത്തിന്റെ ആരാധകനുമായിരുന്നുവെന്ന് അദ്ദേഹത്തിന്റെ തന്നെ രചനകൾ സാക്ഷ്യപ്പെടുത്തുന്നുണ്ട്. രാജ്യത്തെങ്ങും സ്റ്റേഡിയങ്ങളും കായിക സമുച്ചയങ്ങളും പണികഴിപ്പിച്ച പെറോൺ താനാണ് അധികാരത്തിലേറുന്ന ആദ്യത്തെ കായികതാരമെന്നും അവകാശപ്പെട്ടിരുന്നു.

അതിവൈകാരിക ദേശീയതയെ രാഷ്ട്രീയമായി ഉപയോഗപ്പെടുത്താനുള്ള എളുപ്പവഴി ഫുട്ബോളാണെന്ന് പെറോൺ മനസ്സിലാക്കിയിരുന്നു. ജയിക്കാനാവില്ലെന്നതിനാലാണ് 1950 ലെ ലോകകപ്പിലും 52 ലെ ഒളിമ്പിക് ഫുട്ബോളിലും അർജന്റീന പങ്കെടുക്കാതിരുന്നതെ

ന്ന് നിരീക്ഷിക്കുന്ന ചരിത്രകാരന്മാർ ഏറെയുണ്ട്. തോല്ക്കുന്ന ടീമിനെക്കൊണ്ട് തനിക്ക് രാഷ്ട്രീയ ലാഭമുണ്ടാവില്ലെന്ന സൃഗാലബുദ്ധിയാണ് പെറോണിനെ ഈ രക്ഷാകർതൃഭാവത്തിലേക്ക് നയിച്ചതെന്നാണ് ജോനതൻ വിൽസന്റെ നിരീക്ഷണം (Angels with dirty face) വിദേശകാര്യനയം മാറ്റിയതുമൂലം നേരിടേണ്ടിവന്ന അമേരിക്കൻ ഉപരോധവും ആഭ്യന്തര രാഷ്ട്രീയ പ്രശ്നങ്ങളും കാരണം 1955 ൽ പെറോൺ അധികാരഭ്രഷ്ടനാക്കപ്പെട്ടെങ്കിലും ഫുട്ബോളി (Angels with dirty face) നുപയോഗിക്കാമെന്ന ആശയം പിന്നീടുവന്ന ജനാധിപത്യവിരുദ്ധ സർക്കാരുകളും പലവിധത്തിൽ പ്രാവർത്തികമാക്കി.

വിഖ്യാത അർജന്റൈൻ എഴുത്തുകാരൻ ഹോർഹെ ലൂയി ബോർഹസ്, അറിയപ്പെടുന്ന ഫുട്ബോൾവിരുദ്ധനായിരുന്നു. വിഡ്ഢിത്തം ജനകീയമായതുകൊണ്ടാണ് ഫുട്ബോളും ജനകീയമാകുന്നത് എന്ന അദ്ദേഹത്തിന്റെ അഭിപ്രായപ്രകടനം പ്രശസ്തമാണ്. ഫുട്ബോൾ ആരാധനയുമായി ബന്ധപ്പെട്ടുണ്ടാകുന്ന ആൾക്കൂട്ടത്തിന് കൈവരാവുന്ന തീവ്രദേശീയതാഭാവവും അതിന്റെ ഫാസിസ്റ്റ് പരിണാമവുമെല്ലാമാണ് ബോർഹസിനെ ഫുട്ബോൾവിരുദ്ധനാക്കുന്നതിൽ മുഖ്യ പങ്കുവഹിച്ചതെന്ന് അദ്ദേഹത്തെ വായിച്ചവരും വ്യാഖ്യാനിച്ചവരുമായ പലരും അഭിപ്രായപ്പെട്ടു കണ്ടിട്ടുണ്ട്. പ്രതിജ്ഞകളിന്മേൽമാത്രം നിലനില്ക്കുന്ന ഒന്നാണ് ദേശീയതയെന്നും പ്രതിഷേധങ്ങളേയും സംശയങ്ങളേയും തള്ളിക്കളയുന്ന ഏത് സംഹിതയും മതഭ്രാന്തിനു തുല്യമാണെന്നുമാണ് ബോർഹസ് വിശ്വസിച്ചിരുന്നത്. അതുകൊണ്ടുതന്നെ ജനങ്ങളുടെ താരാരാധനയെ അധീശഭരണകൂടങ്ങൾ തങ്ങൾക്കനുകൂലമാക്കി മാറ്റുന്നതിനെ കടുത്ത ആശങ്കയോടെയാണ് ബോർഹസ് കണ്ടിരുന്നതെന്ന് യാൾ സർവ്വകലാശാലയിലെ ഗവേഷകനായ ഷാജ് മാത്യു നിരീക്ഷിച്ചിട്ടുണ്ട്. 1967 ലാണ് ബോർഹസ് അദോൾഫോ ബ്യോയ് കസാരസുമായി ചേർന്ന് Esse est percipi എന്ന കഥ പ്രസിദ്ധീകരിക്കുന്നത്. ഉണ്മയെന്നത് ഒരു പ്രതീതി മാത്രമാണ് എന്നാണ് ആ സ്പാനിഷ് തലക്കെട്ടിന്റെ ഏകദേശ അർത്ഥം. അതിനകം വ്യവസ്ഥാപിതമായിത്തീർന്നിരുന്ന അർജന്റൈൻ ഫുട്ബോളിനോടും രാഷ്ട്രീയത്തോടുമുള്ള കണിശമായ വിമർശനമായാണ് ആ കഥ പില്ക്കാലത്ത് വായിക്കപ്പെട്ടിട്ടുള്ളത്.

ബ്വീനൊസ് ഐറിസിലെ വിഖ്യാതമായ എൽ മോന്യുമെന്റൽ സ്റ്റേഡിയം നിന്ന നില്പിൽ അപ്രത്യക്ഷമായിരിക്കുന്നു. അതിന്റെ കാരണം തേടി ചെറുപ്പകാല സുഹൃത്തും അബാസ്റ്റോ ജൂനിയേഴ്സ് സോക്കർക്ലബ്ബിന്റെ പ്രസിഡന്റുമായ തുലിയോ സവസ്റ്റാനോവിനെ കാണാൻ അദ്ദേഹത്തിന്റെ ഓഫീസിലെത്തിയിരിക്കുന്ന ഒരു ഫുട്ബോൾ ആരാധകനാണ് ആഖ്യാതാവ്. സ്റ്റേഡിയം മാത്രമല്ല രാജ്യത്ത് നിന്ന് ഫുട്ബോൾതന്നെ അപ്രത്യക്ഷമായിട്ട് മൂന്ന് പതിറ്റാണ്ടു കഴിഞ്ഞിരിക്കുന്നു എന്ന് ക്ലബ്ബ് പ്രസിഡന്റ് വെളിപ്പെടുത്തുന്നു. 1937 ജൂൺ 24നു ശേഷം

ഇവിടെ നടക്കുന്നതൊന്നും കളിയല്ല, വെറും നാടകം മാത്രമാണ്. റേഡിയോ ബൂത്തിലിരുന്ന് ഒരാൾ ശബ്ദംകൊണ്ട് കളിക്കുന്നതോ അല്ലെങ്കിൽ ടി വി ക്യാമറകൾക്കു മുന്നിൽ ജേഴ്സിയണിഞ്ഞ് ഏതാനും നടന്മാർ കളിക്കുന്നതോ ആയ വെറും നാടകങ്ങൾ.

ആൾക്കൂട്ടത്തെ മുന്നിൽക്കണ്ടുള്ള പ്രചാരണോപാധികളാണ് പുതിയ കാലത്തിന്റെ വാണിജ്യമുദ്രയെന്ന് പറയുന്നതിലൂടെ തന്റെ കാലത്തെ രാഷ്ട്രീയ മോഹഭംഗത്തെ വരച്ചിടുകയായിരുന്നു ബോർഹസെന്ന് പറയാം. ഈ കഥ പ്രസിദ്ധീകരിച്ച 1967 ലാണ് അർജന്റീന ഒരിക്കൽക്കൂടി പട്ടാള ഭരണത്തിൻകീഴിലാവുന്നതെന്നത് യാദൃച്ഛികമല്ല.

1978 ലെ ലോകകപ്പിന്റെ ആതിഥേയത്വം വഹിച്ച പട്ടാള ഭരണകൂടം ഫുട്ബോളിനെ പ്രചാരണായുധമാക്കാനുള്ള വലിയ പദ്ധതികളാണ് ആസൂത്രണം ചെയ്തിരുന്നത്. രാജ്യത്ത് നടന്നിരുന്ന കൂട്ടക്കൊലപാ തകങ്ങളും തട്ടിക്കൊണ്ടുപോകലുകളുമടക്കമുള്ള കടുത്ത മനുഷ്യാവകാശലംഘനങ്ങളെ ഫുട്ബോൾ ലോകകപ്പുകൊണ്ട് മറച്ചുപിടിക്കാനുള്ള ശ്രമമാണ് ജനറൽ ഹോർഹെ റാഫേൽ വിദേല നടത്തിയത്. ജനങ്ങളുടെ ഫുട്ബോൾ ആരാധനയെ എങ്ങനെ ഫലപ്രദമായി ഇതിനായി ഉപയോഗിക്കാമെന്ന് വിദേല ലോകത്തിന് കാണിച്ചുകൊടുത്തു.

ബ്വീനൊസ് ഐറിസിലെ എൽ മോന്യുമെന്റൽ സ്റ്റേഡിയത്തിൽ നിന്ന് പത്ത് മിനിറ്റ് നടപ്പുദൂരമാണ് നാവികസേനയുടെ മെക്കാനിക്കൽ സ്കൂൾ കെട്ടിടത്തിലേക്ക്. 1976 മുതൽ 83 വരെയുള്ള ഏഴുവർഷത്തോളം നീണ്ട 'അവിശുദ്ധയുദ്ധ'ത്തിന്റെ കാലത്ത് (സൈനിക നടപടിയെന്ന പേരിൽ തീവ്ര ഇടതുപക്ഷ പോരാളികൾക്കെതിരെ നടത്തിയിരുന്ന ബലാത്സംഗമുൾപ്പെടെയുള്ള കൊടിയപീഡനങ്ങളെ പട്ടാള ഭരണം വിളിച്ചിരുന്ന പേര് -ഗേർറ സൂസിയ) അയ്യായിരത്തോളം വരുന്ന രാഷ്ട്രീയ തടവുകാരെ പാർപ്പിച്ച് പീഡിപ്പിച്ചിരുന്നത് ഈ കെട്ടിടത്തിലാണ്. ഇവരിൽ നൂറ്റമ്പതോളം പേർ മാത്രമാണ് ജീവനോടെ അവശേഷിച്ചതെന്ന് ജോനതൻ വിൽസൻ സാക്ഷ്യപ്പെടുത്തുന്നു. ലോകകപ്പ് മത്സരങ്ങൾക്കായി ആർത്തുവിളിക്കുന്ന കാണികളുടെ ശബ്ദത്തിൽ തടവുകാരുടെ ദീനരോദനം മുങ്ങിപ്പോകുന്നതായി നിരവധി സിനിമകളിലും മറ്റും ചിത്രീകരിക്കപ്പെട്ടിട്ടുണ്ട്. ഫൈനലിന്റെ റേഡിയോ ദൃക്സാക്ഷിവിവരണം കേൾക്കാൻ തടവുകാരെ അനുവദിച്ചിരുന്നുവെന്ന് എദ്വാർദോ പി ആർക്കെറ്റി രേഖപ്പെടുത്തിയിട്ടുണ്ട്. വിമതശബ്ദങ്ങളെ അവരുടെ തന്നെ ഫുട്ബോൾ ആവേശംകൊണ്ട് ശ്വാസം മുട്ടിച്ചില്ലാതാ ക്കാനുള്ള ശ്രമം. "നമ്മൾ ജയിച്ചു നമ്മൾ ജയിച്ചു"വെന്ന തടവുകാരുടെ ആഹ്ലാദപ്രകടനത്തിനൊപ്പം പട്ടാളക്കാരും ചേർന്നു.

നാവികസേനാ കെട്ടിടത്തിൽ തടവിലായിരുന്ന ഒരു യുവതിയുടെ അനുഭവം ആർക്കെറ്റിയുടെ തന്റെ പഠനങ്ങളിൽ പരാമർശിക്കുന്നുണ്ട്.

ലോകകപ്പ് ഫൈനൽ കഴിഞ്ഞയുടനെ കടുവ എന്നറിയപ്പെട്ടിരുന്ന ഹോർഹെ അക്കോസ്റ്റ എന്ന പട്ടാള ഉദ്യോഗസ്ഥൻ അവരിൽ ചിലരെ കാറിൽ കയറ്റി പുറത്തേക്ക് കൊണ്ടുപോയി. അർജന്റീനയുടെ വിജയത്തിൽ ആവേശഭരിതരായ ജനം തെരുവിൽ ആഹ്ലാദപ്രകടനം നടത്തുന്നുണ്ടായിരുന്നു. കാണാതായെന്ന് ലോകം കരുതുന്ന തങ്ങൾ ഇവിടെ തൊട്ടടുത്ത് തടവിലാണെന്ന് ഒരു യുവതി കാറിൽ നിന്ന് തല പുറത്തിട്ട് ഉറക്കെ വിളിച്ച് പറയാൻ തുടങ്ങി. പക്ഷേ, ഫുട്ബോൾ ആരാധികയായ ഒരു സ്ത്രീ ഉന്മാദത്താൽ അലറിവിളിക്കുന്നതായി മാത്രമേ പുറത്തുള്ളവർക്ക് തോന്നിയുള്ളൂ. ഉടൻ തന്നെ അത് വൃഥാവിലാണെന്ന് മനസ്സിലാക്കിയിട്ടെന്നവണ്ണം അവർ നിശ്ശബ്ദയാവുകയും ചെയ്തു. അപ്പോൾ അക്കോസ്റ്റ അവരോട് പറയുന്നുണ്ടായിരുന്നു, നിങ്ങളുടെ രാഷ്ട്രീയമൊന്നും ഇനി ജനം കേൾക്കാൻ പോവുന്നില്ല, കണ്ടോ, അവർക്കുവേണ്ടത് ഫുട്ബോളും അതിൽ അർജന്റീനയുടെ വിജയവുമാണ്. (Angels with dirty faces).

ലോകകപ്പ് വിജയത്തിനായി വിദേല ഭരണകൂടം പെറുവിയൻ സർക്കാരുമായി ഒത്തുകളി നടത്തിയെന്നും കളിക്കാർക്കു നേരെ സമ്മർദ്ദതന്ത്രങ്ങൾ പയറ്റിയെന്നും പില്ക്കാലത്ത് ആരോപണമുയർന്നത് ഇതിനോട് ചേർത്തു കാണണം. പ്രശ്നഭരിതമായ രാജ്യങ്ങളിൽ ആഹ്ലാദം ഉല്പാദിപ്പിക്കാനുള്ള ലഘുസമവാക്യം കായികവിനോദങ്ങളാണെന്ന് ഒരു സ്വേച്ഛാധിപതിയേയും പഠിപ്പിക്കേണ്ടതില്ല.

സ്വാതന്ത്ര്യവാദികളേയും ഇടതുപക്ഷമിതവാദികളേയും കൂടി തൃപ്തിപ്പെടുത്താനുള്ള കുറുക്കുവഴിയായും വിദേല ഭരണകൂടം ഫുട്ബോളിനെ ഉപയോഗിക്കാൻ ശ്രമിച്ചിരുന്നുവെന്ന് കരുതാൻ ന്യായമുണ്ട്. കമ്യൂണിസ്റ്റ് പാർട്ടിയുടെ പ്രഖ്യാപിത അനുഭാവിയായിരുന്ന സെസാർ ലൂയി മെനോട്ടിയെ മാനേജരായി നിയമിച്ചത് ഇതിന്റെ ഭാഗമായിരുന്നുവെന്ന് കാണാവുന്നതാണ്. തന്റെ നിലപാടുകളുമായി ഒരുതരത്തിലും യോജിച്ച് പോകാത്ത ഭരണകൂടത്തിനുവേണ്ടി ടീമിനെ ഒരുക്കേണ്ടി വന്നത് സീസർ മെനോറ്റിയെ അസ്വസ്ഥനാക്കിയിരുന്നുവെന്ന് ജോനതൻ വിൽസൻ പറയുന്നുണ്ട്. "അർജന്റൈൻ ഫുട്ബോളിന്റെ ഗതകാല പ്രൗഢിക്കുള്ള പ്രണാമമായിരുന്നു ഞങ്ങളുടെ ടീമിന്റെ നേട്ടം" എന്നാണ് ലോകകപ്പ് വിജയത്തെക്കുറിച്ച് *മെനോറ്റി* തന്റെ ആത്മകഥയായ *ഫുട്ബോൾ സിൻ ത്രാംപയിൽ* (Football without tricks) പറയുന്നത്. പട്ടാളഭരണകൂടത്തിനെതിരെ പരസ്യ നിലപാടെടുക്കാൻ മെനോറ്റിയെ പോലൊരാൾക്ക് എളുപ്പവുമല്ലായിരുന്നു.

1986 ലെ ലോകകപ്പ് വിജയത്തോടെയാണ് അർജന്റീന എന്ന ടീമിന് തെക്കനമേരിക്കയ്ക്കും യൂറോപ്പിനും പുറത്ത് ആരാധകരുണ്ടാവുന്നത്. പത്തൊമ്പതാം നൂറ്റാണ്ടു മുതൽ തന്നെ തെക്കനമേരിക്കൻ ടീമുകൾ യൂറോപ്പിലെ ഫുട്ബോൾ മൈതാനങ്ങൾക്ക് പരിചിതമാണ്. ഇറ്റലിയിൽനിന്നും സ്പെയിനിൽനിന്നും കുടിയേറിയവരുടെ രാജ്യമെന്ന

നിലയിൽ അർജന്റീനയ്ക്ക് ആ മേഖലയിൽ അല്പം കൂടി സ്വീകാര്യതയും ലഭിച്ചിരുന്നു. എന്നാൽ എണ്ണം പറഞ്ഞ അരാജകവാദിയുടേയും അതി കാല്പനികനായ വിപ്ലവകാരിയുടേയും രൂപത്തിൽ കളിക്കളത്തിനക ത്തും പുറത്തുമുള്ള ദ്യേഗോ മറഡോണയുടെ അവതാരത്തോടെ 1986 ന് ശേഷം അർജന്റീന ഫുട്ബോളിലെ ലോക ശക്തിയായിത്തീർന്നു.

മാർക്സിയൻ വിപ്ലവകാരിയെന്ന നിലയിലും ഒളിപ്പോരാളിയെന്ന നിലയിലും ഇടതുപക്ഷ ലോകക്രമത്തിൽ ഏണസ്റ്റോ ചെ ഗുവാരയ്ക്കുണ്ടാ യിരുന്ന കാല്പനിക പരിവേഷവും ജനപ്രീതിയുമാണ് മറ്റൊന്ന്. ഇംഗ്ല ണ്ടിനേയും ജർമ്മനിയേയും തോല്പിച്ച് അർജന്റീന ലോകകപ്പ് നേടിയ തോടെ ഈ രണ്ട് നായകന്മാരുടേയും ജനപ്രീതി അർജന്റീനയുടെ ഫുട്ബോൾ ടീമിനുമേൽ കേന്ദ്രീകരിച്ചു. അതുവരെ അർജന്റൈൻ പൊതുബോധം അവരുടെ രാഷ്ട്രീയഭാവനയ്ക്ക് പുറത്തു നിർത്തിയിരുന്ന ഇടതുപക്ഷ തീവ്രവാദിയായിരുന്ന ചെ ഗുവാരയെ കൈയിൽ പച്ചകു ത്തുക വഴി തന്നിലേക്ക് സ്വാംശീകരിക്കുകയായിരുന്നു മറഡോണ. തന്റെ ആത്മകഥയായ *എൽ ദ്യേഗോ*യിൽ മറഡോണ ഇങ്ങനെ പറ യുന്നു.

> തീർച്ചയായും എനിക്ക് ചെ ഗുവാരയെ കാണണമെന്നുണ്ടായി രുന്നു. പ്രിയപ്പെട്ട ഏണസ്റ്റോ ചെ ഗുവാര ലാ സെർനോ നിങ്ങൾക്ക് നിങ്ങളുടെ മുഴുവൻ പേരും തിരിച്ചു നല്കാൻ. ഞാന ദ്ദേഹത്തെ കൈയിലണിഞ്ഞിട്ടുണ്ട്, ഒരു കലാസൃഷ്ടിയായിട്ട്. പക്ഷേ, സത്യത്തിൽ അദ്ദേഹം എന്റെ നെഞ്ചിലാണുള്ളത്. ഇവിടെ ഇറ്റലിയിൽ വച്ചാണ് ഞാനദ്ദേഹത്തെ ഇഷ്ടപ്പെടാൻ തുടങ്ങിയത്. അത് അർജന്റീനയിൽ വച്ചല്ല എന്നത് ശ്രദ്ധേയ മാണ്. കാരണം അവിടെയായിരുന്നപ്പോൾ ചെയെക്കുറിച്ച് നാട്ടുകാർ പറയും പോലെത്തന്നെയാണ് ഞാനും മനസ്സിലാ ക്കിയിരുന്നത്. ഭീകരൻ, കൊള്ളരുതാത്തവൻ, കൊലപാ തകി, സ്കൂളുകളിൽ ബോംബു വയ്ക്കുന്ന കലാപകാരി - അതായി രുന്നു ഞങ്ങളെ പഠിപ്പിച്ച ചരിത്രം. എന്നാൽ ലോകത്തിന്റെ സമരഭൂമിയായ, തൊഴിലാളി വർഗ്ഗത്തിന്റെ നട്ടനായകത്വം വഹിക്കുന്ന ഇറ്റലിയിൽ വന്നപ്പോഴാണ് ഞാനയാളെ തിരിച്ച റിഞ്ഞത്. ഇവിടത്തെ ഓരോ കൂടിച്ചേരലുകളിലും ജനം അയാളെ നെഞ്ചിലേറ്റുന്നു. എല്ലായിടവും ചെങ്കൊടികളിൽ കറുത്ത നിറത്തിലുള്ള അയാളുടെ രൂപം. ഞാനയാളെക്കുറിച്ച് വായിക്കാൻ തുടങ്ങി. വായിക്കുംതോറും ഞാൻ എന്നോടുതന്നെ ചോദിക്കാൻ തുടങ്ങി. എന്തുകൊണ്ടാണ് ഈ മനുഷ്യനെപ്പറ്റി യുള്ള സത്യം അർജന്റീന മൂടി വയ്ക്കുന്നത്? എന്തുകൊണ്ടാണ് അയാളുടെ സ്മരണകളെ നമ്മൾ വീണ്ടെടുക്കാത്തത്? എനി ക്കതിനൊന്നും ഉത്തരം കിട്ടിയില്ല. ഞാൻ എന്റെ നിലയിൽ അതിനുള്ള ശ്രമം തുടങ്ങി. അതാണ് ഈ പച്ചകുത്തിയിരിക്കു

ന്നത്. ഇനി അയാൾ എന്നും എന്നോടൊപ്പമുണ്ടാവും. ഇതുവരെ പഠിക്കാത്ത അർജന്റീനയുടെ ചരിത്രവും. അടുത്ത തലമുറയെയെങ്കിലും ആ ചരിത്രം പഠിപ്പിക്കണമെന്നാണ് എന്റെ ആഗ്രഹം. പക്ഷേ, ചെ ഗുവാരാ എന്നു കേൾക്കുന്നത് തന്നെ തെറിയായി കരുതാത്ത കാലം വന്നാൽ പോലും ഞാൻ സന്തുഷ്ടനാണ്. (El Diego).

1987 കാലത്ത് ഇറ്റലിയിലെ നപ്പോളിയിൽ വച്ചാണ് മറഡോണ ചെ യെ കൈയിലണിയുന്നത്. ബാഴ്സലോണയിൽനിന്ന് പിരിഞ്ഞ് ഇറ്റലിയിലെ പിന്നോക്ക പ്രദേശമായ നപ്പോളിയിലെത്തി അവിടത്തെ ഫുട്ബോൾ ക്ലബ്ബിനെ ലീഗ് ചാമ്പ്യൻമാരാക്കുന്നതിൽ മുഖ്യ പങ്കുവഹിച്ച ദ്യേഗോ നപ്പോളിക്കാരുടെ സാന്താ മറഡോണയാകുന്ന കാലം. മയക്കുമരുന്നുപയോഗവും മാഫിയാ ബന്ധവുമടക്കമുള്ള ആരോപണങ്ങളുടെ കരിശിലേറുമ്പോഴും നപ്പോളിയിലെ ജനങ്ങൾ അതും സാധാരണക്കാർ മറഡോണയ്ക്കൊപ്പമായിരുന്നുവെന്നത് അയാൾ കാഴ്ചവച്ചിരുന്ന കളിക്കും ജീവിതത്തിനും അടിസ്ഥാന വർഗ്ഗത്തിനിടയിൽ ലഭിച്ച സ്വീകാര്യതയുടെ അടയാളമായി അദ്ദേഹത്തിന്റെ ജീവചരിത്രകാരന്മാർ പലരും ചൂണ്ടിക്കാട്ടിയിട്ടുണ്ട്. മറഡോണ തന്റെ ശരീരത്തിലൂടെ തിരിച്ചെടുക്കുംവരെ ഏണസ്റ്റോ ചെ ഗുവാര അർജന്റീനയിൽ ജനങ്ങൾക്ക് അനഭിമതനായ ഒരു രാഷ്ട്രീയ വ്യക്തിത്വമായിരുന്നു. ഒരു തരത്തിലും ഐക്യപ്പെടാനാവാത്ത തീവ്രവാദികളുടെ ഗണത്തിലാണ് അർജന്റൈൻ ഭരണകൂടവും മദ്ധ്യവർഗ്ഗവും ചെ ഗുവാരയെ ഉൾപ്പെടുത്തിയിരുന്നത്. ലോകമെങ്ങുമുള്ള ഇടതുപക്ഷ വിശ്വാസികളും ചെ ഗുവാരയെ ക്യൂബൻ വിപ്ലവവുമായും ബോളീവിയൻ ഒളിപ്പോരുമായും ബന്ധപ്പെടുത്തിയാണ് മനസ്സിലാക്കിയിരുന്നത്.

ചെ ഗുവാരയും അർജന്റൈൻ ഫുട്ബോളും തമ്മിലുള്ള ബന്ധവും പില്ക്കാലത്ത് തർക്കവിഷയമാണ്. റൊസാരിയോ സെൻട്രലിന്റെ ആരാധകനായിരുന്നു ചെ എന്ന അവരുടെ അവകാശവാദം നേരത്തെ പരിശോധിച്ചതാണ്. ഫുട്ബോളിനേക്കാൾ റഗ്ബിയാണ് ചെ കളിച്ചിട്ടുള്ളതെന്ന് സഖാവും ജീവചരിത്രകാരനുമായ യൂഗോ ഗാംബീനി വ്യക്തമാക്കുന്നുണ്ട് (El Che Guevara- La Biografia, as quoted by Jimmy Burns). അൽബെർതോ ഗ്രനാദോയുമൊത്തുള്ള മോട്ടോർ സൈക്കിൾ പര്യടനത്തിനിടെ കൊളംബിയയിലെത്തിയ ചെ ഗുവാരയ്ക്ക് അന്നത്തെ അർജന്റൈൻ സൂപ്പർതാരമായ ആൽഫ്രെദോ ദി എസ്തഫാനോ ഒരു ഫുട്ബോൾ മത്സരത്തിന്റെ ടിക്കറ്റെടുത്തു കൊടുത്തതായി ഗാംബീനോ ജീവചരിത്രത്തിൽ പരാമർശിക്കുന്നുണ്ട്. തന്റെ നാട്ടിൽനിന്നും കഷ്ടപ്പെട്ട് വണ്ടിയോടിച്ച് വന്ന് രണ്ടു യുവ ആരാധകർക്ക് നല്കുന്ന സമ്മാനമെന്ന നിലയിലായിരുന്നു അതെന്നാണ് എദ്വാർദോ ഗലെയാനോ വിലയിരുത്തുന്നത്. അക്കാലത്ത് ഏണസ്റ്റോ ഗുവാര ഡി ലാസെർന ജീവിതാനുഭവം തേടിയിറങ്ങിയ മെഡിക്കൽ വിദ്യാർത്ഥി

യായ ഒരു സാഹസിക കാമുകൻ മാത്രമായിരുന്നു താനും.

ഇടതുപക്ഷക്കാരെന്ന നിലയിൽ പെറോണിസ്റ്റ് വിരുദ്ധരായിരുന്നു ഗുവാരാ കുടുംബം എന്നതൊഴിച്ചാൽ പ്രസിഡന്റ് ഹ്വാൻ പെറോണും ചെ ഗുവാരയും തമ്മിലും എടുത്തു പറയത്തക്കതായ ബന്ധമൊന്നും കാണാനാവില്ല. പെറോണിന്റെ ഭരണകാലത്താണ് ചെ മോട്ടോർ സൈക്കിൾ സഞ്ചാരത്തിനിറങ്ങുന്നത്.(The motor cycle diaries) ചെ ഗുവാര മെക്സിക്കോയിൽ കാസ്ട്രോക്കൊപ്പം ക്യൂബൻ മുന്നേറ്റത്തിന് കോപ്പുകൂട്ടുന്ന കാലത്താണ് പെറോൺ രാജ്യഭ്രഷ്ടനാകുന്നത്. പിന്നീട് അറുപതുകളിൽ ക്യൂബൻ സർക്കാരിന്റെ ഭാഗമായിരുന്ന കാലത്ത് ചെ ഗുവാര സ്പെയിനിൽ പെറോണുമായി രഹസ്യ കൂടിക്കാഴ്ച നടത്തിയതായി അർജന്റൈൻ എഴുത്തുകാരനും പെറോണിസ്റ്റ് നേതാവുമായ പാച്ചോ(മാരിയോ) ഒഡോണലിന്റെ ലേഖനങ്ങളിൽ പറയുന്നുണ്ടെങ്കിലും അതിന്റെ ആധികാരികത ചോദ്യം ചെയ്യപ്പെട്ടിട്ടുമുണ്ട്. പെറോണിന്റെ ജീവചരിത്രകാരനായ എൻ റീക് പാവ്യോൺ പെരേരയെ ഉദ്ധരിച്ചുള്ള ഒഡോണലിന്റെ അവകാശവാദങ്ങളെ പെറോണിസ്റ്റുകൾക്കു വേണ്ടിയുള്ള പ്രചാരവേലയായി തള്ളിക്കളയുകയാണ് ഇടതുപക്ഷ ചരിത്രകാരന്മാരിലേറെയും. ചെ ഗുവാരയ്ക്ക് പെറോണിനോടുണ്ടായിരുന്നത് എന്ത് നിലപാടാണെന്ന് രേഖപ്പെടുത്തപ്പെട്ടിട്ടുമില്ല. പെറോണിന്റെ രാഷ്ട്രീയം ചെ അംഗീകരിച്ചിരുന്നില്ല, എന്നാൽ അതിനു ശേഷം അധികാരം പിടിച്ചവരെ (പട്ടാളഭരണത്തെ) അദ്ദേഹം അതിലുമേറെ എതിർത്തിരുന്നു എന്ന ചെയുടെ സുഹൃത്തും അഭിഭാഷകനുമായിരുന്ന റോഹോ റിക്കോർദോയുടെ പരാമർശം മാത്രമാണ് ഈ വിഷയത്തിൽ ലഭ്യമായ ഏക സൂചന.

ചെ ഗുവാരയും ഹ്വാൻ പെറോണുമായുള്ള കൊടുക്കൽവാങ്ങലുകൾ ചരിത്രപരമായി ചോദ്യം ചെയ്യപ്പെട്ടിട്ടുണ്ടെങ്കിലും ജനകീയ സംസ്കൃതിയുടെ ഭാഗമായി അവ ചർച്ചയ്ക്കു വന്നിട്ടുണ്ട്. ഈവാ പെറോണിന്റെ ജീവിതത്തെ അധികരിച്ച് ആൻഡ്രൂ വെബ്ബറും, ടിം റൈസും അവതരിപ്പിച്ച ഈവിത എന്ന സംഗീതശില്പത്തിൽ (Original Production at the Prince Edward Theatre,West End, London 1978) ഈവ പെറോണിനും പെറോണിസ്റ്റ് ഭരണത്തിനുമെതിരായ അർജന്റൈൻ ജനതയുടെ പ്രതിഷേധത്തിന്റേയും വിമർശത്തിന്റേയും പ്രതീകമായത് ചെ എന്ന കഥാപാത്രമാണ്. ചെയും ഈവയും തമ്മിൽ നടക്കുന്ന ചരിത്രപരമായി നിലനില്പില്ലാത്ത സാങ്കല്പിക സംഭാഷണത്തിലാണ് ഈ വിമർശനം മുഴുവൻ ഉൾക്കൊള്ളിച്ചിരിക്കുന്നത്. അർജന്റൈൻ തൊഴിലാളി വർഗ്ഗത്തിന്റെ പ്രതിനിധികളെന്നവകാശപ്പെട്ട പെറോണിസത്തോടുള്ള യഥാർത്ഥ അടിസ്ഥാന വർഗ്ഗത്തിന്റെ ചോദ്യങ്ങളായി ചെ എന്ന കഥാപാത്രം വായിക്കപ്പെട്ടു.

EVITA- CHE- MARADONA
Tango - Francais

ചെ ഗുവാരയുടെ രക്തസാക്ഷിത്വത്തെ തുടർന്ന് പെറോൺ എഴുതിയതായി കരുതുന്ന കത്തിന്റെ (24 ഒക്ടോബർ, 1967) ആധികാരികതയേയും വിശ്വാസ്യതയേയുംകുറിച്ചും സംശയങ്ങൾ ഉയർന്നിരുന്നു. ചെ ഗുവാരയെ കമാൻഡറായി വിശേഷിപ്പിക്കുന്ന പെറോൺ കത്തിൽ അർജന്റൈൻ കമ്യൂണിസ്റ്റുകളെ നിശിതമായി വിമർശിക്കുന്നുമുണ്ട്. രാജ്യത്തേക്കു തിരിച്ച് വരാനായി പെറോൺ ഇടതുപക്ഷ ഗറില്ലകളുടെ വരെ സഹായം തേടിയിരുന്ന കാലത്താണ് ചെ ഗുവാര രക്തസാക്ഷിത്വം വരിക്കുന്നതെന്നതും ഇതിനൊപ്പം വായിക്കണം. എഴുപതുകളിൽ അർജന്റീനയിൽ തിരിച്ചെത്തിയ പെറോൺ അധികാരമേറി അധികം വൈകാതെ ഇടതുപോരാളികളെ തള്ളിപ്പറഞ്ഞതാണ് ചരിത്രം. എഴുപതുകളുടെ രണ്ടാം പാദത്തിൽ ഇസബെൽ പെറോണിനെ അട്ടിമറിച്ച് അധികാരം പിടിച്ച പട്ടാള ഭരണകൂടമാണ് പിന്നീട് ഇടതുപക്ഷക്കാരെ പിന്തുടർന്ന് വേട്ടയാടിയത്.

ഈ ചരിത്രകാലഘട്ടത്തിനുശേഷം ജനാധിപത്യം പുനഃസ്ഥാപിക്കപ്പെട്ട ഉടനെയാണ് അർജന്റീനയുടെ ലോകകപ്പ് നേട്ടവും മറഡോണ എന്ന താരോദയവും ഉണ്ടാവുന്നത്. മാൽവിനാസ് ദ്വീപസമൂഹത്തിനായി ഇംഗ്ലണ്ടുമായി നടത്തിയ യുദ്ധം (War of Falklands -1982) സൃഷ്ടിച്ച ദേശീയവികാരം അതിന്റെ മൂർദ്ധന്യത്തിൽ നിന്നിരുന്ന അക്കാലത്ത് ഫുട്ബോൾ വീണ്ടും രാജ്യത്തെ മുഖ്യരാഷ്ട്രീയാഖ്യാനത്തിന്റെ ഭാഗമായി. പെറോണിസ്റ്റുകളിലെ ഇടതുപക്ഷ ചേരി ഈ സാഹചര്യത്തെ ബുദ്ധിപൂർവ്വം ഉപയോഗപ്പെടുത്തിയതായി കാണാം.

ഒത്തുകളി ആരോപണത്താൽ കളങ്കിതമായ 1978 ലെ വിജയത്തേക്കാൾ തിളക്കമുള്ളതായി മറഡോണയുടേയും കൂട്ടരുടേയും നേട്ടം. ഫാക് ലാൻഡ് യുദ്ധത്തിന്റെ പശ്ചാത്തലത്തിൽ മറഡോണയുടെ ദൈവത്തിന്റെ കൈയിന് വീരപരിവേഷം ലഭിക്കുകയും ചെയ്തു. ഈ രാഷ്ട്രീയ അന്തരീക്ഷത്തിന്റെ തുടർച്ചയെന്നവണ്ണമാണ് മറഡോണ ലാറ്റിനമേരിക്കയിലെ ഇടതുപക്ഷ നേതാക്കളുമായി സൗഹൃദത്തിലാവുന്നത്. ചെ ഗുവാരയെ കൈയിൽ പച്ചകുത്തിയ മറഡോണ ഫിദൽ കാസ്ട്രോയെ ഹവാനയിൽ സന്ദർശിച്ചു. ബൊളീവിയയിലേയും വെനിസ്വേലയിലേയും ഇടതുപക്ഷ പാർട്ടികൾ മറഡോണയ്ക്കുവേണ്ടി സ്വീകരണങ്ങളൊരുക്കി. ലത്തീനമേരിക്കയിൽ രൂപംകൊണ്ടു വരികയായിരുന്നനവ ഇടതുപക്ഷബദലുകളുടെ ജനപ്രിയസാംസ്കാരികബിംബമായി ദ്യേഗോ അർമാൻഡോ മറഡോണ മാറിയത് വളരെ പെട്ടെന്നാണ്.

1986 ലെ ലോകകപ്പോടെത്തന്നെയാണ് അർജന്റൈൻ ഫുട്ബോൾ

ടീമിന് ഇന്ത്യയടക്കം പല ഏഷ്യൻ രാജ്യങ്ങളിലും ആരാധകരുണ്ടാവുന്നത്. ഇന്ത്യയിലെ അർജന്റീനയുടെ ആരാധകരിലേറെയും ബംഗാളിലും കേരളത്തിലുമാണെന്നതും യാദൃച്ഛികമാകാനിടയില്ല. ഇടതുപക്ഷ വിപ്ലവ കാല്പനികതയുടെ പ്രതീകമായി ചെ ഗുവാര ഇന്ത്യൻ കമ്യൂണിസ്റ്റ പാർട്ടികളിലെ അടിസ്ഥാന ഘടകങ്ങളിലേക്കുവരെ എത്തുന്നത് ഏതാണ്ട് ഈ കാലഘട്ടത്തിലാണ്. അതുവരെ മാർക്സിസ്റ്റ് സൈദ്ധാന്തികരുടെ ലേഖനങ്ങളിലും മാർക്സിസ്റ്റ്-ലെനിനിസ്റ്റ് പ്രസിദ്ധീകരണങ്ങളിലും മാത്രം ഇടം നേടിയിരുന്ന ചെ ഗുവാരയുടെ ഡയറികളും ലേഖനങ്ങളും മലയാളമടക്കമുള്ള ഇന്ത്യൻ ഭാഷകളിലേക്ക് വിവർത്തനം ചെയ്യപ്പെട്ടു. എഴുപതുകളോടെ തന്നെ ചില സമാന്തര ഇടതുപക്ഷ പ്രസിദ്ധീകരണശാലകൾ ബൊളീവിയൻ ഡയറി ബാംഗ്ല യിലും മലയാളത്തിലും പരിഭാഷപ്പെടുത്തി പ്രസിദ്ധീകരിച്ചിരുന്നുവെങ്കിലും അവ മുഖ്യധാരാ പ്രസിദ്ധീകരണ ശാലകൾ ഏറ്റെടുക്കുന്നത് എൺപതുകളുടെ രണ്ടാം പകുതിയിലാണ്.

കേരളം ഇ കെ നായനാരും പശ്ചിമബംഗാൾ ജ്യോതിബസുവും ഭരിച്ചിരുന്ന ഈ കാലത്താണ് ഇന്ത്യയിൽ ഡി വൈ എഫ് ഐയ്ക്ക് ഏറ്റവുമധികം വളർച്ചയുണ്ടാവുന്നത്. രാജ്യാന്തര ഇടതുപക്ഷ വിദ്യാർത്ഥി-യുവജനക്കൂട്ടായ്മകൾ സജീവമായിരുന്ന ഈ കാലയളവിൽ വിയത്നാം, ക്യൂബ, ബൊളീവിയ തുടങ്ങിയ രാജ്യങ്ങളുടെ വിപ്ലവാവേശങ്ങളായി ഹോചി മിനും കാസ്ട്രോയും ചെ ഗുവാരയും ഇടതുപക്ഷയുവജനങ്ങളുടെ മുദ്രാവാക്യങ്ങളിൽ നിറഞ്ഞുനിന്നു. ആൽബർതോ കോർദയുടെ വിഖ്യാതമായ ഗറിയ്യേറോ ഹിറോയികോ (നായകനായ ഒളിപ്പോരാളി) ഫോട്ടോഗ്രാഫിന്റെ കോപ്പികൾ യുവജന സംഘടനാസമ്മേളനങ്ങളിൽ പുനഃസൃഷ്ടിക്കപ്പെട്ടു തുടങ്ങി.

ഇന്ത്യയിൽ ടെലിവിഷന്റെ ചരിത്രത്തിന് സമാന്തരമായാണ് അർജന്റെൻ ഫുട്ബോൾ ടീമിന്റെ ജനപ്രീതിയും വളരുന്നതെന്ന് കാണാം. അർജന്റീന ഒരു ലോകചാമ്പ്യൻഷിപ്പ് ജയിക്കുന്നത് കളർ ടെലിവിഷനിൽ കണ്ടിട്ടില്ലാത്തവരാണ് അവരുടെ ഇന്ത്യൻ ആരാധകരിലേറെയും എന്ന പരിഹാസത്തിന് ചരിത്ര പ്രസക്തിയുണ്ട്. 1984 മുതലുള്ള ടെലിവിഷന്റെ പ്രചാരവും തൊണ്ണൂറുകളുടെ തുടക്കം മുതൽ സ്വീകരിക്കപ്പെട്ട ആഗോളവല്ക്കരണനയങ്ങളും ലോക രാജ്യങ്ങൾക്കിടയിലെ മനോദൂരവും ദൃശ്യദൂരവും കുറച്ചതോടെ മറഡോണയും അർജന്റീനയും നമുക്ക് അയൽപക്കത്തായിത്തുടങ്ങി. ഇടതുപക്ഷ വ്യവഹാരങ്ങളിൽ അതിനകം തന്നെ സ്ഥാനമുണ്ടായിരുന്ന ചെ ഗുവാരയിലേക്കുള്ള മേൽപ്പാലമായി മറഡോണയുടെ മൈതാനബാഹ്യ നിലപാടുകൾ മാറുകയും ചെയ്തു.

1986 ലോകകപ്പിന്റെ ക്വാർട്ടർ ഫൈനലിൽ ഇംഗ്ലണ്ടിനെ തോല്പിച്ചതോടെയാണ് അർജന്റീനയും മറഡോണയും ഇന്ത്യൻ ആരാധകരുടെ മനസ്സ് കീഴടക്കുന്നത്. കൊളോണിയൽ ഭരണത്തിനെതിരായ

1963 ൽ ക്യൂബ സന്ദർശിച്ച ബ്രസീലിലെ മദുരേര എസ്പോർതെ ക്ലബ്ബ് കളിക്കാർക്കൊപ്പം ചെ ഗുവാര

പൊതുബോധത്തിൽനിന്നുണ്ടായ വൈകാരികമായ ഐക്യപ്പെടലാണിതെന്ന് വിലയിരുത്തുന്നവരുണ്ട്. കേരളം, ബംഗാൾ, മണിപ്പൂർ തുടങ്ങിയ ഹിന്ദിയേതര സംസ്ഥാനങ്ങളിലാണ് ഇത് പ്രകടമായതെന്നും പീതാംബർ കൗശിക് എന്ന ഗവേഷകൻ നിരീക്ഷിക്കുന്നുണ്ട്. (How political ideology shaped soccer fandom in India). അടുത്ത ലോകകപ്പ് ആകുമ്പോഴേക്കും മലയാളത്തിലെ എണ്ണം പറഞ്ഞ ഒരു ചെറുകഥയിൽ കൊളംബിയൻ ഗോൾകീപ്പർ റെനെ ഹിഗ്വിറ്റ ടൈറ്റിൽ കഥാപാത്രമാകുന്നത് വരെയെത്തി ഈ അടുപ്പം.

ഇന്ത്യയിലെ ഫുട്ബോൾ കളിക്കും അതിനോടുള്ള കാണികളുടെ ആരാധനയ്ക്കും അതിനകം തന്നെ പല പതിറ്റാണ്ടുകളുടെ പഴക്കമുണ്ടായിരുന്നു. ബംഗാളിലെ - പ്രത്യേകിച്ചും കൊല്ക്കത്തയിലെ ക്ലബ്ബുകളിലെ കളിക്കാരിൽ ലോക നിലവാരത്തിനൊത്ത് വളരാവുന്നവരുണ്ടായിരുന്നു. ഈസ്റ്റ് ബംഗാളും മൊഹമ്മദൻസും മോഹൻബഗാനും പണ്ടുമുതലേ വലിയ ആരാധകക്കൂട്ടത്തെ ആകർഷിച്ചിരുന്നു. കേരളത്തിലും കോഴിക്കോട്ടും തൃശ്ശൂരും കൊല്ലത്തും തിരുവനന്തപുരത്തുമെല്ലാം നമ്മെ അത്ഭുതപ്പെടുത്തുന്ന കാണികളുടെ പങ്കാളിത്തത്തോടെ ദേശീയ ടൂർണമെന്റുകൾ നടന്നിരുന്നു. ലോക ഫുട്ബോളെന്നാൽ അന്നുവരെ അവരിലേറെപ്പേർക്കും, യൂറോപ്പിൽ ഹംഗറിയും തെക്കനമേരിക്കയിൽ ബ്രസീലുമായിരുന്നുവെന്ന് കരുതണം. പില്ക്കാലത്ത് ലോകപ്രശസ്തരായ കാമറൂണിന്റെ റോജർ മില്ലയും, സോവിയറ്റ് താരങ്ങളായ റിനാറ്റ് ദസ്സായേവും, ഇഗോർ ബലനോവുമെല്ലാം ഇന്ത്യയിൽ നെഹ്റു ട്രോഫി ഫുട്ബോൾ കളിക്കാനെത്തിയിട്ടുണ്ട്.

ബ്രസീലിയൻ ഫുട്ബോളും പെലേ എന്ന കളിക്കാരനും അതിനകം തന്നെ മലയാളത്തിലെ പാഠപുസ്തകങ്ങളിലിടം നേടിയിരുന്നു. പീലേ എന്നായിരുന്നു അന്നത്തെ ഉച്ചാരണം. മലയാളത്തിലെ ജനപ്രിയ

വാരികകളിൽ പെലെയുടെ ജീവചരിത്രം എൺപതുകളുടെ തുടക്കത്തിൽ ഖണ്ഡശ്ശഃ പ്രസിദ്ധീകരിച്ചിട്ടുണ്ട്. അതിലായിരിക്കണം കേരളത്തിലെ ജനസാമാന്യം ഉറുഗ്വായ്, അർജന്റീന തുടങ്ങിയ ഫുട്ബോൾ രാജ്യങ്ങളെ മനസ്സിലാക്കുന്നത്.

86 ലെ ലോകകപ്പുമുതൽ കളി കണ്ടു തുടങ്ങിയ യുവതലമുറ അതുവരെ മുതിർന്നവരുടെ ആരാധനാപാത്രമായി മാത്രം അറിഞ്ഞിരുന്ന പെലെ എന്ന പാഠപുസ്തകനായകന്റെ എതിർവശത്തു നിർത്താവുന്ന ഒന്നാം തരം കുരുത്തം കെട്ടവനെന്ന നിലയിൽ മറഡോണയെ കണ്ടെത്തുകയായിരുന്നു. ഇന്ത്യ കണ്ട എക്കാലത്തേയും മികച്ച ഫുട്ബോളർമാരിലൊരാളായ ഐ എം വിജയൻ ഈ തലമുറയുടെ പ്രതിനിധിയാണ്. മറഡോണയെപ്പറ്റി വിജയൻ സംസാരിക്കുന്ന ടെലിവിഷൻ ദൃശ്യത്തിൽ കളി, കളിക്കാരൻ, ആരാധകൻ എന്നിങ്ങനെയുള്ള മൂന്ന് നിലകളിൽ ഇന്ത്യൻ ഫുട്ബോളിനെ കാണാം.

ഫുട്ബോൾ എന്ന കളിയിൽ അന്തർല്ലീനമായ കലഹവും കലാപത്വരയും അതിന്റെ ഉള്ളടക്കത്തിലും ചരിത്രത്തിലുമുള്ള വർഗ്ഗസ്വഭാവത്തിൽനിന്ന് ഉരുത്തിരിഞ്ഞതാണെന്ന് പല സാമൂഹ്യശാസ്ത്രജ്ഞരും വിലയിരുത്തിയിട്ടുണ്ട്. കൊളോണിയൽ ഭരണത്തിന്റെ ഉപോല്പന്നമെന്ന നിലയിൽ ഫുട്ബോളിനെ നോക്കുമ്പോൾ കോളനി രാജ്യങ്ങളിലെ തദ്ദേശീയർ അതിനോട് നടത്തിയ കലാപത്തിൽ നിന്നാണ് തനത് ഫുട്ബോൾ ശൈലികൾ ഉരുത്തിരിഞ്ഞിട്ടുള്ളത് എന്ന് കാണാം. ബ്രസീലിലെ ജീംഗയും അർജന്റീനയിലെ ഗാംബീത്തയുമെല്ലാമടങ്ങുന്ന ഈ തനതുവല്ക്കരണമാണ് (Creolization) ഫുട്ബോളിനെ ഒരു തരത്തിൽ പോരാട്ടങ്ങളുടെ കൂടി പ്രതീകമാക്കുന്നത്. ഫുട്ബോളിന്, പ്രത്യേകിച്ച് യൂറോപ്പിനു പുറത്ത് തെക്കനമേരിക്കയിലും ആഫ്രിക്കയിലും ചില ഏഷ്യൻ രാജ്യങ്ങളിലുമെല്ലാം രൂപപ്പെട്ട കളിക്ക് അധീശത്വത്തോടുള്ള കലഹം സൂക്ഷ്മാർത്ഥത്തിൽ അതിന്റെ രാഷ്ട്രീയ സ്വഭാവം നിർണ്ണയിക്കുന്നുണ്ട്. സ്ഥൂലമായ അർത്ഥത്തിൽ അത് അനിവാര്യമായും സാമ്രാജ്യത്വ വിരുദ്ധമോ മുതലാളിത്ത വിരുദ്ധമോ ആവുന്നില്ലെങ്കിലും കളി ആന്തരികമായി ഒരു വലതുപക്ഷ വിരുദ്ധരാഷ്ട്രീയത്തെ സ്വാംശീകരിക്കുന്നുണ്ട്.

അർജന്റീനയുടെ ചരിത്രവും രാഷ്ട്രീയവും വിപ്ലവകാല്പനികതയുടെ വിഭാവനങ്ങളെ തൃപ്തിപ്പെടുത്തുന്ന ചെ ഗുവാരയും മറഡോണയും പോലുള്ള ബിംബങ്ങളും അവരെ ഇടതുപക്ഷ പൊതുബോധത്തിന്റെ സ്വന്തം ടീമാക്കുന്നുണ്ട്. സി പി ഐ (എം) നേതാവും മുൻ മന്ത്രിയുമായ എം എം മണിയെപ്പോലുള്ളവർ മറഡോണയുടെ അർജന്റീന, ചെ ഗുവാരയുടെ അർജന്റീന എന്ന് ആ ടീമിനെ പ്രോത്സാഹിപ്പിക്കുന്നതിനെ ഇതിനൊപ്പം വായിക്കാവുന്നതാണ്.

അതേ സമയം ഇടതുപക്ഷ വർണ്ണരാജി (Spectrum) ക്കു പുറത്തു നില്ക്കുന്ന ആരാധകരെ സംബന്ധിച്ചിടത്തോളം ചെ ഗുവാര അവരുടെ

പരിഗണനാ പരിധിയിൽ വരുന്നില്ലെന്ന് കാണാം. ഉദാഹരണമായി മലപ്പുറം ജില്ലയിലെ മുസ്ലിം ലീഗ് അനുഭാവികളായ അർജന്റീന ആരാധകർക്ക് അർജന്റീന മറഡോണയിൽ തുടങ്ങി മെസ്സിയിലൂടെ തുടരുന്ന വൈകാരികതയാണ്. അധീശത്ത്വത്തിനെതിരായ പോരാട്ടത്തിന്റെ പ്രതീകമെന്ന നിലയിൽ ചെ ഗുവാരയെ അവർ തള്ളിക്കളയുന്നില്ലെങ്കിലും അയാൾ അവരുടെ ആദർശപുരുഷനല്ല. കളിക്കളത്തിനു പുറത്തുള്ള മറഡോണയുടെ നിയന്ത്രണരഹിതമായ ജീവിതം അവരെ ആകർഷിക്കുന്നില്ല. എന്നാൽ താരതമ്യേന സൗമ്യനും അന്തർമുഖനുമായ മെസ്സി അവരുടെ അരുമയായി മാറുന്നുമുണ്ട്. മെസ്സി ഗോളടിക്കാനായി, ആരേയുമറിയിക്കാതെ മമ്പുറം പള്ളിയിൽ പ്രാർത്ഥനയ്ക്കു പോകുന്ന വെന്നിയൂരുകാരൻ മുഹമ്മദ് ബഷീർ അവരുടെ പ്രതിനിധിയാണ്. (അവലംബം: 2018-21 വർഷങ്ങളിലായി മലപ്പുറം ജില്ലയിലെ ഫുട്ബോൾ ആരാധകരുമായി നടത്തിയ സംഭാഷണം) കേരളത്തിലെ ഏറ്റവുമധികം ഫുട്ബോൾ ആരാധകരുള്ള മേഖലയായി മലബാറും വിശിഷ്യ മലപ്പുറവും മാറിയതിനുകാരണം കേബിൾ ടെലിവിഷന്റെ വിതരണസാന്ദ്രതയും പ്രവാസജീവിതം കൊണ്ടുണ്ടായ സാമ്പത്തിക ഉന്നമനവുമാണെന്ന് മുഹമ്മദ് ഷഫീഖ്, കെ നിരീക്ഷിക്കുന്നുണ്ട് (Football as the Popular Game of Malappuram).

സാർവ്വദേശീയ ഇടതുപക്ഷത്തെക്കുറിച്ചുള്ള കാല്പനിക സങ്കല്പങ്ങൾ പേറുന്ന അവിശ്വാസികളെയും മതബോധത്തിലധിഷ്ഠിതമായ ധാർമ്മിക ജീവിതത്തെ ആദർശവല്ക്കരിക്കുന്ന വിശ്വാസികളെയും തമ്മിൽ ഇവിടെ ബന്ധിക്കുന്ന ഘടകം ഫുട്ബോളിൽ അന്തർലീനമായ ചങ്കൂറ്റം എന്ന കല്പിതമൂല്യമാണ്. കളിക്കളത്തിനകത്തുള്ള ഈ ചങ്കൂറ്റം, അധീശത്വ പ്രവണതകളെ ചോദ്യം ചെയ്യുന്നുണ്ടെന്നും തദ്ദേശീയമായ സാഹചര്യങ്ങളിൽ അതിന് കൈവരുന്നത് വലതുപക്ഷ വിരുദ്ധമായ ഒരു പ്രത്യയശാസ്ത്രമുഖമാണെന്നും ഇതിലൂടെ വായിക്കാനാവും.

സീസർ മെനോറ്റിയും കാർലോസ് ബിലാർദോയും അർജന്റീന ഫുട്ബോൾ അസോസിയേഷൻ ആസ്ഥാനത്ത് (1983)

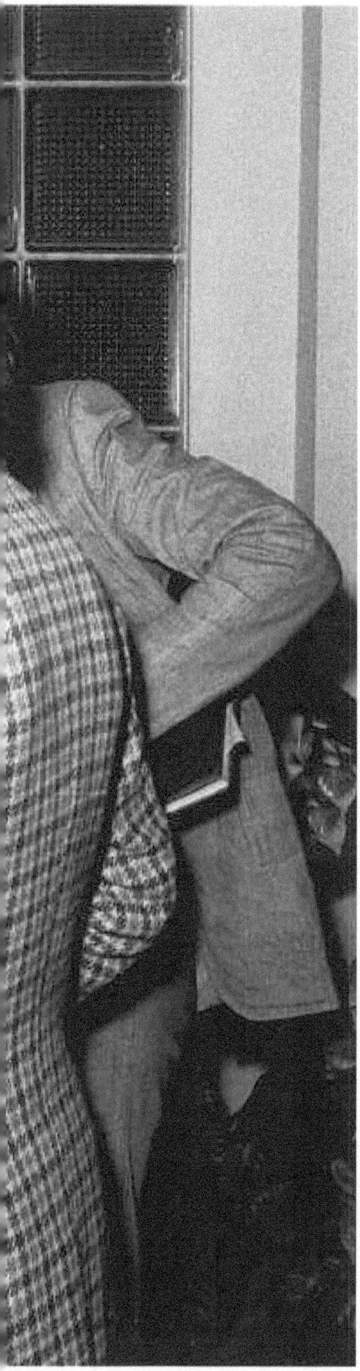

"പരിശീലകരുടെ സ്വപ്നത്തിൽ വിജയസൂത്രവാക്യങ്ങൾ ദിവ്യഗർഭം പോലെ രഹസ്യാത്മകമാണ്. അതുപയോഗിച്ച് അവരുണ്ടാക്കുന്ന പദ്ധതികളോ വിശുദ്ധ ത്രിത്വം പോലെ അപ്രാപ്യവും. ജാഗ്രത്തിൽ പക്ഷേ, ഫുട്ബോൾ ശാസ്ത്രമാണെന്നും കളിക്കളം പരീക്ഷണശാലയാണെന്നും അവർ വിശ്വസിക്കുന്നു. എന്നാൽ കാണികളേയും മുതലാളിയേയും തൃപ്തിപ്പെടുത്താൻ ഇത് പോരാതെ വരും. ഐൻസ്റ്റീന്റെ പ്രതിഭയും ഫ്രോയ്ഡിന്റെ സൂക്ഷ്മതയുമല്ല അവർക്കു വേണ്ടത്, ഗാന്ധിയുടെ കരുത്തുള്ള ലൂർദ്ദ് മാതാവിനെയാണ്."

- എദ്വാർദോ ഗലെയാനോ

മെനോറ്റിസ്മോയും ബിലാർദിസ്മോയും

A team, above all, is an idea - Cesar Luis Menotti

രാഷ്ട്രീയത്തിലെന്ന പോലെ ഫുട്ബോളിലും വലതുപക്ഷവും ഇടതുപക്ഷവുമുണ്ട്. കളിയേയും ജീവിതത്തേയും ഒരു യുദ്ധമായി കണ്ട് അതിൽ ഏതുവിധേനെയും വിജയം നേടാൻ നോക്കുന്നത് ഒരു വലതുപക്ഷ ആശയമാണ്. അവിടെ എങ്ങനെയും വിജയം കൈവരിക്കുന്നതിനുള്ള കൂലിപ്പട്ടാളം മാത്രമാണ് കളിക്കാർ. ആജ്ഞയനുസരിച്ച് പ്രവർത്തിക്കുക, ജയിക്കുക എന്നതിലപ്പുറം ഒന്നിനും കൊള്ളാത്ത അല്പബുദ്ധികളെ സൃഷ്ടിക്കാനേ അതിന് കഴിയൂ. എന്നാൽ ഇടതുപക്ഷ ഫുട്ബോൾ ഇതിന് കടകവിരുദ്ധമാണ്. അത് ബുദ്ധിയുടെയും സർഗ്ഗാത്മകതയുടെയും ആഘോഷമാണ്, കളിയെ ഒരു ഉത്സവമാക്കിമാറ്റലാണ് അതിന്റെ ലക്ഷ്യം. ഹൃദയവും മസ്തിഷ്കവും ഒരുപോലെ പ്രവർത്തിക്കുന്ന മനുഷ്യസ്നേഹികളാണ് അവിടെ സൃഷ്ടിക്കപ്പെടുന്നത്. ഫുട്ബോൾ ടീമെന്നാൽ ഒരു സംഘം ആളുകളല്ല, മറിച്ച് ഒരു ആശയവും, അതിനോടുള്ള മനുഷ്യരുടെ പ്രതിബദ്ധതയുമാണ്. തങ്ങൾ പ്രതിനിധാനം ചെയ്യുന്ന ആശയത്തെ പ്രതിരോധിക്കാൻ പരിശീലകൻ കളിക്കാരിലേക്ക് പകർന്നു നല്കേണ്ടുന്ന വിശ്വാസസംഹിതകൂടി ചേരുമ്പോഴാണ് അത് പൂർണ്ണമാവുന്നത്. ഏതു കളിയും സാഹസികമാണ്, തോൽവി എന്ന അപകടസാദ്ധ്യത അതിന്റെ അവിഭാജ്യഘടകം തന്നെയാണ്. തോല്ക്കാൻ തയ്യാറല്ലാത്തവർക്ക് കളി ആസ്വദിക്കാനോ ആഘോഷിക്കാനോ ആവില്ല. നിലനില്പില്ലാത്ത എന്തെങ്കിലും തത്ത്വശാസ്ത്രം പകരം നല്കി കളിയിലെ സാഹസികതയും ഒപ്പം ആഘോഷാംശവും നഷ്ടപ്പെടുത്താൻ ഒരു പരിശീലകനും അവകാശമില്ല. കളിയിലെ പരാജയസാദ്ധ്യത ഒഴിവാക്കാൻ കളിക്കാതിരിക്കുക എന്ന ഒരൊറ്റ മാർഗ്ഗമേ ഉള്ളൂ. (Futbol sin trampa, as quoted by Jonathan Wilson).

അർജന്റൈൻ ഫുട്ബോളിലെ എക്കാലത്തേയും മികച്ച പ്രതിഭകളിലൊരാളായ സീസർ ലൂയിസ് മെനോറ്റിയുടെ ഈ വാക്കുകളിൽനി

ന്ന് അയാളുടെ ജീവിതവീക്ഷണം വായിച്ചെടുക്കാം. മെനോറ്റിയെ കേവലമൊരു കളിക്കാരനോ പരിശീലകനോ ആയി കാണുന്നതിനേക്കാൾ, ഫുട്ബോളെന്ന പ്രയോഗത്തെ ഒരു രാഷ്ട്രീയ വ്യവഹാരമായി കണ്ട ദാർശനികനായി വിലയിരുത്തുന്നതാവും നന്നാവുക. അർജന്റീനയ്ക്ക് ആദ്യത്തെ ലോകകപ്പ് നേടിക്കൊടുത്ത പരിശീലകനെന്നതിലുപരി ഫുട്ബോൾ എന്ന കളിയുടെ ആന്തരികഭാവങ്ങളും രാഷ്ട്രീയ സ്വഭാവവും കണ്ടെത്താൻ ശ്രമിച്ച ധിഷണാശാലി എന്ന നിലയിലാവും

മെനോറ്റിയെ ഒരുപക്ഷേ, വരും തലമുറ മനസ്സിലാക്കുക.

കളിക്കളത്തിനു പുറത്ത് ഗാലറിയിലും റേഡിയോ -ടെലിവിഷൻ പ്രക്ഷേപണത്തിനു മുന്നിലുമുള്ള ആരാധകരുടെ സ്വപ്നങ്ങൾക്ക് വ്യാഖ്യാനം നല്കുന്ന കലാകാരന്മാരായാണ് മെനോറ്റി കളിക്കാരെ വിഭാവനം ചെയ്തിരുന്നത്. കളിയിലും ജീവിതത്തിലും ഇടതുപക്ഷമായിരുന്ന മെനോറ്റി; അർജന്റൈൻ കമ്യൂണിസ്റ്റുകാരുടെ അചഞ്ചലനായ അനുഭാവി. തനിക്കു കീഴിൽ അർജന്റീന നേടിയ ലോക കപ്പ് വിജയത്തിനുമേൽ പട്ടാളഭരണത്തിന്റെ നിഴൽ വീണിരുന്നുവെന്നത് മെനോറ്റിയെ പലതരത്തിലും അസ്വസ്ഥനാക്കിയിരുന്നുവെന്ന് ജോനതൻ വിൽസൻ വിലയിരുത്തിയിട്ടുണ്ട് (Angels with dirty faces).

അർജന്റൈൻ ടീം 1978 ലെ ലോകകപ്പ് നേടിയത് ഭരണകൂടത്തിന്റെ സഹായത്താലാണെന്ന വാദം നിരാകരിക്കുകയാണ് മെനോറ്റി പില്ക്കാലത്ത് ചെയ്തിട്ടുള്ളത്. കാലങ്ങളായി അർജന്റീന കളിച്ചുവന്ന ലാനുസ്ത്ര എന്ന തനതു ഫുട്ബോളിന് ലഭിച്ച അംഗീകാരമാണ് ലോകചാമ്പ്യൻ പദവിയെന്നായിരുന്നു അദ്ദേഹത്തിന്റെ ഭാഷ്യം. ടൂർണമെന്റിലുടനീളം അർജന്റീന കാഴ്ചവച്ച മെച്ചപ്പെട്ട പ്രകടനം ഇതിനെ സാധൂകരിക്കുന്നത് തന്നെയായിരുന്നു എന്ന് സാക്ഷ്യപ്പെടുത്തുന്നവർ ഏറെയുണ്ടുതാനും. വിജയത്തെ പട്ടാളഭരണകൂടം അവരുടെ രാഷ്ട്രീയ താല്പര്യങ്ങൾക്കു വേണ്ടി ഉപയോഗപ്പെടുത്തി എന്ന വസ്തുതയ്ക്ക് ലഭിച്ച പിന്തുണ പക്ഷേ, മത്സരഫലം അട്ടിമറിക്കുംവിധം ഭരണകൂടം ടൂർണമെന്റിൽ ഇടപെട്ടു എന്ന ആരോപണത്തിന് ലഭിച്ചില്ല. പെറുവുമായുള്ള മത്സരം വലിയ മാർജിനിൽ ജയിച്ചത് ഭരണകൂടങ്ങൾ തമ്മിലുള്ള ധാരണപ്രകാരമായിരുന്നു എന്ന ഗുരുതരമായ ആരോപണം പോലും ഗൂഢാലോചനാസിദ്ധാന്തം എന്നതിനപ്പുറം തെളിയിക്കപ്പെട്ടില്ല. അതേസമയം എല്ലാ വിവാദങ്ങൾക്കുമപ്പുറം ലൂയിസ് മെനോറ്റി എന്ന പരിശീലകനും അദ്ദേഹത്തിന്റെ പദ്ധതികളും അർജന്റൈൻ ഫുട്ബോളിൽ പുതിയൊരു പാതവെട്ടിത്തുറന്നുവെന്നതും 1978 ലെ ലോകകപ്പ് അതിന്റെ പരീക്ഷണവേദിയായിരുന്നുവെന്നതും ചോദ്യം ചെയ്യപ്പെടാത്ത വസ്തുത തന്നെയാണ്.

സൂക്ഷ്മമായി നോക്കിയാൽ പതിനാറു വർഷത്തെ ഇടവേളയിലുണ്ടായ രണ്ട് പരാജയങ്ങളാണ് അർജന്റൈൻ ഫുട്ബോളിൽ 'മെനോറ്റിസ്മോ' പ്രതിഭാസത്തിന് കാരണമായതെന്ന് കാണാം. 1958 ലോകകപ്പിൽ സ്വീഡനിലെ ഹെൽസിൻബർഗ് സ്റ്റേഡിയത്തിൽ വച്ച് ചെക്കോസ്ലോവാക്യയോടും 1974 ലെ ജർമ്മനി ലോകകപ്പിൽ യൊഹാൻ ക്രൗഫിന്റെ ഡച്ച് ടീമിനോടുമേറ്റ കനത്ത പരാജയങ്ങൾ അർജന്റൈൻ ഫുട്ബോളിനെ രണ്ടു തരത്തിലാണ് ബാധിച്ചത്. വൻവിജയങ്ങളേക്കാൾ കനത്ത തോൽവികൾക്കാണ് ഒരു ടീമിന്റെ കേളീശൈലി ആകെ ഉടച്ചുവാർക്കാനുള്ള ശേഷിയുണ്ടാവുക. വിജയസൂത്രവാക്യം ഏറ്റവുമടുത്ത തോൽവിവരെ ആവർത്തിക്കപ്പെടുക എന്ന

ബിലാർദോ മറഡോണയ്ക്കൊപ്പം

താണ് ഏത് കളിയുടേയും ചരിത്രമെന്നതിനാൽ വിജയങ്ങൾ ഒരർത്ഥത്തിൽ യാഥാസ്ഥിതികമാണ്. തോൽവികളിൽനിന്ന് പഠിക്കുന്ന കഠിനപാഠങ്ങളാണ് ഏത് വിപ്ലവവും സാദ്ധ്യമാക്കിയിട്ടുള്ളത്. ചെക്കോസ്ലോവാക്യയോടുള്ള തോൽവി നിരാശാഭരിതമായ ഒരു തിരിഞ്ഞുനടത്തത്തിനാണ് അവരെ പ്രേരിപ്പിച്ചതെങ്കിൽ നെതർലാൻഡ്സിനോടേറ്റ പരാജയം ഒരു തിരിച്ചുവരവിന്റെ വഴിമരുന്നാവുകയായിരുന്നു. ഈ ചരിത്രസന്ധിയിലാണ് സീസർ ലൂയിസ് മെനോറ്റിയിലൂടെ, ഒരു പരിശീലകൻ അർജന്റൈൻ ടീമിന്റെ നട്ടുനായകത്വമേറ്റെടുക്കുന്നത്.

1950 കളുടെ രണ്ടാം പകുതിയിലാണ് അർജന്റീന അതിന്റെ ചരിത്രത്തിലെ ഏറ്റവും ശക്തമായ ഫുട്ബോൾ ടീമിനെ വാർത്തെടുത്തത്. ലാ മാക്കീന (The Machine) എന്നറിയപ്പെട്ടിരുന്ന റിവർപ്ലേറ്റിന്റെ ഒന്നാംനിര ടീമും അവർക്കൊത്ത എതിരാളികളായിരുന്ന ബോക്കാ ജൂനിയേഴ്സും റേസിങ് ക്ലബ്ബുമെല്ലാം ഒന്നിനൊന്ന് മെച്ചപ്പെട്ട കളിക്കാരെ അവതരിപ്പിച്ചപ്പോൾ ലാ നസ്ത്ര എന്ന തനത് ഫുട്ബോൾ അതിന്റെ സുവർണ്ണകാലം കണ്ടെത്തുകയായിരുന്നു. 1957 ലെ തെക്കനമേരിക്കൻ ചാമ്പ്യൻഷിപ്പിൽ (Campeonato Sudamericano) ഫൈനലിൽ ബ്രസീലിനെ തോല്പിച്ച് ചാമ്പ്യൻമാരായതോടെ ലോകം തന്നെ അർജന്റൈൻ കളിക്കാരുടെ കാൽക്കീഴിലായിരുന്നു. പില്ക്കാലത്ത് ദുർമ്മുഖമുള്ള മാലാഖമാർ (Angels with dirty faces) എന്നറിയപ്പെട്ട അഞ്ച് സൂപ്പർതാരങ്ങളെ അണിനിരത്തിയാണ് കോച്ച് ഗ്വിയെർമോ സ്തബീലെ ലോകത്തെ വെല്ലുവിളിച്ചത്. ഒമാർ ഒറെസ്റ്റെ കൊർബാത്ത, ഊംബെർതോ മാഹ്ചിയോ, അന്തോണിയോ ആൻഹെലീശോ, ഒമാർ സീവോറി, ഓസ്വാൽദോ ക്രൂസ് എന്നിവരുടെ ഐവർസംഘത്തിൽ ആരാണ് കൂടുതൽ കേമനെന്ന കാര്യത്തിലേ എതിരാളികൾക്കിടയിൽ പോലും തർക്കമുണ്ടായിരുന്നുള്ളൂ. ആൽഫ്ര

ദോ ദി എസ്റ്റഫാനോയ്ക്ക് ശേഷം ഫുട്ബോൾ മൈതാനങ്ങളിൽ കാലുകൾ കൊണ്ട് ജാലവിദ്യകാണിച്ച ഇവർ തന്നെ ഒരു ടീമെന്ന നിലയിൽ അർജന്റീനയുടെ ഉയർച്ചയ്ക്കും തകർച്ചയ്ക്കും കാരണമായി എന്നത് വിരോധാഭാസമാണ്.

ആ വർഷത്തെ തെക്കനമേരിക്കൻ ചാമ്പ്യൻഷിപ്പിൽ സ്വപ്നസമാനമായ മുന്നേറ്റമാണ് അർജന്റീന ടീം നടത്തിയത്. മദ്ധ്യ- മുന്നേറ്റ നിരയിലെ ഈ അഞ്ചു പേർ മാത്രം ഇരുപത്തിയഞ്ച് ഗോളുകളടിച്ചു. ചിലെക്കെതിരെ കോർബാത്ത നേടിയ ഗോൾ പിന്നീട് മൂന്ന് പതിറ്റാണ്ടിനു ശേഷം ദ്യേഗോ മറഡോണ ഇംഗ്ലണ്ടിനെതിരെ 'നൂറ്റാണ്ടിലെ മികച്ച ഗോള്'ടിക്കും വരെ, അർജന്റീനയിലും തെക്കനമേരിക്കയിലും ഏറ്റവും ആഘോഷിക്കപ്പെട്ട ഗോളായിരുന്നു. തന്റെ മാർക്കർമാരടക്കം രണ്ട് ചിലെയൻ പ്രതിരോധക്കാരെ വിദഗ്ധമായി കബളിപ്പിച്ച് ഗോൾകീപ്പറേയും മറികടന്ന കോർബാത്തയോട് ഗോളടിച്ചവസാനിപ്പിക്കാൻ കാണികൾ വരെ പറയുന്നുണ്ടായിരുന്നുവെന്ന് എൽ ഗ്രാഫിക്കോ റിപ്പോർട്ട് ഉദ്ധരിച്ച് ജോനതൻ വിൽസൻ പറയുന്നുണ്ട്. കൂടുതൽ പ്രതിരോധക്കാർ അടുത്തെത്തും വരെ കാത്തുനിന്ന കോർബാത്ത അവരേയും വെട്ടിച്ചുവീഴ്ത്തിയ ശേഷമാണ് അയത്നലളിതമായി പന്ത് പോസ്റ്റിലെത്തിച്ചത്. "ഇന്നുവരെ കണ്ടിട്ടുള്ളതിലേറ്റവും ഗംഭീരമായ പന്തുകളി" എന്നാണ് *എൽ ഗ്രാഫിക്കോ* അതിനെ വാഴ്ത്തിയത്. റൗണ്ട് റോബിൻ ടൂർണമെന്റിൽ കിരീടമുറപ്പിച്ചതിനുശേഷം പെറുവിനെതിരായ അപ്രസക്തമായ കളിയിൽ മാത്രമാണ് സ്റ്റബീലെയുടെ ടീം തോറ്റത്, അതും മിക്കവാറും എല്ലാ മുൻനിര താരങ്ങൾക്കും വിശ്രമം നല്കി പകരക്കാരെ ഇറക്കിയപ്പോൾ.

തെക്കനമേരിക്കയിലെ ചാമ്പ്യൻപദവിയും കേളീസൗന്ദര്യത്തിൽ മറ്റു ടീമുകൾക്കു മേൽ നേടിയ അപ്രമാദിത്ത്വവും വിവിധ ക്ലബ്ബുകളിലായുള്ള പ്രതിഭാ ധാരാളിത്ത്വവുമൊന്നും പക്ഷേ, അർജന്റൈൻ ഫുട്ബോളിനെ മുന്നോട്ടു നയിച്ചില്ലെന്ന് പില്ക്കാലചരിത്രം തെളിയിച്ചു. തെക്കനമേരിക്കൻ ടൂർണമെന്റ് ജയിപ്പിച്ച കളിക്കാരോട് ഭരണകൂടം സ്വീകരിച്ച നിഷേധാത്മക സമീപനം ചെറുതല്ലാത്ത പ്രത്യാഘാതങ്ങളുണ്ടാക്കി. അവഗണനയുടെ ചെറിയ ലാഞ്ചന കണ്ടതോടെതന്നെ മാഹ്ചീനോയും ആൻഹെലീശോയും സിവോറിയും ഇറ്റലിയിലേക്ക് കുടിയേറി. അവരെല്ലാം ഇറ്റാലിയൻ വംശജരായിരുന്നു താനും. മറഡോണയുടെ മുൻഗാമി എന്ന് പില്ക്കാലത്ത് വിശേഷിക്കപ്പെട്ട സിവോറി യുവന്തസിലും ആൻഹെലീശോ ഇന്റർമിലാനിലും മാഹ്ചീനോ ബോലോന്യയിലും ചേർന്നു. യുവന്തസിന്റെ എക്കാലത്തേയും മികച്ച കളിക്കാരിലൊരാളായി മാറിയ സിവോറിയാണ് എസ്റ്റെഫാനോക്ക് ശേഷം ബലോൺ ദ് ഓർ നേടുന്ന അർജന്റീനക്കാരൻ. അന്ന് മികച്ച യൂറോപ്യൻ കളിക്കാർക്ക് മാത്രം നല്കിയിരുന്ന ഈ പുരസ്കാരം നേടുമ്പോൾ എസ്റ്റെഫാനോയ്ക്ക് സ്പാനിഷ് പൗരത്വവും സിവോറിക്ക് ഇറ്റാ

ലിയൻ പൗരത്വവുമുണ്ടായിരുന്നു.

57 ലെ മിന്നുന്ന ഫോമിൽ മതിമറന്ന അർജന്റൈൻ ഫുട്ബോൾ അസോസിയേഷൻ മേധാവികൾ ഇറ്റലിയിൽ കളിക്കാൻ പോയവർക്ക് ദേശീയ ടീമിൽ വിലക്ക് കല്പിച്ചതോടെ മൂന്നുപേരും ഫലത്തിൽ രാജ്യഭ്രഷ്ടരാക്കപ്പെട്ടു. അറുപത്തി രണ്ടിലെ ലോകകപ്പ് യോഗ്യതാ മത്സരങ്ങളിൽ ഇറ്റാലിയൻ ടീമിൽ കളിച്ചെങ്കിലും വർഷങ്ങൾക്കുശേഷം സിവോറിയും മാഹ്ചീനോയും ജന്മനാട്ടിലേക്ക് തിരിച്ചുവന്നു. പട്ടാള സേവനം പൂർത്തിയാക്കാതെയാണ് നാടുവിട്ടതെന്നതിനാൽ ആൻഹെലീശോയ്ക്ക് തിരിച്ചുവരാനായില്ല. അതേസമയം അർജന്റീന വിടാതിരുന്ന ഒറെസ്റ്റെ കോർബാത്ത മദ്യത്തിനടിമയായി സർവ്വതും നഷ്ടപ്പെട്ട് ദുരന്തനായകനായി. അർജന്റൈൻ ഗാരിഞ്ച എന്ന് പില്ക്കാലത്ത് മാധ്യമങ്ങൾ വിശേഷിപ്പിച്ച കോർബാത്ത ഒടുവിലൊടുവിൽ ഒന്നോ രണ്ടോ കുപ്പി ബീയറിനുവേണ്ടി നാടൻ ക്ലബ്ബുകളിൽ കളിക്കുന്ന അവസ്ഥയിലെത്തിയ കഥയും ജോനതൻ വിൽസൻ തന്റെ പുസ്തകത്തിൽ പറയുന്നുണ്ട്.

1958 ലോകകപ്പിന്റെ ഉദ്ഘാടനമത്സരം അർജന്റീനയും ചാമ്പ്യന്മാരായ ജർമ്മനിയും തമ്മിലായിരുന്നു. ആദ്യം ലീഡെടുത്തെങ്കിലും ജർമ്മൻ കളിക്കാരുടെ കരുത്തിനും വേഗത്തിനുമൊപ്പം പിടിച്ചു നില്ക്കാനാകാതെ ഒന്നിനെതിരെ മൂന്നു ഗോളുകൾക്ക് അർജന്റീന തോൽവിയേറ്റുവാങ്ങി. അടുത്ത കളിയിൽ വടക്കൻ അയർലന്റിനെ തോല്പിച്ചെങ്കിലും മൂന്നാമത്തെ ഗ്രൂപ്പ് മത്സരത്തിൽ ചെക്കോസ്ലോവാക്യയോട് അർജന്റീനയുടെ ചരിത്രത്തിലെതന്നെ ഏറ്റവും വലിയ തോൽവിയേറ്റു വാങ്ങിയതോടെ കിരീടപ്രതീക്ഷയോടെ വന്ന ടീം രണ്ടാം റൗണ്ട് കാണാതെ പുറത്തായി. മാസങ്ങൾക്കു മുമ്പ് പെറുവിൽ ലോകത്തെത്തന്നെ അതിശയിപ്പിച്ച ഫുട്ബോൾ കാഴ്ചവച്ച അർജന്റീനയുടെ നിഴൽ പോലുമാവാൻ ലോകകപ്പ് ടീമിനായില്ല.

മാലാഖമാരിലെ മൂവർസംഘത്തിന്റെ അസാന്നിദ്ധ്യത്തിന്റെ ആഘാതം മറ്റാരേക്കാളും സ്റ്റബീലെക്ക് മനസ്സിലായിരുന്നു. മൂന്നുകളികളിലും ഗോളടിച്ചത് കോർബാത്ത മാത്രയിരുന്നുവെന്നതും ഇതിന് അടിവരയിടുന്നതായിരുന്നു. അതിനകം കളിയവസാനിപ്പിച്ചിരുന്ന നാല്പതിനടുത്ത് പ്രായമുണ്ടായിരുന്ന ആൻഹെൽ ലബ്രൂണെയെ തിരിച്ചുവിളിച്ച് മുന്നേറ്റനിരയിൽ കളിപ്പിച്ചിട്ടുപോലും ടീമെന്ന നിലയിൽ ഒത്തൊരുമയോ താളമോ കണ്ടെത്താൻ അവർക്കായില്ല. ലാ നുസ്ത്ര എന്ന് അവർ അഭിമാനിച്ചിരുന്ന തനത് ഫുട്ബോളിന്റെ പ്രയോഗത്തിനേറ്റ പ്രഹരമായിരുന്നു ചെക്കോസ്ലോവാക്യയോടുള്ള തോൽവി-അതും ഒന്നിനെതിരെ ആറു ഗോളുകൾക്ക്. അതുവരെ വിശ്വസിച്ചിരുന്ന സിദ്ധാന്തവും പ്രയോഗവുമെല്ലാം അപ്പാടെ പാഴായിപ്പോയതായി സ്റ്റബീലെക്ക് അംഗീകരിക്കേണ്ടിവന്നു. ഇത്രയും ഹിംസാത്മകമായി കളിക്കുന്ന യൂറോപ്യൻ ടീമുകളെ താൻ മുമ്പ് കണ്ടിട്ടില്ലെന്നാണ്

സ്റ്റബീലെ അഭിപ്രായപ്പെട്ടത്. എന്നാൽ കളിക്കളത്തിലെ അവരുടെ വേഗത്തെയാണ് ഹിംസയായി അദ്ദേഹം അവതരിപ്പിച്ചതെന്ന് മിക്കവാറും എല്ലാ മാധ്യമങ്ങളും ഒരുപോലെ റിപ്പോർട്ട് ചെയ്തു. അർജന്റെൻ ടീമിലുണ്ടായിരുന്ന ഹോസെ റാമോസ് ദെൽഗാദോ പിന്നീട് ആ ലോകകപ്പിനെ വിലയിരുത്തിയത് ഇങ്ങനെയാണ്.

> പ്രതിഭാശാലികളാണെന്ന അഹംഭാവത്തോടെ തന്നെയാണ് ഞങ്ങൾ കളിക്കാനെത്തിയത്. തെക്കനമേരിക്കയ്ക്കു പുറത്തുള്ള ടീമുകളുമായി കളിച്ചിട്ട് വർഷങ്ങളായിരുന്നു. അവരുടെ വേഗത്തോടു മത്സരിക്കാനാവാതെ ഞങ്ങൾ അപ്പാടെ പിന്തള്ളപ്പെട്ടു. കൃത്യതയോടേയും ലക്ഷ്യബോധത്തോടെയുമാണ് അവർ കളിച്ചത്. ഞങ്ങൾക്ക് അത് രണ്ടുമില്ലായിരുന്നു. പന്ത് കൈവശം വന്നപ്പോഴെല്ലാം നല്ല നീക്കങ്ങൾ നടത്തിയെങ്കിലും ഞങ്ങൾക്കൊരിക്കലും ലക്ഷ്യബോധത്തോടെ മുന്നോട്ടുകുതിക്കാനായില്ല.

അർജന്റെൻ ഫുട്ബോളിന് എന്താണ് പറ്റിയതെന്നതിന്റെ രത്നച്ചുരുക്കം ഈ വാക്കുകളിലുണ്ടായിരുന്നു.

തെക്കനമേരിക്കൻ ചാമ്പ്യൻഷിപ്പിൽ തങ്ങളോട് തോറ്റ ബ്രസീൽ സ്വീഡനിൽ ലോകചാമ്പ്യൻമാരായത് അവരുടെ വ്രണത്തിൽ ഉപ്പു പുരട്ടിയതിനു തുല്യമായി. ജയിക്കുന്നില്ലെങ്കിൽ കളിക്കളത്തിലെ കലാപരതയും ശരീരനീക്കങ്ങളുടെ താളാത്മകസൗന്ദര്യവും വ്യക്തികളുടെ പ്രതിഭാവിലാസവുമെല്ലാം ചേർന്ന ലാ നസ്ത്ര കൊണ്ട് എന്തു പ്രയോജനമെന്ന ചോദ്യത്തിന് അതിന്റെ പ്രയോക്താക്കൾക്ക് ആദ്യമായി ഉത്തരമില്ലാതായി. പ്രസിഡന്റ് ഹ്വാൻ പെറോൺ രാജ്യഭ്രഷ്ടനാക്കപ്പെട്ട കാലമായിരുന്നു. കളത്തിൽ പോലും തോൽവി അംഗീകരിക്കാനുള്ള ജനാധിപത്യ സ്വഭാവം അന്നത്തെ പട്ടാളഭരണകൂടത്തിനുമുണ്ടായിരുന്നില്ല. തിരിച്ചെത്തിയ ടീമിനുനേരെ കണ്ടിടത്തു നിന്നെല്ലാം ആരാധകർ ചീഞ്ഞ പഴങ്ങളും എടുക്കാത്ത നാണയങ്ങളും വലിച്ചെറിഞ്ഞു.

> പോയ മൈതാനങ്ങളിലെല്ലാം ഞങ്ങൾ അപമാനിക്കപ്പെട്ടു, ലോകകപ്പിൽ ഒരു മത്സരം പോലും കളിക്കാതിരുന്ന എന്നെപോലും കാണികൾ വെറുതെ വിട്ടില്ല. ദേശീയ ടീം അടിമുടി ഉടച്ചുവാർക്കപ്പെട്ടു. ഭംഗിയായി കളിക്കുന്നവരേക്കാൾ എന്തിനുംപോന്ന കളിക്കാരെയായിരുന്നു പിന്നീട് ടീമിനാവശ്യം - ഹോസെ ദെൽഗോദോവിന്റെ വാക്കുകൾ.

തോൽവിയുടെ സ്വാഭാവിക പരിണതിയെന്ന വണ്ണം ഗ്വിയെർമോ സ്റ്റബീലെ പുറത്താക്കപ്പെട്ടു. ലാ നസ്ത്രയോടുള്ള വിയോജിപ്പുകൾ ഒരു തരം വെറുപ്പ് തന്നെയായി മാറുകയും അത് രാജ്യത്തിന്റെ അതുവരെയുള്ള ഫുട്ബോൾ ചരിത്രത്തെതന്നെ നിരാകരിക്കുന്ന വിധം അതിവേഗം വിഷംപോലെ ആരാധകരിൽ പടരുകയും ചെയ്തു. രാഷ്ട്രീ

യമായ അസ്ഥിരതയും സാമ്പത്തിക മാന്ദ്യവും അതിന് ആക്കംകൂട്ടി. പെറോണിന്റെ ഭരണകാലത്ത് ക്ലബ്ബുകൾക്കും ഫുട്ബോൾ ഭരണസംവിധാനത്തിനും നല്കിയിരുന്ന ധനസഹായങ്ങളും സൗജന്യങ്ങളും നിർത്തലാക്കി. തോല്ക്കുന്നവരെ രാജ്യത്തിനു വേണ്ട എന്ന പ്രസ്താവനകൾ ഭരണകൂടത്തിൽനിന്നും പലതരത്തിലും പുറത്തുവരാൻ തുടങ്ങി. വിജയമല്ലാത്ത മറ്റൊന്നിനും സമൂഹത്തിൽ സ്ഥാനമില്ലെന്ന മനോനിലയിലേക്ക് കാണികളൊന്നടങ്കം മാറുന്നുണ്ടായിരുന്നു. തോല്ക്കാനാണെങ്കിൽ ലാ നസ്ത്ര എന്തിനാണെന്ന ചോദ്യം ഏറ്റവുമുച്ചത്തിൽ ചോദിച്ചുകൊണ്ടിരുന്ന വിക്ടോറിയോ സ്പിനെറ്റോയുടേയും ഓസ് വാൽദോ സുബെൽദിയയുടേയും കാലമാണ് പിന്നീട് വന്നത്.

തന്ത്രങ്ങൾ ആവിഷ്കരിക്കാൻ മെനക്കെടാതെ സർഗ്ഗധനരായ കളിക്കാരെ മൈതാനത്ത് സ്വൈരവിഹാരത്തിനു വിട്ട കാല്പനികനായിരുന്നു ഗ്വിയെർമോ സ്റ്റബീലെ. എന്നാൽ അതിനു കടകവിരുദ്ധമായി ഓരോ നീക്കവും കൃത്യമായി ആസൂത്രണം ചെയ്ത് അതിന്റെ നിർവ്വഹണത്തിനായി കളിക്കാരെ പ്രത്യേകം പ്രത്യേകം ചുമതലപ്പെടുത്തുന്ന വിധത്തിലുള്ള പാഠപുസ്തക ശൈലിയായിരുന്നു സ്പിനെറ്റോയുടേത്. ലോകകപ്പ് തോൽവിക്കു മുമ്പുതന്നെ ലാ നസ്ത്ര ശൈലിയുടെ കടുത്ത വിമർശകനുമായിരുന്നു അയാൾ.

1958 ലെ ലോകകപ്പ് തോൽവിക്കു തൊട്ടു ശേഷം നടന്ന 59 ലെ തെക്കനമേരിക്കൻ ചാമ്പ്യൻഷിപ്പിൽ ലോകകപ്പ് കളിച്ച ടീമിലെ രണ്ടുപേർ മാത്രമാണ് സ്പിനെറ്റോയുടെ ടീമിൽ ഉൾപ്പെട്ടത്; കോർബാത്തോയും ഹോസെ വരാക്കായും. ചിലെയേയും ബൊളീവിയയേയും പെറുവിനേയും പരാഗ്വായേയും ഉറുഗ്വായേയും തോല്പിച്ച അർജന്റീനയ്ക്ക് ബ്രസീലുമായി ഒരു സമനില മതിയായിരുന്നു ചാമ്പ്യൻഷിപ്പിന്. അന്ന് കൗമാരക്കാരനായിരുന്ന പെലെ ഉൾപ്പെട്ട ബ്രസീലിനെ വിജയിക്കാനനുവദിക്കാതെ അവരത് നേടിയതോടെ ലാ നസ്ത്രയെക്കുറിച്ചുള്ള ഗൃഹാതുരത്വംപോലും അവസാനിച്ചു. ഹോസെ ബറേയ്റോ, ഹോസെ ദെലാ തോറെ എന്നിവർക്കൊപ്പം ആ ടീമിനെ പരിശീലിപ്പിച്ച വിക്ടോറിയോ സ്പിനെറ്റോയുടെ ശൈലി രാജ്യത്തിന് ഏറക്കുറെ സ്വീകാര്യമാവുകയും ചെയ്തു. അതുവരെ കണ്ടിട്ടുള്ളതിൽ വച്ച് ഏറ്റവും പ്രായോഗികമതിയായ പരിശീലകനായിരുന്നു വിക്ടോറിയോ സ്പിനെറ്റോ. വ്യക്തിഗത മികവിനേക്കാൾ ടീമിന്റെ കെട്ടുറപ്പിലും (Fibra)ചങ്കൂറ്റത്തിലും പോരാട്ടവീര്യത്തിലുമായിരുന്നു അദ്ദേഹത്തിന്റെ ശ്രദ്ധ. സ്റ്റബീലെയിൽ നിന്നുണ്ടായ ഈ മാറ്റം പക്ഷേ, പിന്നീട് പരുക്കൻ കളിയെന്ന് കുപ്രസിദ്ധി നേടിയ ആന്റൈ ഫുട്ബോളിലാണ് (Anti Futbol) കലാശിച്ചത്. ലാ നസ്ത്രയോട് ഒരു പരിധിവരെ ക്രിയാത്മകമായി കലഹിച്ച സ്പിനെറ്റോയുടെ പേരും പക്ഷേ, പില്ക്കാലത്ത് ആന്റൈ ഫുട്ബോളിനോട് ചേർത്താണ് വായിക്കപ്പെട്ടത്.

1920 കളിൽ ഇറ്റലിയിലേക്ക് കുടിയേറിയിരുന്ന റിനാറ്റോ സിസാ

റീനിയുടെ തിരിച്ചുവരവാണ് അർജന്റൈൻ ഫുട്ബോളിലെ ആധുനിക പരിഷ്കാരങ്ങൾക്ക് കാരണമായതെന്ന് കരുതുന്നവരാണ് ചരിത്രകാരന്മാരിലേറെയും (Inverting the pyramid, The history of soccer tactics). ഇറ്റലിയിൽ യുവന്തസിനു വേണ്ടി കളിച്ചിരുന്ന സിസാറീനി മുപ്പതുകളുടെ രണ്ടാം പകുതിയിലാണ് അർജന്റീനയിൽ തിരിച്ചെത്തുന്നത്. അക്കാലത്ത് റിവർപ്ലേറ്റിന്റെ പരിശീലകനായി ഹംഗറിയിൽ നിന്നെത്തിയ എമെറിക്കോ ഹിർഷെല്ലും സിസാറീനിയും ചേർന്നാണ് റിയോപ്ലാത്തിനോ ഫുട്ബോളിന് യൂറോപ്യൻ രുചികൂടി നല്കിയത്. സിസാറീനിയിലൂടെയാണ് "W-M' വിന്യാസരീതി അർജന്റീനയിലെത്തിയതെന്ന് ഒരു വാദമുണ്ട്. എന്നാൽ യുവന്തസിന്റെ മെതോഡോ (Metodo) ശൈലിയുടെ പ്രയോക്താവായിരുന്ന അദ്ദേഹം അതിന്റെ ഒരു പരിഷ്കൃതരൂപമാണ് റിവർ പ്ലേറ്റിൽ അവതരിപ്പിച്ചതെന്നാണ് ജോനതൻ വിൽസൻ നിരീക്ഷിക്കുന്നത്. അഞ്ച് മുൻനിര കളിക്കാരിൽ രണ്ടുപേരെ വിങ്ങുകളിൽനിന്ന് അകത്തേക്ക് വലിച്ച് മദ്ധ്യത്തിലേക്ക് കൊണ്ടു വരികയും പിൻനിരയിലെ രണ്ടുപേർക്ക് വിങ്ങുകൾ വഴി കയറിക്കളിക്കാൻ അവസരം നല്കുകയും ചെയ്യുന്ന ഈ വിന്യാസം അന്ന് അർജന്റീനയിൽ പുതുമയായിരുന്നു. ഇറ്റലിയിൽ വെന്റിലദൊർ വിങ് (Ventilator Wing/ Fan wing) എന്ന് വിളിച്ചിരുന്ന വിങ്ങർമാരുടെ സാന്നിദ്ധ്യം മുന്നേറ്റനിരയിലുള്ളവർക്ക് സ്വതന്ത്രമായി കളിക്കാനുള്ള ഇടവും അവസരങ്ങളും ഒരുക്കിയിരുന്നു. റിവർ പ്ലേറ്റിലെ ആൽഫ്രേദോ പെദനേര, ഹോസെ മൊറേനോ, ഹ്വാൻ കാർലോസ് മുന്യോസ്, ഫെലിക്സ് ല്വസ്ഥോ, ആൻഹെൽ ലബ്രൂണ എന്നിവരെ വച്ചുള്ള ഈ പരീക്ഷണത്തിൽനിന്നാണ് നാല്പതുകളിലെ ലാ മാക്കീനയുടെ ഉദയം.

ഈ സുവർണ്ണകാലത്ത് പക്ഷേ, പെറോണിന്റെ വിദേശകാര്യ നയത്തിന്റെ ഫലമായി യൂറോപ്യൻ രാജ്യങ്ങളുമായി അകന്നു നിന്നിരുന്ന അർജന്റീന ലോകകപ്പ് മത്സരങ്ങളിൽ പങ്കെടുത്തിരുന്നില്ലെന്നത് അവരുടെ ഫുട്ബോളിനുണ്ടായ വലിയ നഷ്ടങ്ങളിലൊന്നായി വിലയിരുത്തപ്പെട്ടിട്ടുണ്ട്. പതിറ്റാണ്ടു പിന്നിട്ട കായിക വനവാസം അവസാനിപ്പിച്ച് തിരിച്ചെത്തിയപ്പോഴാണ് ഹെൽസിൻബർഗിലെ 'ദുരന്തം' സംഭവിക്കുന്നത്. ദുർബ്ബലരായ ചെക്കോസ്ലോവാക്യയോടേറ്റ ആ തോൽവിയും തൊട്ടടുത്ത വർഷം സ്പിനെറ്റോയുടെ കീഴിൽ തെക്കനമേരിക്കൻ ചാമ്പ്യൻഷിപ്പിൽ നേടിയ ആശ്വാസവിജയവും ചേർന്നതോടെ ലാ നസ്തൂയും മാക്കീനയും ഒരുപോലെ അപ്രസക്തമായി.

വിജയംമാത്രം മുന്നിൽക്കണ്ട് പ്രതിരോധപ്രധാനമായ തന്ത്രങ്ങളിലേക്ക് പോവുക വഴി അർജന്റൈൻ ഫുട്ബോൾ അതുവരെ അവകാശപ്പെട്ടിരുന്ന എല്ലാ നൈസർഗ്ഗികതയും അച്ചടക്കം, പരിശീലനം, ത്യാഗം, പ്രൊഫഷണലിസം തുടങ്ങിയ 'യൂറോപ്യൻ മൂല്യ'ങ്ങൾക്കു മുന്നിൽ അടിയറവച്ചു. വ്യാവസായിക മേഖലയിൽ ഫോർഡിസം കൊണ്ടുവന്ന അസംബ്ലിലൈൻ സമ്പ്രദായം ഒളിയും മറയുമില്ലാതെ കായിക

മൈതാനങ്ങളിലേക്ക് കടന്നുവരുകയായിരുന്നുവെന്ന് അർജന്റൈൻ ദാർശനികൻ തോമ്യാസ് അബ്രഹാം പില്ലാലത്ത് നിരീക്ഷിച്ചിട്ടുണ്ട്. (As quoted by Jonathan Wilson, Inverting the pyramid) അതുവരെ കണ്ടിട്ടേയില്ലാത്ത പ്രതിരോധാത്മക ഫുട്ബോളിലേക്കുള്ള അർജന്റീനയുടെ ആദ്യചുവടായിരുന്നു ഇത്.

ഇക്കാലത്ത് പക്ഷേ, ബോക്കാ ജൂനിയേഴ്സ് സമാന്തരമായി ബ്രസീലിൽനിന്ന് കളിക്കാരേയും പരിശീലകനേയും കൊണ്ടു വന്ന് മറ്റു ചില പരീക്ഷണങ്ങൾ നടത്തിനോക്കിയിരുന്നുവെങ്കിലും ഒന്നോ രണ്ടോ വർഷത്തിലേറെ ഇതിനൊന്നും നിലനില്പുണ്ടായില്ല. അടുത്ത വർഷങ്ങളിലെല്ലാം അർജന്റൈൻ ലീഗ് ചാമ്പ്യൻമാരായ ബോക്കയും പക്ഷേ, അതിനകംതന്നെ ലാ നസ്ത്രയിൽനിന്ന് ഏറെ പുറകോട്ട് നടന്നിരുന്നു. നാല്പതുകളിലെ സിസാറീനിയുടെ ലാ മാക്കീനയുടെ അവിഭാജ്യഘടകമായിരുന്ന ആൽഫ്രേദോ പെദെനേര പരിശീലകനായി വന്നപ്പോൾ പോലും അന്നത്തെ 'നാട്ടുനടപ്പാ'യിമാറിയിരുന്ന പ്രതിരോധത്തിന്റെ കളിയാണ് ബോക്കയിൽ അവതരിപ്പിച്ചത്, അതിലദ്ദേഹത്തിന് ഒട്ടും ഖേദവുമുണ്ടായിരുന്നില്ലെന്ന് ഹോസെ ദെൽഗാദോ വിലയിരുത്തുന്നുണ്ട്.

മുന്നേറ്റനിരയിലെയോ മദ്ധ്യനിരയിലെയോ ഒരു കളിക്കാരനും കളി തീരുംവരെ അതാതിടങ്ങളിൽ തളച്ചിടപ്പെടരുത് എന്നതായിരുന്നു സ്പിനെറ്റോ രീതിയുടെ പ്രധാനസവിശേഷത. കളിക്കളത്തിൽ സർവ്വവ്യാപികളാവാനാണ് സ്പിനെറ്റോ കളിക്കാരെ നിർബ്ബന്ധിച്ചിരുന്നത്. സവിശേഷമായ ഇടങ്ങൾ കേന്ദ്രീകരിച്ച് കളിക്കുന്നവരേക്കാൾ ടീമിന് ഗുണം ചെയ്യുക എവിടേയും കളിക്കാനാവുന്നവരാണെന്ന് അദ്ദേഹം വിശ്വസിച്ചു. പ്രതിരോധത്തിന് വിലകല്പിക്കാത്ത ആക്രമണത്തിലും നീക്കങ്ങളുടെ കലാപരതയിലും അമിതമായി ഊന്നിയതാണ് ലാ നസ്ത്രയുടെ പ്രധാന ന്യൂനതയായി അദ്ദേഹം കണ്ടിരുന്നത്. നാല്പതുകളിൽ സാർസ്ഫീൽഡ് വാലെസിന്റെ പത്താം നമ്പറായിരുന്ന ഓസ്വാൽദോ സുബെൽദിയയാണ് സ്പിനെറ്റോയുടെ ഈ സിദ്ധാന്തത്തിന് കളിക്കളത്തിൽ അർത്ഥപൂർണ്ണത നല്കിയത്. മദ്ധ്യനിരയിലൊതുങ്ങാതെ പന്തെത്തുന്നതിന് പുറകിലേക്ക് നീങ്ങി നീങ്ങി പിൻനിരയിൽ എതിരാളികളെ പ്രതിരോധിക്കാൻവരെ പാഞ്ഞെത്തിയിരുന്ന സുബെൽദിയ സർഗ്ഗാത്മകതയേക്കാൾ സന്നദ്ധതയേയും സമർപ്പണത്തേയുമാണ് പ്രതിനിധീകരിച്ചത്. പിന്നീട് പരിശീലകനെന്ന നിലയിൽ അറുപതുകളിൽ ആന്റൈ ഫുട്ബോളിന്റെ ഏറ്റവും വലിയ പ്രയോക്താവായതും ഇതേ സുബെൽദിയ തന്നെയാണ്.

ഇതിനിടയിൽ മാന്വവൽ ജ്യൂഡീചെ എന്ന ബുദ്ധിജീവിയും ഹ്വവാൻ കാർലോസ് ലോറൻസോ എന്ന പ്രയോഗതന്ത്രജ്ഞനും പരിശീലകരായി എത്തി. ഇവരും ലാ നസ്ത്ര ഗൃഹാതുരത്വം പേറുന്നവരായിരുന്നില്ല. ആക്രമണനിരയിൽ കാര്യമായ ശ്രദ്ധ ചെലുത്താതെ പകുതിയിലേറെ

കളിക്കാരേയും സ്വന്തം ഗോൾമുഖത്ത് വിന്യസിക്കുന്ന അർജന്റീനയ്ക്ക് തീർത്തും അപരിചിതമായ ശൈലി അവതരിപ്പിച്ച ജ്യൂഡീചെ അതിന് പിൻബലമേകാനായി വിവിധ യൂറോപ്യൻ ടീമുകളുടെ സമാനമായ തന്ത്രങ്ങൾ ടീമിന് പരിചയപ്പെടുത്തുമായിരുന്നു. ഓരോ നീക്കങ്ങൾക്കും നിലകൾക്കും സൈദ്ധാന്തികമായ വ്യാഖ്യാനങ്ങൾ നല്കാനായി അദ്ദേഹം ജിംനേഷ്യങ്ങളേക്കാൾ ഗ്രന്ഥപ്പുരയെയാണ് ആശ്രയിച്ചതെന്ന് സമകാലികരായ മുൻ കളിക്കാർ കളിയാക്കി. പക്ഷേ, പ്രതിരോധവും പ്രത്യാക്രമണവുമെന്ന നിലയിലേക്കുള്ള അർജന്റൈൻ ഫുട്ബോളിന്റെ പരിവർത്തനത്തിന് ഇത് ഏറെ സഹായകരമായി എന്ന് അറുപതുകളുടെ ആദ്യ പകുതിയിലെ മത്സരഫലങ്ങൾ സാക്ഷ്യപ്പെടുത്തും. ജ്യൂഡീചെയുടേയും ലോറൻസോയുടേയും കാലത്ത് അർജന്റൈൻ ഫുട്ബോളിന് ഇറ്റാലിയൻ ശൈലിയോടായിരുന്നു ചാർച്ച. ഇറ്റലിയിൽ കാറ്റനാച്ചോ എന്നറിയപ്പെട്ടിരുന്ന ഈ പ്രതിരോധാത്മക ഫുട്ബോളിൽ ലിബെറോ (ആറാം നമ്പർ സ്വീപ്പർ ബാക്ക്) സ്ഥാനത്ത് കളിക്കുന്നയാൾക്ക് വേറെ നിറത്തിലുള്ള ഉടുപ്പുപോലും പരീക്ഷിച്ചിരുന്നു. അപ്പോഴേക്കും പരമ്പരാഗത ഫുട്ബോൾ അനുകൂലികളും പാരമ്പര്യം പഴഞ്ചനാണെന്നു വാദിച്ച യൂറോപ്യൻ അനുകൂലികളും തമ്മിലുള്ള അന്തരം വർദ്ധിക്കാൻ തുടങ്ങിയിരുന്നു.

അറുപത്തിരണ്ടിലെ ലോകകപ്പിൽ ലോറൻസോക്ക് കീഴിൽ അണിനിരന്ന ടീമിൽ പക്ഷേ, തുടക്കത്തിലേ അസ്വാരസ്യങ്ങളുയർന്നു. ഹെൽസിൻബർഗിന്റെ ഓർമ്മ ടീമിനെ വേട്ടപ്പട്ടിയെപ്പോലെ പിന്തുടർന്നുവെന്ന് വേണം കരുതാൻ. ഉയരക്കുറവുള്ള കളിക്കാരെ ടീമിൽ കളിപ്പിക്കാതിരിക്കാനും അന്നത്തെ പ്രധാന താരമായിരുന്ന അന്റോണിയോ റാറ്റിനെ മാറ്റിനിർത്താനുമെല്ലാമുള്ള ലോറൻസോയുടെ തീരുമാനം തിരിച്ചടിയായി. ലോറൻസോയുടെ ഇറ്റാലിയൻ പരീക്ഷണങ്ങളോടുള്ള എതിർപ്പ് ടീമിനകത്തുനിന്നുതന്നെ ഉയരാൻ തുടങ്ങി. ആദ്യമത്സരത്തിൽ ബൾഗേറിയക്കെതിരെ കളി തുടങ്ങിയ ഉടനെ ഗോളടിക്കുക - ശേഷിക്കുന്ന സമയം എങ്ങനേയും അത് പ്രതിരോധിക്കുക എന്ന തന്ത്രം പയറ്റിയ അർജന്റീന കഷ്ടിച്ച് കടന്നുകൂടി.

രണ്ടാം മത്സരത്തിൽ ഇംഗ്ലണ്ടിനെതിരെ പരുക്കൻ കളി പുറത്തെടുത്തെങ്കിലും അതേ നാണയത്തിൽ തിരിച്ചടി ലഭിച്ചുവെന്ന് മാത്രമല്ല കളി ഒന്നിനെതിരെ മൂന്ന് ഗോളുകൾക്ക് തോല്ക്കുകയും ചെയ്തു. മൂന്നാം മത്സരത്തിൽ ഹംഗറിക്കെതിരെ സമനിലയായതോടെ ക്വാർട്ടർ കാണാതെ പുറത്താവുകയും ചെയ്തു. ബൾഗേറിയയും ഇംഗ്ലണ്ടും ഒത്തുകളിച്ച് തോല്പിച്ചതാണെന്ന ആരോപണമായിരുന്നു ലോറൻസോയുടേയും സംഘത്തിന്റേയും ഏക ന്യായീകരണം.

1958 ലെന്ന പോലെ ഇത്തവണയും ബ്രസീൽ ചാമ്പ്യൻമാരായതോടെ പാരമ്പര്യവാദികളുടെ വാദം കൂടുതൽ കരുത്താർജ്ജിക്കാൻ തുടങ്ങി. തോൽവിയുടെ കാരണം ലാ നസ്ത്ര അല്ലെന്ന് അവർ ബ്രസീ

ലിനെ ഉദാഹരിച്ച് സമർത്ഥിക്കാൻ തുടങ്ങി. ഗംബീത്തയില്ലന്നിയുള്ള റിയോ പ്ലാത്തനീസ് ഫുട്ബോൾ പരാജയപ്പെട്ടിടത്ത് ജീംഗാ കൈവിടാതെ കളിച്ച ബ്രസീലിയൻ തനതു ഫുട്ബോൾ വിജയം നേടുന്നത് ചൂണ്ടിക്കാട്ടി അവർ പ്രതിരോധം തീർത്തുവെങ്കിലും ഗംബീത്തയിൽ പ്രയോഗമികവും കൗശലവുമുള്ള കളിക്കാരാരും ഇക്കാലയളവിൽ അർജന്റീനയിൽ ഉണ്ടായിരുന്നില്ല എന്നതാണ് വസ്തുത. ബ്രസീലിലിലാവട്ടെ വാവ, ദിദി, ഗാരിഞ്ച, പെലെ, സീക്കോ തുടങ്ങി പ്രതിഭകളുടെ ധാരാളിത്തമുള്ള കാലവുമായിരുന്നു. പരിമിതികളെ ഉൾക്കൊണ്ട് വീണ്ടും പ്രായോഗികതയുടെ കളത്തിൽ പന്തുതട്ടാനിറങ്ങിയ അർജന്റീന പക്ഷേ, തൊട്ടടുത്ത കൊല്ലം ബ്രസീലിയൻ ഫുട്ബോളിന്റെ ജൂബിലി ടൂർണ്ണമെന്റിൽ അവരെ തോല്പിച്ച് കിരീടം നേടി. ഗോളടിപ്പിക്കാതിരിക്കുക എന്ന തന്ത്രം തന്നെയാണ് അവിടെ വിജയിച്ചത്.

ഏതാണ്ട് ഇതേകാലത്താണ് ഓസ് വാൽദോ സുബെൽദിയയുടെ കീഴിൽ എസ്റ്റ്യുഡിയാന്റെസ് അർജന്റൈൻ ലീഗിൽ വൻ കുതിപ്പ് നടത്തിയത്. പ്രതിരോധാത്മക ഫുട്ബോളിന് പോകാവുന്നതിന്റെ അറ്റം വരെ കളിക്കാരെ കൊണ്ടുപോയ സുബെൽദിയയുടെ ടീം കരുത്തുകൊണ്ടു മാത്രം കളികൾ ജയിക്കാമെന്ന് തെളിയിച്ചുകൊണ്ടിരുന്നു. നീക്കങ്ങളുടെ കലാപരത എന്ന ആശയത്തെ പടിക്ക് പുറത്തു നിർത്തിയ അവർ അറുപതുകളുടെ മദ്ധ്യത്തിൽ അർജന്റൈൻ ഫുട്ബോളിനെ അടക്കിഭരിക്കാൻ തുടങ്ങി. പരുക്കൻ അടവുകളും കായികപരതയുടെ അതിപ്രസരവും സർവ്വസാധാരണമായി. ആസൂത്രണം കളിയുടെ ഏറ്റവും പ്രധാനപ്പെട്ട ഘടകമായി. ഒരു ത്രോ ഇൻ മുതൽ പെനാൽറ്റി കിക്ക് വരെ സന്ദർഭാനുസരണം എടുക്കേണ്ടതെങ്ങനെയെന്ന് സുബെൽദിയ നിഷ്കർഷാപൂർവ്വം പരിശീലിപ്പിച്ചിരുന്നുവെന്ന് എസ്റ്റ്യുഡിയാന്റെസ് ടീമി ലുണ്ടായിരുന്ന ഹുവാൻ റാമോൻ വെറോൺ രേഖപ്പെടുത്തുന്നു. ആന്റൈ ഫുട്ബോളെന്ന് ആക്ഷേപിക്കപ്പെട്ടിരുന്നുവെങ്കിലും സുബെൽദിയ ശൈലിക്ക് യൂറോപ്പിലടക്കം ആരാധകരേയും ലഭിച്ചിരുന്നു. കെൽറ്റിക് പോലുള്ള ക്ലബ്ബുകൾ സുബെൽദിയയുടെ ശൈലിയെ അവരുടെ ബൈബിളായി സ്വീകരിച്ചു. മൂന്നുവട്ടം മെട്രോപോളിതാനിസ് ചാമ്പ്യൻമാരായതോടെ *എൽ ഗ്രാഫിക്കോ* അടക്കമുള്ള മാധ്യമങ്ങൾ ആന്റൈ ഫുട്ബോളിനെ പ്രശംസിച്ചു തുടങ്ങി.

1966 ൽ വീണ്ടും പട്ടാള അട്ടിമറിയിലൂടെ അധികാരത്തിലേറിയ ഹുവാൻ കാർലോസ് ഒൻഹാനിയയുടെ രാഷ്ട്രീയ പദ്ധതികളുമായി സ്വഭാവത്താൽ ചേർന്നുപോകുന്നതായിരുന്നു ഈ പുതിയ ഫുട്ബോൾ ശൈലി. പെറോൺ ഭരണകാലത്തിനു ശേഷം കായികരംഗത്തുണ്ടായ മാന്ദ്യവും പുതിയ ഫുട്ബോൾ സംസ്കാരത്തിന്റെ അധീശത്വ സ്വഭാവവും മുന്നോട്ടു വയ്ക്കുന്ന സാദ്ധ്യതകൾ പെട്ടെന്ന് മനസ്സിലാക്കിയ ഭരണകൂടം ഫുട്ബോളിന് നേരത്തെ നല്കിയിരുന്ന ഇളവുകളും ആനുകൂല്യങ്ങളും ഒന്നൊന്നായി പുനഃസ്ഥാപിക്കാൻ തുടങ്ങി. മെട്രോപോളിതാ

നൊസ് എന്നും നാസ്യോനൽ എന്നും രണ്ട് ദേശീയ ടൂർണമെന്റുകളു ണ്ടാവുന്നത് ഇക്കാലത്താണ്.

വിറ്റോറിയോ പൊസ്സോയുടെ മുപ്പതുകളിലെ ഇറ്റാലിയൻ ടീം ഫാസിസ്റ്റുകളുടെ മുഖചിത്രമായിരുന്നതിന് സമാനമായി, അറുപതുകളുടെ രണ്ടാം പകുതി അവസാനിക്കുമ്പോഴേക്കും എസ്റ്റ്യൂഡിയാൻതെസ് അർജന്റൈൻ പട്ടാളഭരണകൂടത്തിന്റേയും പതാകവാഹകരായി മാറി. ഒന്നടങ്കം കയറി ആക്രമിക്കുക, എതിരാളികളെ ഓഫ് സൈഡ് കെണിയിൽ വീഴ്ത്തുക, എതിർ മുന്നേറ്റക്കാരെ എന്തുചെയ്തും തടയുക എന്നിങ്ങനെ കരുത്തിന്റെ കളിയായിരുന്നു അവരുടേത്. കരുത്തിന് അമിതപ്രാധാന്യം ലഭിച്ചതോടെ കളി അങ്ങേയറ്റം ഹിംസാത്മകമാവാനും തുടങ്ങി. "പ്രശസ്തിയിലേക്ക് പുഷ്പപാതകളുണ്ടാവില്ല" എന്ന് സുബെൽദിയ ആ ശൈലിയെ ശക്തമായി പ്രതിരോധിച്ചു. പക്ഷേ, കളിയിലെ ഹിംസാത്മകത അർജന്റൈൻ ഫുട്ബോളിന് ലോകമെങ്ങും കുപ്രശസ്തി നല്കുന്ന കാലമായിരുന്നു വരാനുണ്ടായിരുന്നത്. 1966 ലോകകപ്പിലെ ഇംഗ്ലണ്ടിനോടേറ്റ തോൽവിയിൽ തുടങ്ങിയ വിമർശനങ്ങൾ ദേശീയ ലീഗ് മത്സരങ്ങളിലേക്കും വ്യാപിച്ചു. എസ്റ്റ്യൂഡിയാൻതെസിന്റെ വളർച്ചയെ പ്രകീർത്തിച്ചിരുന്ന പത്രങ്ങൾ പതുക്കെ ചുവടുമാറ്റാൻ തുടങ്ങി. അറുപത്തിഒമ്പതിലെ ലോകകപ്പ് യോഗ്യതാ മത്സരങ്ങളിൽ പെറുവിനോടും ബൊളീവിയയോടും തോറ്റ് ഫൈനൽ റൗണ്ടിലെത്താതെ പുറത്തായ നാണക്കേടുകൂടിയായപ്പോൾ വിമർശനത്തിന്റെ കടുപ്പം കൂടി. അപ്പോഴേക്കും യൂറോപ്പിൽനിന്നും പര്യടനത്തിനെത്തിയ ടീമുകളെല്ലാം അർജന്റീനയിലെ മൈതാനങ്ങളിൽ പരുക്കൻ അടവുകൾക്കിരയാവാൻ തുടങ്ങി. ചോര കാണാതെ അവസാനിക്കുന്ന കളികൾ ഉണ്ടാവില്ലെന്നായി. ഇന്റർകോണ്ടിനെന്റൽ കപ്പിൽ കളിക്കാനെത്തിയ എ സി മിലാൻ കളിക്കാരെ കായികമായി നേരിട്ട മൂന്നു കളിക്കാർക്കെതിരെ ക്രിമിനൽ കേസെടുത്ത് തടവിലാക്കുന്നതുവരെയെത്തി ആന്റൈ ഫുട്ബോളിന്റെ വിശ്വരൂപം. പട്ടാള ഭരണകൂടത്തിനുവരെ സ്വീകാര്യമല്ലാത്ത ശൈലിയായി അത് മാറിക്കഴിഞ്ഞിരുന്നു.

1958 ലെ ആ ആറ് ചെക്കോസ്ലോവാക്യൻ ഗോളുകളാണ്, അവയെ മായ്ച്ചുകളയാനുള്ള ശ്രമമാണ് നമ്മളെ തികച്ചും പ്രതിരോധാത്മകമായ ഫുട്ബോളിലെത്തിച്ചത്. തോൽവിയെക്കുറിച്ചുള്ള ഭയംമൂലം നമ്മൾ ജയിക്കാനായി ഗോളടിക്കണമെന്നുതന്നെ മറന്നു.. ഗോളടിക്കുമ്പോഴുണ്ടാവുന്ന ആഹ്ലാദം നമ്മുടെ ഓർമ്മയിൽനിന്നേ പോയിരിക്കുന്നു. യൂറോപ്യൻമാരെ അപേക്ഷിച്ച് കരുത്തും വേഗവും കുറവാണെന്ന അപകർഷബോധം നമ്മളിൽ അകാരണമായി നിറഞ്ഞിരിക്കുന്നു. അതുമൂലം ബുദ്ധിയെയും സിദ്ധിയെയും നിരാകരിക്കുന്ന നിലയിലേക്ക് നമ്മൾ എത്തിപ്പെട്ടിരിക്കുന്നു.

ലോകകപ്പ് യോഗ്യതാറൗണ്ടിൽ പുറത്തായതിനെത്തുടർന്ന് *എൽ*

ഗ്രാഫിക്കോ എഴുതിയ ഈ സ്വയം വിമർശനാത്മകമായ എഡിറ്റോറിയലിന് വൻ സ്വീകാര്യത ലഭിച്ചു. 1958 ലെ തോൽവിയിൽത്തുടങ്ങി അർജന്റൈൻ ഫുട്ബോൾ ടീം അപ്പോഴേക്കും അതിന്റെ ചരിത്രത്തിലെ ഏറ്റവും ദയനീയമായ നിലയിലെത്തിയിരുന്നു. അമ്പതുകളിൽ ടെലിവിഷൻ സംപ്രേഷണം തുടങ്ങിയതോടെ തന്നെ സ്റ്റേഡിയങ്ങളിൽ നിന്ന് പതുക്കെ അകന്നുതുടങ്ങിയിരുന്ന കാണികൾ ഈ കാലഘട്ടമായപ്പോഴേക്കും പൂർണ്ണമായും ടീമുകളെ കൈവിട്ടിരുന്നു. 1953 ൽ 5000 ടെലിവിഷൻ സെറ്റുകളുണ്ടായിരുന്ന രാജ്യത്ത് എഴുപതുകളുടെ തുടക്കമായതോടെ ടെലിവിഷൻ സെറ്റുകളുടെ എണ്ണം മുപ്പത്തേഴ് ലക്ഷമായിരുന്നുവെന്ന് കണക്കുകൾ സൂചിപ്പിക്കുന്നു. ഇതിനു സമാന്തരമായി കളിയുടെ നിലവാരത്തകർച്ച കൂടിയായപ്പോൾ ഫുട്ബോൾ മൈതാനങ്ങളുടെ ടെറസുകൾ അക്ഷരാർത്ഥത്തിൽ കാലിയായി. ടെലിവിഷനു മാത്രമായി കളികൾ സംഘടിപ്പിക്കപ്പെടാൻ തുടങ്ങി. ഈ കാലഘട്ടത്തിലാണ് ഹോർഹെ ലൂയി ബോർഹസ്, അദോൾഫോ കസാരെസുമായി ചേർന്നെഴുതിയ 'എസി എസ്റ്റ് പെർസിപ്പി' എന്ന പ്രശസ്തമായ കഥ പ്രസിദ്ധീകരിക്കുന്നത്. കളി സർക്കാർ വിലാസം കെട്ടുകാഴ്ചയാവുന്നതിനെതിരായ ശക്തമായ വിമർശനമെന്ന നിലയിലാണ് ആ കഥ വിലയിരുത്തപ്പെട്ടിട്ടുള്ളത്.

സുബെൽദിയയുടെ ശൈലി കടുത്ത വിമർശത്തിന് വിധേയമായതിനൊപ്പം തന്നെ ലാ നസ്ത്രയെപ്പറ്റിയുള്ള കാല്പനികാഖ്യാനങ്ങൾ പതിന്മടങ്ങ് ശക്തമായി തിരിച്ചുവന്നു. സിസാറീനിയുടെ ലാ മാക്കീന ശൈലി തിരിച്ചുവന്നാൽ അതിനു മുന്നിൽ കളിച്ചു ജയിക്കാനുള്ള ശേഷി സുബെൽദിയയുടേയും സ്പിനെറ്റോയുടേയും പ്രതിരോധ തന്ത്രങ്ങൾക്കില്ലെന്ന് മാധ്യമങ്ങൾ ഒറ്റക്കെട്ടായി വിധിയെഴുതി. മിഗ്വെൽ അന്റോണിയോ ഹ്വവാറസിന്റേയും സീസർ ലൂയിസ് മെനോറ്റിയുടേയും കീഴിൽ റൊസാരിയോവിൽ ന്യൂൾസ് ഓൾഡ് ബോയ്സ് മികച്ച പ്രകടനം കാഴ്ചവയ്ക്കുകകൂടി ചെയ്തതോടെ വീണ്ടും ലാ നസ്ത്ര അതിന്റെ തിരിച്ചുവരവിനൊരുങ്ങി. അടുത്ത സീസണിൽ ഹറിക്യാൻസിന്റെ ചുമതലയേറ്റെടുത്ത മെനോറ്റി അവരെ സ്വപ്നസമാനമായ വിജയത്തിലേക്ക് നയിച്ചു.

എസ്റ്റ്യുഡിയാൻതെസും സുബെൽദിയയും അവരുടെ പ്രതിരോധാത്മക ഫുട്ബോളും ചർച്ചകളിൽ നിറഞ്ഞുനിന്ന കാലത്താണ് പരിശീലകനെന്ന നിലയിൽ താരതമ്യേന പുതുമുഖമായ മെനോറ്റിയുടെ ഹറിക്യാൻസ് മെട്രോപോളിത്താനൊസ് ചാമ്പ്യൻമാരാവുന്നത്. ആക്രമണോത്സുകതയും കേളീചാരുതയും ഒത്തുചേർന്ന ഒന്നാന്തരം ഫുട്ബോൾ കളിച്ച് അവർ റൊസാരിയോ സെൻട്രലിനെ തോല്പിച്ചപ്പോൾ എതിരാളികളുടെ ആരാധകർ പോലും അവർക്കുവേണ്ടി ആർപ്പുവിളിച്ചു. പുതുതായി ഏതെങ്കിലും ശൈലി ആവിഷ്കരിച്ചല്ല മെനോറ്റിയും ഹ്വവാറസും അവിശ്വസനീയവിജയങ്ങൾ സ്വന്തമാക്കിയത്. തനതു ശൈലിയിലുള്ള വിശ്വാസവും കളിയോടുള്ള തുറന്ന സമീപനവുമായി

രുന്നു അവരുടെ കൈമുതൽ.

കാല്പനികതയുടെ ആൾരൂപമാണ് മെനോറ്റി. കഴുത്തൊപ്പം നീട്ടിയ സ്വർണ്ണമുടിയും തിളങ്ങുന്ന നീല കണ്ണുകളും എപ്പോഴും ചുണ്ടിലെരിയുന്ന സിഗരറ്റുമായി മെലിഞ്ഞുനീണ്ട ഒരസാധാരണ രൂപം. ഇടതുപക്ഷ ചിന്തയും എഴുത്തും വായനയും ദാർശനികഭാവവും കലയും കളിയുമെല്ലാം ചേരുന്ന, അർജന്റീന അവരുടെ ഫുട്ബോൾ സങ്കല്പമായി കാത്തുവച്ചിരുന്ന ഗൗച്ചോയുടെ പുതുയുഗാവതാരം. അന്നത്തെ അർജന്റൈൻ ഫുട്ബോളിനു വേണ്ടുന്ന എല്ലാം മെനോറ്റിയിലുണ്ടായിരുന്നു എന്ന് പറയുന്നതാവും എളുപ്പം.

1974 ലെ ലോകകപ്പിൽ യൊഹാൻ ക്രൗഫിന്റെ നെതർലാൻഡ്സിനോടേറ്റ കനത്ത തോൽവിക്കുശേഷമാണ് മെനോറ്റി ദേശീയടീമിന്റെ കോച്ചായി വരുന്നത്. ഒരർത്ഥത്തിൽ മെനോറ്റി അതിന് യൊഹാൻ ക്രൗഫിനോട് കടപ്പെട്ടിട്ടുണ്ടെന്ന് പറയാം. അതേസമയം ഡച്ചുകാരുടെ സമഗ്ര ഫുട്ബോളെന്ന (Total football) ആശയത്തോട് അദ്ദേഹത്തിന് ഒട്ടും പ്രതിപത്തി ഉണ്ടായിരുന്നില്ല. മെനോറ്റിയുടെ അഭിപ്രായത്തിൽ "മൈതാനത്ത് അവരവർക്കുള്ള ഇടം സൃഷ്ടിക്കുകയും എതിരാളിക്ക് ഇടം നിഷേധിക്കുകയും ചെയ്യുക എന്നതാണ് ഫുട്ബോളിന്റെ അടിസ്ഥാന തത്ത്വം (Creation and negation of playing space). അല്ലാതെ എല്ലാവരും കളം നിറഞ്ഞുകളിക്കുന്നതല്ല ഈ കളി" 1975 ലെ ഒരു അഭിമുഖത്തിൽ മെനോറ്റി തന്റെ നയം വ്യക്തമാക്കി. കായികക്ഷമതയേക്കാളും കരുത്തിനേക്കാളും പ്രധാനം സിദ്ധിയും സാങ്കേതിക വൈഭവവുമാണെന്ന് വിശ്വസിച്ച മെനോറ്റി കളിക്കാരുടെ ഭൗതികവേഗവും മനോവേഗവും തമ്മിലുണ്ടായിരിക്കേണ്ടത് ഒരു വൈരുദ്ധ്യാത്മക ബന്ധമാണെന്ന് വാദിച്ചു. യൂറോപ്യൻ ടീമുകളോടേറ്റ തോൽവിയിൽനിന്ന് മുക്തരാവാൻ അവരുടെ ശൈലി അനുകരിക്കാൻ നോക്കിയതാണ് തുടർപരാജയങ്ങൾക്ക് കാരണമായതെന്ന് അദ്ദേഹം വിലയിരുത്തി. യൂറോപ്യൻ കരുത്തിനേയും വേഗത്തേയും തോല്പിക്കാൻ തനതു കേളീശൈലിയുടെ ഏറ്റവും സൗന്ദര്യാത്മകമായ പ്രയോഗത്തിലൂടെയേ സാധിക്കൂ എന്നായിരുന്നു അദ്ദേഹത്തിന്റെ നിലപാട്.

എതിരാളികളെ ഓരോരുത്തരെയായി നേരിട്ടും (Man-to- man) ഇടം തിരിച്ചും (Zonal) പിടിച്ചു പ്രതിരോധിക്കാനായി ഒരു അയഞ്ഞ വിന്യാസരീതിയാണ് മെനോറ്റി പരീക്ഷിച്ചത്. അന്ന് മിക്ക ടീമുകളും വിജയകരമായി പരീക്ഷിച്ചിരുന്ന 4-4-2 വിന്യാസത്തെ ഫലപ്രദമായി മറികടക്കാൻ മുൻനിരയിൽ ചെറിയൊരു മാറ്റം വരുത്തുകയാണ് മെനോറ്റി ചെയ്തത്. രണ്ട് വിംഗർമാരേയും ഒരു സെന്റർ ഫോർവേഡിനേയും പരീക്ഷിച്ച മെനോറ്റിസ്മോ രീതി ഇന്നും ചില്ലറ മാറ്റങ്ങളോടെയും പുതിയ പേരിട്ടുമെല്ലാം അർജന്റീനയടക്കം പല ടീമുകളും തുടരുന്നുണ്ട്. തന്റേതായ പുതിയ ശൈലി ആവിഷ്കരിക്കാനൊന്നും ശ്രമിക്കുന്നില്ലെന്ന് ആവർത്തിക്കുമ്പോഴും പഴയ കാല്പനിക സൗന്ദര്യം കളിക്കളത്തിലേക്ക്

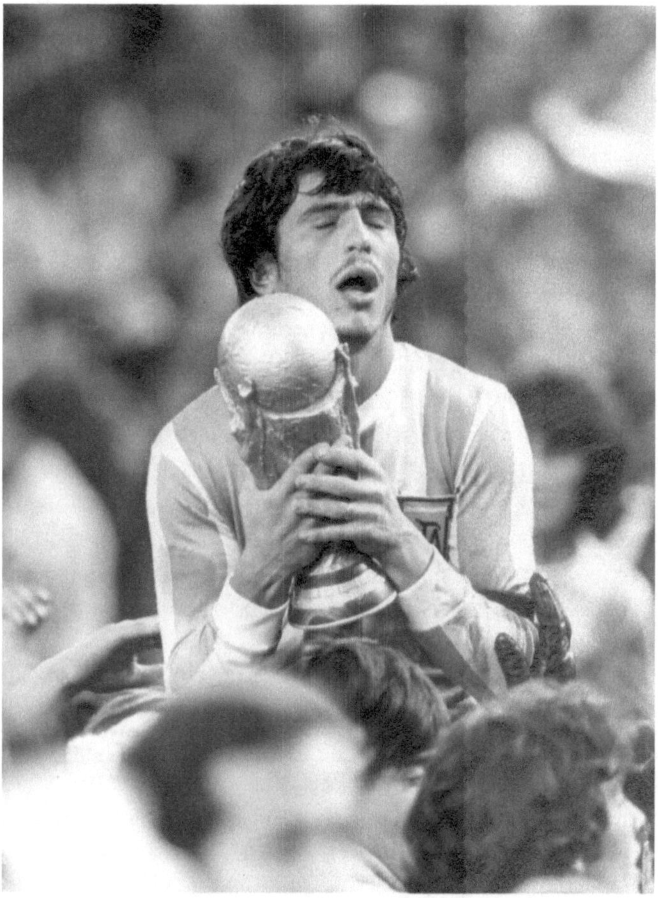

1978 ലെ ലോകകപ്പുമായി ക്യാപ്റ്റൻ ദാനിയേൽ പാസറെല്ല

തിരിച്ചുകൊണ്ടുവരാനുള്ള പ്രായോഗിക ശ്രമങ്ങളാണ് മെനോറ്റി നടത്തിയത്. ഈ ടീം ലോകകപ്പ് ജയിച്ചാൽ നിഷേധാത്മകവും ഹിംസാത്മകവുമായ ഫുട്ബോളിൽ നിന്ന് അർജന്റീനയിലെ കളിക്കാർക്കും പരിശീലകർക്കും പിന്മാറേണ്ടി വരുമെന്ന് മെനോറ്റിക്ക് വ്യക്തമായി അറിയാമായിരുന്നു. താൻ ഏറ്റെടുത്തിരിക്കുന്നത് കേവലമൊരു ഫുട്ബോൾ ടീമിലെ പരിഷ്കരണ ദൗത്യമല്ലെന്നും അതിനപ്പുറമുള്ള മാനങ്ങൾ അതിനുണ്ടെന്നും മനസ്സിലാക്കാനുള്ള രാഷ്ട്രീയബോധം കൂടിയാ ണ് ലൂയിസ് മെനോറ്റിയെ വ്യത്യസ്തനാക്കിയത്. അതുകൊണ്ട് തന്നെയാണ് ലോകകപ്പ് ജയിച്ചപ്പോൾ അത്യാഹ്ലാദത്തോളം പോന്ന രാഷ്ട്രീയ നിരാശയും അദ്ദേഹത്തെ ബാധിച്ചത്.

എഴുപതുകളുടെ രണ്ടാം പകുതിയിൽ അട്ടിമറിയിലൂടെ ജനറൽ

ഹോർഹെ റാഫേൽ വിദേല അധികാരത്തിലെത്തിയതോടെ രാജ്യത്തിന്റെ ചരിത്രത്തിലെ തന്നെ ഏറ്റവും ക്രൂരമായ അടിച്ചമർത്തലിനാണ് അർജന്റീന സാക്ഷ്യം വഹിച്ചത്. രാജ്യത്തെ, കമ്യൂണിസ്റ്റ് വിരുദ്ധ ക്രിസ്ത്യൻ ഭരണകൂടമെന്ന് പ്രഖ്യാപിച്ച വിദേലയുടെ പട്ടാളം നടത്തിയ അതിക്രമങ്ങൾ മുപ്പതിനായിരം യുവാക്കളെയാണ് ഒരു തെളിവുമില്ലാത്തവിധം അപ്രത്യക്ഷരാക്കിയത്. അവരെല്ലാം പലയിടത്തായി കൊടിയ പീഡനങ്ങൾക്കുശേഷം കൂട്ടക്കൊലയ്ക്കിരയായി എന്നാണ് ലോകം പിന്നീട് മനസ്സിലാക്കിയത്. തടവിൽ പ്രസവിച്ച യുവതികളുടെ കൈക്കുഞ്ഞുങ്ങളെ നിർബ്ബന്ധിതമായി കവർന്ന് ഇഷ്ടക്കാർക്ക് ദത്തു നല്കി എന്ന കേസിലാണ് വിദേല പിന്നീട് ശിക്ഷിക്കപ്പെട്ടത്. തെരുവുകളിൽ ചോരപ്പുഴയൊഴുകിയ ഈ കാലത്താണ് ഫുട്ബോൾ ലോകകപ്പിന് അർജന്റീന ആതിഥേയത്വം വഹിക്കുന്നത്. കാണാതായവരുടെ അമ്മമാർ തെരുവിൽ നടത്തിയിരുന്ന അനിശ്ചിതകാല സമരം, മാദ്രെ ദി പ്ലാസ ദി മയോ (The Mothers of May Square) ലോകമാധ്യമങ്ങളുടെ ശ്രദ്ധ നേടിയിരുന്ന കാലം. ഫുട്ബോളിലൂടെ പ്രതിച്ഛായ മെച്ചപ്പെടുത്തിയെടുക്കാനായി ഭരണകൂടം കോടിക്കണക്കിന് ഡോളറാണ് പൊടിച്ചത്. ലോകകപ്പ് വിജയത്തിനായി ഗൂഢാലോചനയും ഒത്തുകളിയും നടത്തിയതായുള്ള ആരോപണമുയർന്നതും ഈ പശ്ചാത്തലത്തിലാണ്.

പെറോണിന്റെ ഭരണകാലത്ത് ദേശീയ ടീമിന്റെ പരിശീലകനായി നിയമിക്കപ്പെട്ട ഇടതുപക്ഷ പശ്ചാത്തലമുള്ള സീസർ മെനോറ്റിയെ പട്ടാളഭരണകൂടം പിരിച്ചുവിടുമെന്ന പൊതുധാരണ തെറ്റിച്ചുകൊണ്ട് അദ്ദേഹത്തെ നിലനിർത്തിയതിനു പിന്നിലും ഇതേ കാരണം തന്നെയായിരുന്നുവെന്ന് പില്ക്കാലത്ത് പല രാഷ്ട്രീയ നിരീക്ഷകരും വിലയിരുത്തിയിട്ടുണ്ട്. പരിശീലകനെന്ന നിലയിൽ ലോകകപ്പ് വിജയത്തിന്റെ അഭിമാന നിമിഷത്തിലും സീസർ ലൂയിസ് മെനോറ്റി എന്ന രാഷ്ട്രീയ ജീവി പരാജിതനായി കാണപ്പെട്ടതും ഇക്കാരണത്താലാണ്.

ലോകകപ്പിന്റെ ചരിത്രത്തിലിന്നോളം മറ്റൊരു പരിശീലകനും അനുഭവിച്ചിട്ടില്ലാത്ത രാഷ്ട്രീയ സമ്മർദ്ദമായിരുന്നിരിക്കണം മെനോറ്റി നേരിട്ടത്. അതുകൊണ്ടുതന്നെ ഓരോ തീരുമാനത്തിലും തന്റെ നിലപാട് വ്യക്തമാക്കാനുള്ള ബാദ്ധ്യതയും അദ്ദേഹത്തിനു മേൽ വന്നുചേർന്നു. ടീം തെരഞ്ഞെടുപ്പുമുതൽ ഫൈനൽ വിസിൽ വരെ മെനോറ്റി എടുത്ത തീരുമാനങ്ങളിലെല്ലാം അത് പ്രതിഫലിക്കുകയും ചെയ്തു. ദ്യേഗോ മറഡോണയെ ഒഴിവാക്കാനെടുത്ത തീരുമാനം മുതൽ മാരിയോ കെംപസിനെ കളിപ്പിച്ച സ്ഥാനംവരെ വലിയ ചർച്ചകൾക്കിടയാക്കി. രണ്ടു പതിറ്റാണ്ടായി തുടരുന്ന കളിക്കളത്തിലെ നിഷേധാത്മക സമഗ്രാധിപത്യത്തെ വേരോടെ പിഴുതുകളയുക എന്ന നിലപാടെടുക്കുമ്പോൾ അത് വിശാലമായ അർത്ഥത്തിൽ എല്ലാ തരം ആധിപത്യപ്രവണതകൾക്കുമെതിരായ പ്രതീകാത്മക ചെറുത്തുനില്പായി മാറുമെന്ന്

മെനോറ്റി വിചാരിച്ചിരിക്കണം.

ഫൈനലിനിറങ്ങും മുമ്പ് മെനോറ്റി ടീമംഗങ്ങളോട് പറഞ്ഞത് നമ്മൾ ജനങ്ങളുടെ പ്രതിനിധികളായാണ് കളത്തിലിറങ്ങുന്നതെന്നാണ്. ഇരകളാക്കപ്പെട്ട വർഗ്ഗത്തിൽനിന്നാണ് നമ്മൾ വരുന്നത്. ഈ രാജ്യത്തിപ്പോൾ നേരോടെ നിലനില്ക്കുന്ന ഒരേയൊരു സംഗതി ഫുട്ബോളാണ്, ഇവിടെ നമ്മൾ കളിക്കുന്നത് ഉപരിവർഗ്ഗത്തിന്റെ ഇരിപ്പിടങ്ങളിലിരുന്ന് കളികാണുന്ന യൂണിഫോമിട്ട പട്ടാളക്കാർക്കുവേണ്ടിയല്ല. നമ്മൾ സ്വാതന്ത്ര്യത്തിനൊപ്പമാണ് ഏകാധിപത്യത്തിനൊപ്പമല്ല- ഡ്രസ്സിങ് റൂമിൽ കളിക്കാരോട് സംസാരിക്കുമ്പോൾ ഫുട്ബോളിലെ അർജന്റീനത്ത്വത്തെ (Argentinidad) രാഷ്ട്രീയമായി ഇടതുപക്ഷത്ത് പ്രതിഷ്ഠിക്കുകയായിരുന്നു മെനോറ്റിയെന്ന് നരവംശശാസ്ത്രജ്ഞനായ എഡ്വാർദോ ആർക്കെറ്റി നിരീക്ഷിക്കുന്നു (Masculine national virtues and moralities in football). വിജയിച്ചത് രാഷ്ട്രമല്ല ജനങ്ങളാണെന്ന് മെനോറ്റി പറയാൻ ശ്രമിച്ചുവെങ്കിലും വിദേലഭരണകൂടം ലോകകിരീട നേട്ടം അവർക്കനുകൂലമാക്കുക തന്നെ ചെയ്തു. അതേസമയം കളിക്കാർ ക്ലബ്ബ് ഫുട്ബോളിനായി രാജ്യം വിട്ടു പോകാതിരിക്കാൻ നിലവിലെ രാഷ്ട്രീയാവസ്ഥ മെനോറ്റി ഉപയോഗപ്പെടുത്തി എന്ന വിമർശം ജോനതൻ വിൽസനുൾപ്പെടെയുള്ളവർ ഉന്നയിക്കുന്നുണ്ട്. റിക്കാർദോ ബൊച്ചീനിക്ക് പകരം നോർബെർതോ അലോൻസോയെ ടീമിൽ ഉൾപ്പെടുത്തിയതിലും കൗമാരക്കാരനായിരുന്ന മറഡോണയെ ഒഴിവാക്കിയതിലും മെനോറ്റിയുടെ സ്വാർത്ഥതാല്പര്യങ്ങൾ കണ്ടവരും കുറവല്ല. മെനോറ്റിക്ക് താനൊരിക്കലും മാപ്പു നല്കില്ലെന്ന് അന്ന് തുറന്നടിച്ച മറഡോണ പക്ഷേ, പിന്നീടൊരു മെനോറ്റിസ്റ്റയായി മാറിയെന്നത് മറ്റൊരു വസ്തുത. ഒരാൾക്ക് മാപ്പുനല്കലും അയാളെ അംഗീകരിക്കലും രണ്ടാണെന്നാണ് *എൽ ദ്യേഗോ*യിൽ ഇതേക്കുറിച്ച് മറഡോണ നല്കുന്ന വിശദീകരണം.

തന്റെ ജീവിതത്തിലെ ഏറ്റവും വലിയ നിരാശയായാണ് മരണം വരെ ദ്യേഗോ മറഡോണ ആ അവസരനിഷേധത്തെ കണ്ടിരുന്നത്. ലൂയി മെനോറ്റിയുടെ കായികതത്ത്വശാസ്ത്രത്തിന് ഏറ്റവും യോജിച്ച കളിക്കാരനായിരുന്നു മറഡോണ. പക്ഷേ, ആദ്യഘട്ടത്തിൽ മെനോറ്റിക്ക് സ്വീകാര്യനാകാതിരുന്ന മറഡോണയെ സ്വീകരിച്ചത്, ധൈഷണികമായി എതിർ പക്ഷത്ത് നിലയുറപ്പിച്ചിരുന്ന കാർലോസ് ബിലാർദോ ആണെന്നതും വിരോധാഭാസമായി തോന്നാം.

THE GREAT DUEL
Bilardo vs. Menotti

1986 ലെ ലോകകപ്പ് ടീമിലേക്ക് തന്നെ ക്ഷണിക്കാൻ ബിലാർദോ സ്പെയിനിലേക്ക് വന്നതിനെക്കുറിച്ച് വിശദമായി എഴുതിയിട്ടുണ്ട്, മറഡോണ. കടപ്പുറത്ത് വ്യായാമംചെയ്യുന്ന മറഡോണയോടൊപ്പം ഓടിക്കൊണ്ടാണ് പരിശീലകനായ ബിലാർദോ ടീമിനെക്കുറിച്ച് പറയുന്നത്. മെക്സിക്കോ ലോകകപ്പിനുള്ള തന്റെ ടീമിന്റെ ക്യാപ്റ്റൻ മറഡോണയാണെന്ന് ബിലാർദോ പറയുമ്പോൾ അത്ഭുതപരതന്ത്രനാവുകയാണ്. ദ്യേഗോ മറഡോണയെ മാത്രമല്ല അക്കാലത്ത് വിദേശത്തുണ്ടായിരുന്ന ദാനിയേൽ പാസറെല്ല ഉൾപ്പെടെയുള്ള മുതിർന്ന കളിക്കാരെയെല്ലാം പോയിക്കാണുകയായിരുന്നു ബിലാർദോയുടെ രീതി. ക്യാപ്റ്റൻ സ്ഥാനത്തേക്ക് പരിഗണിക്കപ്പെടാതിരുന്നതിൽ ക്ഷുഭിതനായ പാസറെല്ല പക്ഷേ, ലോകകപ്പ് ടീമിൽനിന്ന് മാറിനില്ക്കുകയാണുണ്ടായത്.

ലോകകപ്പ് തുടങ്ങുമ്പോഴേക്കും മറഡോണയും പാസറെല്ലയും തമ്മിലുള്ള സംഘർഷം ടീമിനെ പരസ്യമായ ചേരിതിരിവിലേക്കെത്തിച്ചിരുന്നു. ഡ്രസിങ് റൂമിൽ തമ്മിൽത്തല്ലിയ ഒരു സംഘം കളിക്കാരാണ് ഏതാനും ദിവസങ്ങൾക്കുശേഷം മെക്സിക്കോ സിറ്റിയിലെ അസ്റ്റേക്കാ സ്റ്റേഡിയത്തിൽ ലോകകപ്പുയർത്തിയതെന്നത് ഏതാണ്ട് അവിശ്വസനീയമായ കാര്യം തന്നെയാണ്.

ഓരോ പരാജയത്തിനുംശേഷം, വിരുദ്ധശൈലിയുള്ള പരിശീലകരിലേക്ക് പാസ് ചെയ്യപ്പെടുക എന്നത് അർജന്റൈൻ ഫുട്ബോളിന് അതിനകം ശീലമായിട്ടുണ്ടായിരുന്നു. എഴുപതെട്ടിലെ കിരീടനേട്ടത്തിനുശേഷം 1982 ൽ ആദ്യ റൗണ്ടിൽ പുറത്തായതോടെയാണ് മെനോറ്റിയുടെ കാല്പനികകാലത്തിന് അവസാനമാവുന്നത്. എൺപത്തിരണ്ടിൽ മെനോറ്റിയുടെ ടീമിൽ കളിക്കാനിറങ്ങിയെങ്കിലും ചുവപ്പുകാർഡ് കണ്ട് പുറത്താവുകയായിരുന്നു മറഡോണ. ആന്റൈ ഫുട്ബോളിനാൽ കുപ്രശസ്തിനേടിയ സുബെൽദിയ സ്കൂളിലെ പ്രധാനിയായിരുന്നു കാർലോസ് ബിലാർദോ. കൈയിലൊളിപ്പിച്ച സൂചികൊണ്ട് എതിരാളികളെ കുത്തുമെന്നും ഡോക്ടറെന്ന നിലയിൽ ലഭിക്കുന്ന വ്യക്തിഗത വിവരങ്ങൾ എതിർകളിക്കാരെ മാനസികമായി തളർത്താനുപയോഗിക്കുമെന്നും ആരോപണം നേരിട്ടയാളാണ് ബിലാർദോ. തെളിവുകളുടെ പിൻബലത്തിലൊന്നുമല്ലെങ്കിലും ഇതെല്ലാം പൂർണ്ണമായും ആരും തള്ളിക്കളഞ്ഞിരുന്നുമില്ല. മെനോറ്റിയുടെ ആശയലോകത്ത് വലതുപക്ഷമെന്ന് നിസ്സംശയം വിളിക്കുന്ന കായികാദർശത്തിനുടമയായിരുന്നു ബിലാർദോ. ആദ്യഘട്ടത്തിൽ മെനോറ്റിയുമായി സൗഹൃദത്തിൽ നീങ്ങിയ ബിലാർദോ പിന്നീട് മെനോറ്റിസ്മോക്കെതിരായ ശക്തമായ നിലപാടിലേക്ക് നീങ്ങി. പാസറെല്ലയെ മാറ്റി മറഡോണയെ ക്യാപ്റ്റനാക്കിയതും ലാ നുസ്ത്ര എന്ന കല്പനാലോകത്തെ അപ്പാടെ നിരസിച്ചതുമെല്ലാം ഈ ശീതയുദ്ധത്തിന്റെ ഭാഗമായി കാണുന്നവരേറെയുണ്ടായിരുന്നു.

1978 ലോകകപ്പ് ഫൈനൽ, നെതർലാൻഡ്സിനോട് പ്രതികാരം

മെനോറ്റിയുടെ സർഗ്ഗാത്മക ഫുട്ബോൾ സങ്കല്പത്തെ പാടെ പൊളിച്ച് കൃത്യമായ രൂപരേഖ തയ്യാറാക്കി വരച്ച ചിത്രം പോലെ യന്ത്രസമാനമായി കളിക്കുന്ന രീതിയായിരുന്നു ബിലാർദോയുടേത്. വിങ്ങർമാർ അപ്രസക്തരായിത്തുടങ്ങിയിരുന്ന അക്കാലത്ത് പ്രതിരോധത്തിലെ രണ്ടുപേരെ മദ്ധ്യനിരയിലേക്ക് കൊണ്ടുവന്ന് 3-5-2 എന്ന വിന്യാസരീതിയാണ് ലോകകപ്പിൽ ബിലാർദോ പരീക്ഷിച്ചത്. വരച്ച വരയിൽ നീങ്ങാൻ വിസമ്മതിച്ച ക്യാപ്റ്റൻ മറഡോണ മാത്രമായിരുന്നു ബിലാർദോയുടെ തലവേദന. അവസാനം മറഡോണയ്ക്കു വേണ്ടി മാത്രം അല്പം മെനോറ്റിസ്മോ കൂടി അനുവദിക്കുന്ന ശൈലീസങ്കരം ബിലാർദോ തയ്യാറാക്കി.

നിയതമായ സ്ഥാനമില്ലാത്ത രണ്ടാം സ്ട്രൈക്കറായി മറഡോണയെ സ്വതന്ത്രനാക്കിയപ്പോഴാണ് ഈ നൂറ്റാണ്ടിലെ ഏറ്റവും മികച്ച ഗോളടക്കം പിറന്നത്. ബിലാർദോയുടെ കണിശതയാർന്ന ആസൂത്രണവും മെനോറ്റിയുടെ ക്രിയാത്മകതയുടെ സ്വാതന്ത്ര്യവും കൂടി ചേർന്ന വേഷമാണ് മറഡോണ മെക്സിക്കോയിൽ കൈകാര്യം ചെയ്തതെന്നർത്ഥം. എന്നാൽ 1986 ലെ ലോകകപ്പുമായി നാട്ടിലെത്തിയതോടെ മെനോറ്റിയോളമോ അതിലുമല്പം ഉയരെയോ ആയിട്ടുണ്ടായിരുന്നു പരിശീലകനെന്ന നിലയിൽ ബിലാർദോയുടെ സ്ഥാനം. മെനോറ്റിസ്തകളും ബിലാർദിസ്തകളുമെന്ന ദ്വന്ദ്വം അർജന്റൈൻ ഫുട്ബോളിൽ സ്ഥായിയാവുകയും ചെയ്തു. ഇംഗ്ലണ്ടിനെതിരായ ക്വാർട്ടർഫൈനലിൽ മറഡോണ നേടിയ രണ്ട് ഗോളുകളിൽ ആദ്യത്തേതിനെ ബിലാർദിസ്മോയായും രണ്ടാമത്തേത് മെനോറ്റിസ്മോയായും വ്യാഖ്യാനിച്ചാൽ മെനോറ്റി പക്ഷപാതം വെളിവാകുമെങ്കിലും, അത് വസ്തുതാപരം കൂടിയാകും.

ആശയപരവും ശൈലീപരവുമായ ഈ ദ്വന്ദ്വം പിന്നീടിങ്ങോട്ടുള്ള അർജന്റീനയുടെ കളികളിലെല്ലാം ചർച്ചാവിഷയമായി. മെനോറ്റിസ്ത

കളായ ദാനിയേൽ പാസറെല്ലയും ഹോർഹെ സാംപൗളിയും ബിലാർദോയുടെ ശിഷ്യനായ അലഹാന്ദ്രോ സബേയയും മുതൽ രണ്ടു പേർക്കുമിടയിൽ ഇടം കണ്ടെത്താൻ ശ്രമിച്ച ആൽഫിയോ ബസീലെയും മാർസെലോ ബിയേൽസയും ഹോസെ പെക്കർമാനും മാത്രമല്ല പരിശീലകന്റെ വേഷത്തിലെത്തിയപ്പോൾ സാക്ഷാൽ ദ്യേഗോ മറഡോണയ്ക്കുവരെ ഈ ചോദ്യം നേരിടേണ്ടി വന്നിട്ടുണ്ട്.

ഇവരിൽ ചിന്തകൊണ്ടും പ്രയോഗംകൊണ്ടും മെനോറ്റിക്കും ബിലാർദോക്കുമൊപ്പമെത്തിയ പരിശീലകനാണ് മാർസെലോ ബിയേൽസ. ഫുട്ബോൾ കളിക്കേണ്ടത് മൈതാനത്തെ എതിരാളിയുടെ പകുതിയിലാണെന്ന സിദ്ധാന്തത്തിലൂന്നിയാണ് ബിയേൽസ തന്റെ വിന്യാസങ്ങളൊരുക്കിയത്. എതിരാളിയുടെ പകുതിയിൽ വച്ചു തന്നെ പന്ത് കൈവശമാക്കുക എന്ന തന്ത്രം ഫലപ്രദമായി നടപ്പാക്കുമ്പോൾ പ്രതിരോധക്കാർക്കുവരെ കയറിക്കളിക്കാനുള്ള അവസരമൊരുങ്ങുന്നു എന്നതാണ് ബിയേൽസ രീതിയുടെ സവിശേഷത. പിന്നീട് ഹൈപ്രസ് ഫുട്ബോളായി പരിണമിച്ച ഈ ശൈലി ഹോർഹെ സാംപൗളി ചിലെയിൽ വിജയകരമായി പരീക്ഷിച്ചിരുന്നു. ആശയപരമായി വിരുദ്ധധ്രുവങ്ങളിൽ നിന്ന രണ്ട് അതികായരുടെ ശൈലികളെ സമന്വയിപ്പിക്കാനുള്ള ശ്രമങ്ങൾ മറ്റ് പല പരിശീലകരും നടത്തിക്കണ്ടിട്ടുണ്ട്.

എന്നാൽ ഒരു കളിയിൽ തന്നെ മെനോറ്റിസ്മോയും ബിലാർദിസ്മോയും മാറി മാറി പുറത്തെടുക്കുമ്പോഴാണ് എതിരാളികളെ സംബന്ധിച്ചിടത്തോളം അർജന്റീന പ്രവചനാതീതമായ ടീമായി മാറുന്നത്. ഒരു പക്ഷേ, ഈ രണ്ട് സ്കൂളുകളിൽനിന്നും പുറത്തുകടന്ന് അർജന്റൈൻ ഫുട്ബോൾ ലാ നസ്ത്രയുടെ പുതിയ വ്യാഖ്യാനങ്ങളും അതിൽനിന്നുള്ള തുടർച്ചയും തേടേണ്ട സമയവും അതിക്രമിച്ചിട്ടുണ്ട്.

A DIRTY GAME | The political controversy surrounding the 1978 World Cup

ഭാഗം രണ്ട്

നപ്പോളിയുടെ രക്ഷകൻ- സാന്താ മറഡോണ

"ഫുട്ബോളാണ് ലോകത്തേറ്റവും മനോഹരവും ആരോഗ്യകരവുമായ കളി എന്നതിലാർക്കും ഒരു സംശയവുമുണ്ടാവില്ല. ഏതെങ്കിലുമൊരു മനുഷ്യൻ ഒരു തെറ്റു ചെയ്താൽ ഫുട്ബോൾ എന്തു പിഴച്ചു?

എനിക്കു തെറ്റുപറ്റി, അതിനുള്ള ശിക്ഷയും ഞാനനുഭവിച്ചു. പക്ഷേ, ഒന്നുറപ്പിച്ചു പറയാം ഈ പന്തിൽ ചെളി പുരണ്ടിട്ടില്ല. "

- ദ്യേഗോ അർമാൻഡോ മറഡോണ

ചെളി പുരളാത്ത പന്ത്

ചിലപ്പോൾ തോന്നും എന്റെ ജീവിതം മുഴുവൻ സിനിമയായിട്ടുണ്ടെന്ന്, അല്ലെങ്കിൽ പുസ്തകമായിട്ടുണ്ടെന്ന്- പക്ഷേ, ഇല്ല, ഇനിയും എന്റെയുള്ളിൽ മാത്രമുള്ള ചില സംഗതികളുണ്ട്, മറ്റാർക്കുമറിയാത്ത കാര്യങ്ങൾ; ഒരു സിനിമയിലും പുസ്തകത്തിലും വരാത്തവ. അതാണിവിടെ പറയാൻ പോകുന്നത്. മറഡോണ തന്റെ ആത്മകഥ തുടങ്ങുന്നത് ഇങ്ങനെയാണ്. രണ്ടായിരാമാണ്ടിലാണ് *എൽ ദ്യേഗോ* പുറത്തിറങ്ങുന്നത്. വീണ്ടും ആറ് വർഷം കഴിഞ്ഞാണ് എമീർ കുസ്തുറിക്ക ആ സിനിമ എടുക്കുന്നത് - *മറഡോണ ബൈ കുസ്തുറിക്ക,* കുസ്തുറിക്കയുടെ മറഡോണ. 2020 ൽ അറുപതാം വയസ്സിൽ വിട പറഞ്ഞ മറഡോണയുടെ ജീവിതം ഏറ്റവും സത്യസന്ധമായി അടയാളപ്പെടുത്തിയിട്ടുള്ളത് ഈ രണ്ട് സൃഷ്ടികളാണെന്ന് സംശയമില്ലാതെ പറയാം. ദാനിയേൽ അർക്കുചിയുടേയും ഏണെസ്റ്റോ ചെർക്വീസ് ബിയാലോയുടേയും സഹായത്തോടെ എഴുതിയ ആത്മകഥയും മറഡോണയുടെ ജീവിതം പോലെത്തന്നെ ശബ്ദാഡംബരവും വർണ്ണഘോഷവും നിറഞ്ഞ കുസ്തുറിക്ക സിനിമയും.

ആത്മകഥയിൽ നഗ്നനായി ക്യാമറയ്ക്കു പോസ് ചെയ്യുന്ന മറഡോണയുണ്ട്- ചൈനയിലേക്ക് പോകും വഴി ആംസ്റ്റർഡാമിലെ ഏതോ ഹോട്ടലിലെ ബാത്ടബ്ബിൽ നിന്നെടുത്ത ബ്ലാക്ക് ആൻഡ് വൈറ്റ് ഫോട്ടോ. "എനിക്കൊന്നും ഒളിക്കാനില്ല, ഞാനെങ്ങനെയാണോ അങ്ങനെ ലോകമെന്നെ കണ്ടുകൊള്ളട്ടെ, ഈ ലോകത്തെ നേർക്കുനേർ നേരിടാൻ എനിക്കൊരു പ്രയാസവുമില്ല," എന്ന് മറഡോണ തന്നെ അടിക്കുറിപ്പ് നല്കിയിട്ടുള്ള ചിത്രം. അതെ, അതായിരുന്നു മറഡോണ. ഗോഡ് ആസ് എ ഷോമാൻ എന്ന് സിനിമയിൽ ഒരു ഖണ്ഡത്തിൽ കുസ്തുറിക്ക പറയുന്നതും ആ നഗ്നമനുഷ്യനെപ്പറ്റിയാണ്.

മൈതാനത്തെ മറഡോണയുടെ ആദ്യ ചിത്രം തന്നെ ഒരു ഷോമാന്റേതാണ്. പത്താം വയസ്സിൽ അർജെന്റീനോസിന്റെ കളിയിടവേളകളിൽ മൈതാനത്ത് പന്ത് നിലം തൊടാതെ നിർത്തുന്ന ജഗ്ളറായി കുഞ്ഞു ദ്യേഗോ. അന്നതിന് ഫ്രീസ്റ്റൈൽ ഫുട്ബോളെന്ന നിലയിലുള്ള

ലോകപ്രശസ്തിയൊന്നുമില്ലായിരുന്നു. പക്ഷേ, ഇടവേളയിൽ പന്തുകൊണ്ട് അമ്മാനമാടിയിരുന്ന പയ്യനുവേണ്ടി രണ്ടാം പകുതി ഇത്തിരി കഴിഞ്ഞ് തുടങ്ങിയാൽ മതിയെന്ന് ഗ്യാലറികൾ ആർത്തുവിളിച്ച കഥ മറഡോണ തന്നെ പറയുന്നുണ്ട്.

1970 ൽ വെലെസ് സ്റ്റേഡിയത്തിൽ ബോക്കയും അർഹെന്റീനോസും തമ്മിലുള്ള കളി. ഇടവേള തുടങ്ങിയപ്പോൾ പതിവുപോലെ ഞങ്ങൾ കുട്ടികൾ പന്ത് തട്ടിക്കളിക്കാൻ തുടങ്ങി. വേറൊരു ദിവസവും ശരിക്കുമുള്ള ഒരു ഫുട്ബോൾ ഞങ്ങൾക്ക് കളിക്കാൻ കിട്ടാറില്ലായിരുന്നു. അങ്ങനെ തട്ടുന്നതിനിടെ ഞാനടിച്ച പന്ത് മൈതാനത്തിന്റെ അങ്ങേയറ്റത്തേക്കു പോയി. ആളുകൾ എന്നെ ശ്രദ്ധിക്കുന്നുവെന്ന് കണ്ടതോടെ ഞാൻ പന്തുകൊണ്ട് ചെറുതായി അമ്മാനമാടാൻ തുടങ്ങി. ഇടതുകാലിൽ നിന്ന് തലയും തോളും വഴി വലതുകാലിലേക്ക് - പന്തിനെ നിലം തൊട്ടുവിക്കാതെ ഞാൻ തക്-തക്-തക് -തക് എന്ന് തട്ടിക്കൊണ്ടേയിരുന്നു. കാണികൾ താളത്തിൽ കൈയടിക്കാൻ തുടങ്ങി. കളിക്കാരും റഫറിയും കളത്തിലെത്തിയിട്ടും ഞാനും കാണികളും നിറുത്തിയില്ല. കൈയടി പതുക്കെ ആരവമായി മാറാൻ തുടങ്ങി. ക്വീ-സേ- ക്വീ- ദേ, ക്വീ-സേ- ക്വീ- ദേ (അവൻ കളിക്കട്ടെ, അവൻ കളിക്കട്ടെ) ആയിരക്കണക്കിനു വരുന്ന കാണികൾ ഒരേ ശബ്ദത്തിൽ ആർപ്പുവിളിച്ചു. അർഹെന്റീനോസ് ആരാധകർ മാത്രമല്ല, ബോക്കാ ആരാധകരും എനിക്കായി ആർപ്പുവിളിക്കുന്നുണ്ടായിരുന്നു. ഒരുനാൾ ഞാൻ നിങ്ങളുടെ കളിക്കാരനാവും, അന്നുതന്നെ ഞാൻ മനസ്സിൽ കുറിച്ചു.

DIEGO ARMANDO MARADONA
The Movie

എൽ ദ്യേഗോയിൽ മറഡോണ പറയുന്നു. മൈതാനത്തെ വിദ്യകളുമായി കുഞ്ഞു മറഡോണ അക്കാലത്ത് ടെലിവിഷനിലെ വിനോദപരിപാടികളിലും പ്രത്യക്ഷപ്പെട്ടിരുന്നു. സ്റ്റുഡിയോവിൽ കാലുകൊണ്ട് ഓറഞ്ചും കുപ്പിയുമെല്ലാം അമ്മാനമാടി ദ്യേഗോ കാണികളെ കൈയിലെടുത്തിരുന്നു. തൊട്ടടുത്ത വർഷം 1971 സെപ്തംബർ 28 നാണ് മറഡോണയെക്കുറിച്ചുള്ള ആദ്യത്തെ പത്രവാർത്ത പ്രസിദ്ധീകരിക്കുന്നതെന്ന് ജോനതൻ വിൽസൻ പറയുന്നു. ക്ലാരിനിലെ ഫീച്ചറിൽ പക്ഷേ, മറഡോണയെന്നതിന് പകരം കറഡോണ എന്നാണ് അച്ചടിച്ചത്. (Angels with dirty faces). മൈതാനം കൈയിലെടുത്ത ആ പത്തു വയസ്സുകാരൻ അപൂർവ്വമായ പന്തടക്കവും പന്താട്ടസിദ്ധിയുമാണ് പ്രകടിപ്പിക്കുന്നതെന്ന് വിലയിരുത്തിയ റിപ്പോർട്ട് ദ്യേഗോയിൽ

പീബേയെ കാണാനും മറന്നില്ല.

പാകത്തിലും വലിയ കുപ്പായമിട്ട അവന്റെ മുടി കണ്ണിലേക്ക് വീണ് കാഴ്ചതന്നെ മറയ്ക്കുന്നുണ്ടെന്ന് തോന്നും. എങ്കിലും ഏത് പന്തിനേയും ഒറ്റ സ്പർശത്താൽ നിർത്താനും അടുത്ത നിമിഷം നിലത്തുനിന്ന് പൊക്കിയെടുക്കാനും അവനൊരു ചെറിയ പാദചലനം തന്നെ ധാരാളമാണ്. ഇവനിപ്പോഴൊന്നും ജനിക്കേണ്ടവനല്ല, അവനിൽ പ്രകടമായിട്ടുള്ളത് അർജന്റീനയുടെ തനത് ഫുട്ബോളിന്റെ മിന്നലാട്ടങ്ങളാണ്. ഇവനിലൂടെ അർജന്റൈൻ ഫുട്ബോൾ അനശ്വരമാകുമെന്നുറപ്പാണ്.

ബോൾ ജഗ്ലിങ് അഥവാ ഇന്നത്തെ ഫ്രീസ്റ്റൈൽ ഫുട്ബോൾ കുട്ടിക്കളിയല്ല. കാലുകളുടെ സമതുലനത്തിനൊപ്പം പന്തിനു മേലുള്ള സമ്പൂർണ്ണനിയന്ത്രണം കൂടിയാണ് അതിലൂടെ കൈവരുന്നത്. പന്തും താനും തമ്മിലുള്ള അസാധാരണ വിനിമയം ചെറുപ്രായത്തിലേ മറഡോണ സാദ്ധ്യമാക്കിയത് ഇതുവഴിയാവണം. പന്തടക്കത്തിനും (Ball controll) വെട്ടിക്കുതിപ്പിനും (Dribbling) പൊയ്നീക്കങ്ങൾക്കും (Feint) പ്രസിദ്ധരായ എല്ലാ കളിക്കാരിലും അതിവിദഗ്ദ്ധനായ ഒരു അമ്മാനമാട്ടക്കാരനെ (Juggler) കാണാം. മറഡോണയിൽനിന്ന് മുന്നോട്ട് നോക്കിയാൽ റൊണാൾഡീഞ്ഞോയേയും നെയ്മറേയും മെസ്സിയേയുമാണ് സ്വാഭാവിക പന്താട്ടക്കാരായി കാണാനാവുക. ആർജ്ജിത സിദ്ധിയിൽ അഗ്രഗണ്യരായി ക്രിസ്റ്റ്യാനോ റൊണാൾഡോയേയും ഇബ്രാഹിമോവിച്ചിനേയും. ചെറുപ്രായത്തിൽത്തന്നെ സ്വായത്തമായിരുന്ന അസാധാരണമായ പന്തടക്കമാണ് മറഡോണ എന്ന കളിക്കാരനെ ലോകത്തിന്റെ നെറുകയിലെത്തിച്ചത്.

ഉയരക്കുറവിന്റേയും താഴ്ന്ന ഗുരുത്വകേന്ദ്രത്തിന്റേയും ആനുകൂല്യത്തിലുമുപരി മുന്നോട്ട് തള്ളിയ നെഞ്ചിൻകൂട് നല്കുന്ന ആക്രമണോത്സുകമായ ശരീരഘടനയാണ് മറഡോണയുടെ കേളീ ശൈലി നിർണ്ണയിച്ചിട്ടുള്ളതെന്നാണ് എനിക്ക് തോന്നിയിട്ടുള്ളത്. ലിയൊണെൽ മെസ്സിയേയും മറഡോണയേയും വേർതിരിക്കുന്ന പ്രധാന സവിശേഷതയും ഇതാണ്. മറഡോണ ഏത് നിമിഷവും മുന്നോട്ട് കുതിക്കാനാഞ്ഞു നില്ക്കുന്ന ഒരു മനുഷ്യനാണ്. അതുകൊണ്ടുതന്നെ മറഡോണയുടെ ഓട്ടങ്ങളിലെല്ലാം പന്ത് വേട്ടനായയെപ്പോലെ അയാൾക്കു മുന്നിലുണ്ടാകും. പന്തും താനും തമ്മിലുള്ള അകലം കുറച്ചെടുക്കാനുള്ള കാലുകളുടെ അടങ്ങാത്ത ത്വരയാണ് മറഡോണയുടെ കളിയുടെ കാതൽ. അതാണ് അയാളെ അത്യന്തം അപകടകാരിയായ കളിക്കാരനാക്കുന്നത്. മെസ്സിയാവട്ടെ പന്തിനെ എപ്പോഴും പരമാവധി തന്നോടു ചേർത്തു വയ്ക്കുകയാണ് ചെയ്യുന്നത്. പിതാവ് പുത്രനെയെന്നപോലെ പന്തിനെ ഓമനിക്കുന്ന നീക്കങ്ങളാണ് മെസ്സിയുടേത്.

1927 ൽ മാധ്യമപ്രവർത്തകനായ ബൊറോകോത്തോ അർജന്റൈൻ ഫുട്ബോൾ മിത്തുകളിലെ പീബെയെ വാക്കുകൾ കൊണ്ടു വരച്ചിട്ടപ്പോൾ മൂപ്പത്തിമൂന്നുവർഷത്തിനകം അവൻ പീബെ ദ് ഓറോ

ആയി പിറവിയെടുക്കുമെന്ന് അദ്ദേഹം ആലോചിച്ചിരിക്കില്ല. മറഡോണ കളിക്കളത്തിലിറങ്ങും മുമ്പ് തന്നെ ബൊറോകോത്തോ വിടവാങ്ങുകയും ചെയ്തു. ക്രിയോഷോ ഫുട്ബോളിന്റെ പതാകവാഹക രാകേണ്ട പീബെകളെക്കുറിച്ചുള്ള നിറമുള്ള കഥകളും സങ്കല്പങ്ങളും ആവശ്യത്തിലേറെ പ്രചാരം നേടിയിരുന്നതിനാലാവണം വിയാ ഫിയോറിത്തയിലെ പോത്രേറോകളിൽ ദ്യേഗോ എന്ന പയ്യൻ പന്തുതട്ടിത്തുടങ്ങിയപ്പോൾ തന്നെ അവനെ ശ്രദ്ധിക്കാനാളുണ്ടായത്. പത്താം വയസ്സിൽ കളിയിടവേളയിൽ പന്തുകൊണ്ട് അമ്മാനമാടിയിരുന്ന കാലത്ത് ലഭിച്ചുതുടങ്ങിയ ജനശ്രദ്ധ അറുപതാം വയസ്സിലെ അന്ത്യയാത്രവരെ ദ്യേഗോയോടൊപ്പമുണ്ടായിരുന്നു. ഒരുപക്ഷേ, കളിച്ചിരുന്ന കാലത്തും അതിനു ശേഷവും ഒരു പോലെ ജനം സാകൂതം നോക്കിയിരുന്ന ഫുട്ബോളർമാർ വേറെയുണ്ടാവില്ലെന്ന് പറയാം. മുൻഗാമികൾക്കും ഇതുവരെയുള്ള പിൻഗാമികൾക്കും അവകാശപ്പെടാനില്ലാത്ത നേട്ടം.

എൺപതുകളുടെ തുടക്കത്തിൽ ലോക ഫുട്ബോളിൽ മറഡോണ തന്റെ സാന്നിദ്ധ്യം ഉറപ്പിച്ച കാലത്ത് തുടങ്ങിയതാണ് പെലെയുമായുള്ള താരതമ്യം. ലോകമെമ്പാടുമുള്ള ഫുട്ബോൾ ആരാധകർ ഇക്കാര്യത്തിൽ അന്നുമുതൽ തന്നെ രണ്ടു തട്ടിലുമാണ്. കഴിഞ്ഞ നൂറ്റാണ്ടിനൊടുവിൽ ഫിഫ നടത്തിയ വോട്ടെടുപ്പിന്റെ ഫലം ഇതിന് തെളിവാണ്. നൂറ്റാണ്ടിന്റെ താരമായി രണ്ടുപേരെയും സംയുക്തമായി തെരഞ്ഞെടുക്കുകയായിരുന്നു. സ്ഥിതി വിവരക്കണക്കുകളിലും സ്ഥിരതയിലും അതിലെല്ലാമുപരി കളത്തിനു പുറത്തെ പെരുമാറ്റമാന്യതയിലുമാണ് പെലെ മറഡോണയെ മറികടന്നതെന്ന് എളുപ്പത്തിൽ വായിച്ചെടുക്കാം. മൂന്ന് ലോകകപ്പ്, ആയിരത്തിയിരുന്നൂറിലധികം ഗോളുകൾ (ഇതിൽ 526 എണ്ണം അനൗദ്യോഗിക - സൗഹൃദ മത്സരങ്ങളിലാണ് എന്നൊരു വാദവുമുണ്ട്), ലോകകപ്പിലെ 14 കളികളിൽ 12 ഗോളുകൾ. 105 മിനിറ്റിന് ഒരു ഗോൾ എന്ന കണക്കിലാണ് പെലെ സ്കോർ ചെയ്തിട്ടുള്ളത്. മറഡോണയാവട്ടെ ഒരു ഗോളടിക്കാൻ 242 മിനിറ്റാണ് കളിച്ചിട്ടുള്ളത്. അതിനാൽത്തന്നെ ഗണിതത്തിൽ തെളിയുക പെലെയുടെ പേരാവും എന്നതിൽ തർക്കമില്ല. കളിയുടെ സൗന്ദര്യം കണക്കുപുസ്തകങ്ങളിലല്ലെന്ന് കരുതിയാലും, കളിക്കളത്തിനു പുറത്തെ പെലെക്കു മുന്നിലാണ് മറഡോണയ്ക്ക് ഒരുപക്ഷേ, ജനസമ്മതി കുറയുന്നത്.

പൊതുബോധത്തെ അക്ഷരാർത്ഥത്തിൽ തൃപ്തിപ്പെടുത്തുംവിധം ഒരിടത്തുനിന്നും ദുഷ്പേര് കേൾപ്പിക്കാതിരിക്കുക എന്നതിൽ ബദ്ധശ്രദ്ധമായിരുന്നു പെലെയുടെ മൈതാനബാഹ്യജീവിതം. എവിടേയും കലഹിക്കാത്ത പെലെ അതുകൊണ്ടു തന്നെ ജീവിതത്തിലൊരിക്കലും ഒരു രാഷ്ട്രീയ ഇടപെടലും നടത്തിയിട്ടില്ലെന്നും കാണാം. നാടാകെ എതിർത്ത അറുപതുകളിലെ ബ്രസീലിയൻ പട്ടാളഭരണത്തെ ഒരു

വാക്കുകൊണ്ടുപോലും ചോദ്യം ചെയ്തിട്ടില്ലായിരുന്നു പെലെ. വർഷങ്ങൾക്കിപ്പുറവും അദ്ദേഹത്തിനതിൽ കുറ്റബോധമേതുമില്ലെന്ന് ഡേവിഡ് ട്രൈഹോണിന്റെ നെറ്റ്ഫ്ളിക്സ് ഡോക്യുമെന്ററിയിൽനിന്ന് (2021) വ്യക്തമാകുന്നുണ്ട്. താൻ രാഷ്ട്രീയക്കാരനായിരുന്നില്ലെന്ന് ഒഴിഞ്ഞുമാറുക മാത്രമല്ല, അന്നത്തെ മർദ്ദക ഭരണകൂടം തന്റെ ജീവിതത്തെ ബാധിച്ചിരുന്നില്ലെന്ന് നിർമ്മമനായി പറയുകകൂടി ചെയ്യുന്നതിലൂടെ ഒരു പിന്തിരിപ്പൻ അരാഷ്ട്രീയവാദിയായി സ്വയം വെളിപ്പെടുക കൂടി ചെയ്യുന്നുണ്ട് ഈ ചിത്രത്തിൽ പെലെ. മറഡോണയും പെലെയും തമ്മിലുള്ള ഏറ്റവും വലിയ വൈരുദ്ധ്യവും മറ്റൊന്നല്ല.

തന്റെ ചെറുപ്പത്തിലെ അർജന്റൈൻ പട്ടാള ഭരണകൂടത്തോട് കലഹിച്ച ചരിത്രം മറഡോണയ്ക്കും അവകാശപ്പെടാനില്ല. പക്ഷേ, പില്ക്കാലത്ത് അക്കാലത്തെ രാഷ്ട്രീയമായി ന്യായീകരിച്ചില്ലെന്നതാണ് മറഡോണയെ പെലെയിൽനിന്ന് വ്യത്യസ്തനാക്കിയത്. കൺമുന്നിൽ കാണുന്ന പ്രത്യക്ഷ അനീതികളോട് ഉച്ചത്തിൽ കലഹിച്ചാണ് കളം വിട്ട ശേഷം മറഡോണ നിലനിന്നത്. എതിർപക്ഷത്ത് മാർപ്പാപ്പയായാലും അമേരിക്കൻ പ്രസിഡന്റായാലും അക്ഷരം തെറ്റാത്ത തെറിയായിരുന്നു മറഡോണയുടെ മറുപടി.

മൈതാനത്തെ പച്ചപ്പുൽ ചതുരത്തിൽ മറഡോണയ്ക്കു തുല്യനല്ല പെലെ എന്നാണ് ഇതെഴുതുന്നയാളുടെ വിലയിരുത്തൽ. രണ്ടുപേരും കളിച്ച കാലഘട്ടങ്ങളും കളിയുടെ ഘടനാപരമായ മാറ്റവുമെല്ലാം കണക്കിലെടുത്താൽ മറഡോണ ഒരടി മുന്നിൽ നില്ക്കും. കൂടുതൽ തവണ ലോകകപ്പുയർത്തിയത് പെലെയാണ്, പക്ഷേ, മറഡോണയുടെ ലോകകപ്പ് ഏതാണ്ട് അയാളൊറ്റയ്ക്ക് നേടിയതാണെന്നതാണ് ഇരുവരും തമ്മിലുള്ള പ്രധാന വ്യത്യാസം.

1986 ൽ മറഡോണ ഏത് ടീമിൽ കളിച്ചിരുന്നെങ്കിലും ആ ടീമായിരുന്നേനെ ചാമ്പ്യൻമാരെന്ന് പറയുന്നവരുണ്ട്. മൂന്ന് തവണ ലോകകപ്പുയർത്താൻ പെലെക്കൊപ്പം ഒരുപക്ഷേ, അദ്ദേഹത്തോളം പ്രതിഭയുള്ള നിരവധി പേരുണ്ടായിരുന്നു ബ്രസീലിയൻ ടീമിൽ. വവ, ദിദി, ഗാരിഞ്ച എന്നിവരിൽ തുടങ്ങി ഹൈർസിഞ്ഞ്യോ, തോസ്താവോ, ജെർസൻ, സീറ്റോ, ബെല്ലിനി എന്നിങ്ങനെ പ്രതിഭാശാലികളുടെ ഒരു നിര തന്നെയായിരുന്നു അന്നത്തെ ബ്രസീലിയൻ ടീം. എന്നാൽ 1962 ലെ ലോകകപ്പിലാണ് ചാമ്പ്യൻ ടീമിന്റെ സ്വഭാവവും ഘടനയും മാറിയത്. ആദ്യഘട്ടത്തിൽത്തന്നെ പരിക്കേറ്റ പെലെ തുടർന്നുള്ള എല്ലാ കളികളിലും പുറത്തിരിക്കുകയായിരുന്നു. പെലെ ഇല്ലാതെ കളത്തിലിറങ്ങുന്നതിനെക്കുറിച്ച് ഒരുവിധ മുന്നാലോചനകളുമില്ലായിരുന്നതിനാൽ ടീമിന്റെ സന്തുലനം തന്നെ താറുമാറാകുമായിരുന്ന ആ സമയത്ത് ഗാരിഞ്ചയുടെ അവിശ്വസനീയമായ വ്യക്തിഗത പ്രകടനമാണ് ബ്രസീലിനെ തുണച്ചത്. മാനെ ഗാരിഞ്ച എന്ന വിങ്ങറുടെ ഒറ്റയാൾ മികവിലാണ് അത്തവണ ബ്രസീൽ ചാമ്പ്യൻമാരായത്.

ഏതാണ്ട് ഇതിന്റെ തനിയാവർത്തനമെന്ന നിലയിലാണ് എൺപ ത്തിയാറിൽ മറഡോണയുടെ ചുമലിലേറി അർജന്റീന വിജയികളാവു ന്നത്. പകരക്കാരനായിരുന്നില്ല മറഡോണ, അവരുടെ നായകൻ തന്നെയായിരുന്നു എന്നത് മാറ്റി നിർത്തിയാൽ. ഇരുപത്തിനാല് വർഷങ്ങളുടെ ഇടവേളയിൽ നടന്ന ഈ രണ്ട് ടൂർണമെന്റുകളും നോ ക്കിയാൽ ഒരുപക്ഷേ, പെലെയേക്കാളും ദ്യേഗോ മറഡോണയുമായു ള്ള താരതമ്യം അർഹിക്കുന്ന മനുഷ്യൻ മാനെ ഗാരിഞ്ച എന്ന മാന്യു അൽ ഫ്രാൻചെസ്കോ ദോ സാന്റോയാണ് എന്ന് വ്യക്തമാവും. കളിക്കളത്തിലെ നീക്കങ്ങളെടുത്താലും കളത്തിനുപുറത്തെ ജീവിതാ ഘോഷങ്ങളെടുത്താലും.

അറുപതുകളിലെ ഫുട്ബോളിൽ ഇന്നത്തെപ്പോലെ പൊസഷൻ റേറ്റോ പാസ് ആക്യുറസിയോ രേഖപ്പെടുത്താനുള്ള സാങ്കേതിക സൗ കര്യങ്ങളുണ്ടായിരുന്നില്ല. പക്ഷേ, കളിയുടെ ദൃക്സാക്ഷിവിവരണം സൂക്ഷ്മ മായി പിന്തുടർന്നാൽ കണക്കുകൾക്കപ്പുറം അതെല്ലാം നമുക്കു മുന്നിൽ തെളിഞ്ഞു വരും. 1962 ലെ ലോകകപ്പ് ക്വാർട്ടർ ഫൈനലിൽ ഇംഗ്ലണ്ട് - ബ്രസീൽ മത്സരത്തിന്റെ ബ്ലാക്ക് ആൻഡ് വൈറ്റ് ദൃശ്യങ്ങൾ കണ്ടാൽ വ്യക്തമാവുക ആ കളിയിലെ/കളത്തിലെ ഗാരിഞ്ച എന്ന കളിക്കാര ന്റെ സാന്നിദ്ധ്യമാണ്, പെലെയുടെ അസാന്നിദ്ധ്യം നമ്മളറിയുകയേ ഇല്ല. അത്രമാത്രം ഗാരിഞ്ചയിൽ കേന്ദ്രീകരിച്ചിരുന്നു അന്നത്തെ ബ്രസീലിയൻ ടീം.

ഫിലിമിൽ ഷൂട്ട് ചെയ്ത ആ കളിയുടെ ഇംഗ്ലീഷ് ദൃക്സാക്ഷി വിവരണ ത്തിൽ ബ്രസീലെന്നതിനേക്കാളേറെ പരാമർശിക്കപ്പെട്ടിരിക്കുന്നത് ഗാരിഞ്ചയുടെ പേരാണ് എന്നത് ഒട്ടും അസ്വാഭാവികമായി തോന്നില്ല. ഇനി ആ കളിയുടെ ദൃശ്യങ്ങളെടുക്കുക, ഗാരിഞ്ചയുടെ നീക്കങ്ങളുടെ ഒരു രേഖാചിത്രം വരച്ചു നോക്കിയാൽ അതിനു സമാനമായ മറ്റൊന്ന് ലോകകപ്പിൽ കാണണമെങ്കിൽ നമുക്ക് 1986 ലെത്തേണ്ടി വരും. മെ ക്സിക്കോ സിറ്റിയിലെ അസ്റ്റേക സ്റ്റേഡിയത്തിൽ വിരുദ്ധ ധ്രുവങ്ങളിൽ പ്രതിഷ്ഠിക്കാവുന്ന രണ്ടു ഗോളുകളടിച്ച ദ്യേഗോ അർമാന്റോ മറഡോ ണയിലാണ് മാന്യുഅൽ ഫ്രാൻചെസ്കോ ദോ സാന്റോയുടെ ആ പ്രക ടനം പിന്നീട് പ്രത്യക്ഷമാവുന്നത്. 62 ലെ ക്വാർട്ടറിൽ ഇംഗ്ലണ്ടിനെതി രെ ഗാരിഞ്ചയും ഒരു ഹെഡ്ഡറടക്കം രണ്ടു ഗോളടിച്ചിരുന്നു. പ്രതിഭയാലും കൗശലത്താലും മറഡോണ 1986 ലെ ആ മത്സരത്തെ ചരിത്രത്തില ടയാളപ്പെടുത്തുമ്പോൾ ഗാരിഞ്ച വിടപറഞ്ഞിട്ട് മൂന്ന് വർഷമായിരുന്നു.

സ്കൂൾ വിദ്യാർത്ഥിയായിരിക്കെ വായിച്ച പെലെയുടെ ജീവചരിത്ര ത്തിലാണ് ഞാനാദ്യമായി ഗാരിഞ്ച എന്ന പേര് കേൾക്കുന്നത്. പെലെയുടെ ഈ സഹകളിക്കാരന്റെ ജീവിതം അടുത്തുകണ്ടത് പിന്നീ ടെത്രയോ വർഷങ്ങൾക്കുശേഷം *ഗാരിഞ്ച - എസ്ത്രേല സോളിതാരിയ* (Garinchha - the lonely star) എന്ന സിനിമയിലൂടെയാണ്. 2004 ലോ 2005 ലോ കേരളത്തിന്റെ അന്താരാഷ്ട്ര ചലച്ചിത്രോത്സവത്തിൽ

ഡോ. ഇയൻ മക്ഡോണൾഡ് ക്യൂറേറ്റ് ചെയ്ത സ്പോർട്സ് സിനിമകളുടെ പാക്കേജിൽ ഉൾപ്പെട്ടിരുന്നു ആ സിനിമ. കളിയും രതിയും ലഹരിയും ഇഴപിരിച്ചെടുക്കാനാവാത്ത വിധം അലിഞ്ഞൊഴുകുന്ന സിനിമയിൽ കണ്ട തൃഷ്ണയുടെ ആൾരൂപമായ ഗാരിഞ്ച പിന്നീടെനിക്ക് ഫുട്ബോളിലെ രതിരൂപകമാണ്. ബോതോഫോഗോയിലെ മൺമൈതാനങ്ങൾ പോലെത്തന്നെയാണ് സിനിമയിൽ അയാളുടെ കാമുകിമാരുടെ ശരീരങ്ങളും കാണികൾക്കു മുന്നിൽ വെളിവാകുന്നത്. അവിടെ അർദ്ധനഗ്നനും പൂർണ്ണനഗ്നനുമായി ഗാരിഞ്ച അയാളുടെ ശരീരം ആഘോഷിച്ചു. തുടക്കത്തിൽ പറഞ്ഞ മറഡോണ ആംസ്റ്റർഡാമിൽ നിന്നെടുത്ത കളിമുറിച്ചിത്രം പോലൊരെണ്ണം ഗാരിഞ്ചയുടേതായുമുണ്ട് എന്നതാണ് മറ്റൊരു രസകരമായ വസ്തുത. ഷവറിനു താഴെ നഗ്നശരീരത്തിൽ ചിന്നിത്തെറിക്കുന്ന വെള്ളവുമായി ഒരു ബ്ലാക്ക് ആൻഡ് വൈറ്റ് ചിത്രം. ഈ ചിത്രം കണ്ട് പ്രചോദിതനായിട്ടാണോ മറഡോണ തന്റെ കളിമുറിച്ചിത്രം എടുത്തതെന്നും സംശയിക്കാവുന്നതാണ്.

കായികവ്യായാമത്താൽ കടഞ്ഞെടുക്കപ്പെട്ട പൗരുഷത്തിനടുത്തൊന്നുമായിരുന്നില്ല, ഗാരിഞ്ചയുടെ ശരീരം. ജന്മനാ വളവുള്ള കാലുകൾ അയാളെ അപൂർണ്ണനോ വിരൂപനോ പോലുമാക്കിയിരുന്നു, എങ്കിലും അയാളിൽ ആസക്തരായ സ്ത്രീകളുടെ എണ്ണം ചെറുതൊന്നുമായിരുന്നില്ലല്ലോ! ഏതു ജീവിതനിമിഷത്തിലും ലഹരിയാൽ നിലം വിട്ടുയർന്ന മനുഷ്യരുടെ ഗണത്തിലായിരുന്നു ഗാരിഞ്ച; മറഡോണയും. കളത്തിലെ കളിലഹരിയെ അതുപാലെ നിലനിർത്താൻ അവർ കണ്ടെത്തിയ മാർഗ്ഗമാവണം രതിയും അനുബന്ധ രസങ്ങളും. മൈതാനത്ത് ഫലവത്താകുന്ന ഓരോ നീക്കങ്ങളും ഓരോ രതിമൂർച്ഛകളാണെന്ന എദ്വാർദോ ഗെലെയാനോയുടെ നിരീക്ഷണം അക്ഷരാർത്ഥത്തിൽ ശരിവയ്ക്കുന്നതാണ് മറഡോണയുടെ മിക്ക ഗോളുകളുമെന്ന് ശ്രദ്ധിച്ചാൽ കാണാം. റിയോപ്ലാതനീസ് സ്പാനിഷിൽ പന്തിന് പെലോത്ത എന്ന സ്ത്രീലിംഗ പദമാണ് ഉപയോഗിക്കാറുള്ളതെന്നത് ഇവിടെ സവിശേഷമായ ശ്രദ്ധയർഹിക്കുന്ന നിരീക്ഷണമാണ്. സ്പെയ്നിൽ ബാലോൺ എന്ന പുല്ലിംഗമാണ് പന്ത്. സംഭോഗവേളയിൽ സ്വയം നിയന്ത്രണത്തിന്റെ ഗുരുത്വബലം നഷ്ടപ്പെട്ട്, ഭാരമില്ലാത്ത മനുഷ്യനായി ഇണയുടെ മേൽ വീണുപോകുന്ന പുരുഷനെ കാണാം, പോസ്റ്റിലെത്തുന്ന പന്തിനൊപ്പം ഗോൾ ലൈനിൽ വീഴുന്ന മറഡോണയിൽ. പഴയ ബ്ലാക്ക് ആൻഡ് വൈറ്റ് ഫിലിമുകളിലൂടെ ഗാരിഞ്ചയിലെത്തിയാൽ അവിടേയും കാണാം ഫലമൂർച്ഛയിൽ ഘനരഹിതനായി സ്വയം സമർപ്പണം ചെയ്യുന്ന ആ പൗരുഷം. പെലെയിൽ പക്ഷേ, ഇതപൂർവ്വമാണെന്നു മാത്രമല്ല, ഗോളിനു ശേഷമുള്ള ചുവടുകളിൽ അയാൾ അതിവിദഗ്ധമായി ശരീരസംതുലനം തിരിച്ചുപിടിക്കുന്നതായാണ് കാണാനാവുക. ഒരുപക്ഷേ, ആത്മനിയന്ത്രണത്തിന്റെ തുലനാവസ്ഥയില്ലാതെ ലോകത്തിനു മുന്നിൽ നില്ക്കാൻ പെലെ ആഗ്രഹിക്കുന്നുണ്ടാവില്ല-

അന്നും ഇപ്പോഴും.

മദ്യാസക്തിയിൽ മുങ്ങിത്താഴ്ന്ന ഗാരിഞ്ചയുടേയും തനിപ്പകർപ്പായാണ് രണ്ടു പതിറ്റാണ്ടിനുശേഷം മറഡോണയേയും ലോകം കണ്ടത്. ബ്രസീലിയൻ റമ്മായ ചച്ചാക്ക പക്ഷേ, കൊളംബിയൻ കൊക്കൈന് വഴിമാറിയിരുന്നു. ഗാരിഞ്ച നാല്പത്തിയൊമ്പതാം വയസ്സിൽ യാത്ര അവസാനിപ്പിച്ചപ്പോൾ മറഡോണ അറുപതു വരെ ആയുസ്സു നീട്ടിയെടുത്തുവെന്ന് മാത്രം.

വളയമില്ലാതെ ചാടുന്ന നായകന്മാരെ ജനപ്രിയരായ പുണ്യാളന്മാരുടെ (Santos populares) നിരയിലേക്ക് അവരോധിക്കുന്ന സവിശേഷമായ ഒരു സാംസ്കാരിക സവിശേഷത അർജന്റൈൻ സമൂഹത്തിനുണ്ടെന്ന് ഗവേഷകയായ കാതറീൻ ഏയ്ഡിംഗ്ടൺ നിരീക്ഷിക്കുന്നുണ്ട്. (Mythologisation of Maradona and Messi) കത്തോലിക്കാ പള്ളിയുടെ അംഗീകാരത്തിനൊന്നും കാത്തുനില്ക്കാതെ ജനപ്രിയരെ മതേതരമായി വാഴ്ത്തപ്പെട്ടവരാക്കുന്ന ഈ സമ്പ്രദായം ഏറക്കുറെ ആചാരബദ്ധം തന്നെയാണെന്നും കാതറീൻ ചൂണ്ടിക്കാട്ടുന്നുണ്ട്. ദൈവമെന്നു കൂടി അർത്ഥം വരും വിധം ദ്യേഗോയെ അയാളുടെ പത്താം നമ്പർ ജേഴ്സിയോടു ചേർത്ത് ദിയോസ് (D10S) എന്ന് വിളിക്കുന്നതിനേയും മെസ്സിയുടെ പേരിനെ മിശിഹായായി വിപുലീകരിക്കുന്നതിനേയും ഇതിന്റെ ഭാഗമായി കാണണം. മതേതരമായ പുതിയ ആരാധനാക്രമം പോലും സൃഷ്ടിച്ച് ആരാധകർ നിർമ്മിച്ച മറഡോണയുടെ പള്ളിയെ (Iglesia Maradoniana) പറ്റി കുസ്തുറിക്കയുടെ സിനിമയിൽ വിശദമായി പ്രതിപാദിക്കുന്നുണ്ട്. ഉദാരവല്കരണാനന്തര ലത്തീനമേരിക്കയിൽ പരമ്പരാഗത ആരാധനാലയങ്ങളിൽനിന്നു കൂടി അന്യവല്കരിക്കപ്പെട്ട ജനങ്ങൾ കുറെക്കൂടി പ്രാപ്യരും മനസ്സിലാക്കാൻ പറ്റുന്നവരുമായ ദൈവങ്ങളെ തേടിയതിന്റെ ഫലമായിട്ടാണ് മാർത്ത ഏലിയ കരോഷിയെപ്പോലുള്ള ഗവേഷകർ ഈ പ്രതിഭാസത്തെ കാണുന്നത്. ജനങ്ങളുടെ ഈ വാഞ്ഛയെ എളുപ്പത്തിൽ തൃപ്തിപ്പെടുത്തുന്നവരായിരുന്നു ഫുട്ബോൾ താരങ്ങൾ. ജോൺ പോൾ രണ്ടാമൻ മാർപ്പാപ്പക്കെതിരെ നടത്തിയ വിമർശനം മറഡോണയ്ക്ക് ഒരുകാലത്ത് നല്കിയിരുന്ന പ്രതിച്ഛായ കൂടി ഇതൊന്നിച്ച് വായിക്കണം.

> മാർപ്പാപ്പയോട് തർക്കിച്ചുവെന്നത് ശരിതന്നെയാണ്, സ്വർണ്ണനിർമ്മിതമായ മട്ടുപ്പാവുകളുള്ള വത്തിക്കാൻ കൊട്ടാരത്തിലിരുന്ന് മാർപ്പാപ്പ എന്നോട് പട്ടിണി കിടക്കുന്ന കുട്ടികളെപ്പറ്റിയുള്ള ഉൽക്കണ്ഠ പങ്കുവച്ചതുകൊണ്ടാണ് എനിക്ക് എതിർക്കേണ്ടി വന്നത്.

എന്ന് മറഡോണ പില്ക്കാലത്ത് വിശദീകരിച്ചിട്ടുള്ള ആ കാലുഷ്യം ഫ്രാൻസീസ് മാർപ്പാപ്പയുടെ സ്ഥാനാരോഹണംവരെ നിലനിന്നു.

> എല്ലാവരും പറയും എനിക്ക് നാവടക്കിവയ്ക്കാനാവില്ലെന്ന്, മാർപ്പാപ്പയോടുപോലും വഴക്കിട്ടവനാണ് ഞാനെന്ന്- ശരി

> യാണ്. വിയാ ഫിയോറിത്തക്കാരനായതിനാൽ മാത്രം, എനിക്കെന്താ സ്വന്തം അഭിപ്രായങ്ങൾ പറഞ്ഞുകൂടെന്നുണ്ടോ? ഞാൻ ജനങ്ങളിലൊരുവനാണ്, അവരുടെ പ്രതിനിധി, ശബ്ദമില്ലാത്തവരുടെ ശബ്ദം. എനിക്കു മാത്രമേ സംസാരിക്കാൻ മൈക്കു കിട്ടുന്നുള്ളൂവെന്നതുകൊണ്ട് ഞാനവർക്കുവേണ്ടി സംസാരിക്കുന്നുവെന്ന് മാത്രം. ജീവിതകാലത്തിന്നേവരെ ആരെങ്കിലും അവർക്ക് സംസാരിക്കാനവസരം കൊടുത്തിട്ടുണ്ടോ?... എനിക്കീ ലോകത്തെ മാറ്റിമറിക്കാനൊന്നും കഴിയില്ലെന്ന് നന്നായറിയാം. പക്ഷേ, ഞാനെന്തു ചെയ്യണം എന്തു ചെയ്യരുതെന്ന് നിശ്ചയിക്കാൻ വേറെ ആരേയും ഞാനനുവദിക്കില്ല, അത് കളിയിലായാലും ജീവിതത്തിലായാലും.

എൽ ദ്യേഗോവിൽ വത്തിക്കാൻ സംഭവത്തെ മറഡോണ വിശദീകരിക്കുന്നത് ഫ്ലലിയ കരോഷി പറയുന്ന അന്യവല്ക്കരിക്കപ്പെട്ട ലത്തീനമേരിക്കൻ ജനതയ്ക്കൊപ്പം നിന്നാണ്. ഇക്കാലയളവിൽ പള്ളിക്കുനേരെ ഉയർന്ന ചൂണ്ടുവിരലായാണ് കത്തോലിക്കാ ലോകം മറഡോണയെ കണ്ടിരുന്നത്. ഫ്രാൻസീസ് മാർപ്പാപ്പ സ്ഥാനാരോഹിതനായപ്പോൾ ഇംഗ്ലണ്ടിനെതിരെ താൻ നേടിയ ഗോളിനെ ഓർമ്മിപ്പിച്ചുകൊണ്ട്. "ഇതാ ഒരിക്കൽക്കൂടി ദൈവത്തിന്റെ കൈ അർജന്റീനയ്ക്ക് ഒരു മാർപ്പാപ്പയെ നല്കിയിരിക്കുന്നു"വെന്നായിരുന്നു മറഡോണയുടെ പ്രതികരണം. കളിക്കളത്തിലെ കവിയെന്ന് മറഡോണയെ വിശേഷിപ്പിച്ച മാർപ്പാപ്പയാവട്ടെ കളത്തിനുപുറത്ത് മറഡോണ ദുർബ്ബലനായിരുന്നുവെന്ന് പില്ക്കാലത്ത് വിലയിരുത്തുകയും ചെയ്തിട്ടുണ്ട്.

ഫുട്ബോൾ പോലുള്ള മതേതര വ്യവഹാരത്തിലേക്ക് ക്രൈസ്തവ രൂപകങ്ങൾ കടന്നുവരുന്നതിന് പിന്നിൽ മതവിശ്വാസത്തിലുപരിയായി ആചാരാനുഷ്ഠാനങ്ങളോടുള്ള അഭിവാഞ്ഛയാകാമെന്നാണ് ഏയ്ഡിങ്ടൺ നിരീക്ഷിക്കുന്നത്. യുക്തിപരവും ആസൂത്രിതവുമായ ഒരു സാംസ്കാരിക-രാഷ്ട്രീയ ഇടപെടലായിരുന്നു ഇതെന്ന് സൂക്ഷ്മവായനയിൽ കാണാമെന്നും ഏയ്ഡിങ്ടൺ സമർത്ഥിക്കുന്നുണ്ട്.

FRIENDS WITH FIDEL CASTRO, ENEMY OF THE POPE | Maradona, The Most Political Footballer Ever

തന്റെ ഫുട്ബോൾ പോലെത്തന്നെ ആക്രമണാത്മകവും പ്രകടനപരവുമായിരുന്നു മറഡോണയ്ക്ക് രാഷ്ട്രീയവും. ഈ ഉച്ചഭാഷണങ്ങൾ പക്ഷേ, സൂക്ഷ്മമോ സൈദ്ധാന്തികമോ ആയ ബോദ്ധ്യങ്ങളിൽ നിന്നുരുത്തിരിഞ്ഞവയായിരുന്നു എന്ന് പറയാനാവില്ല, മറിച്ച് അവ ജനപ്രിയവും അധഃസ്ഥിതോന്മുഖവുമായ ഹൃദയപക്ഷ നിലപാടുകളായിരുന്നു

വെന്ന് വേണമെങ്കിൽ വ്യാഖ്യാനിക്കാം. ഈ നൂറ്റാണ്ടിന്റെ തുടക്കം തൊട്ട് അദ്ദേഹത്തിന്റെ മരണം വരെ ദക്ഷിണാർദ്ധഗോളത്തിലെ ഇടതുപക്ഷ ഭരണകൂടങ്ങൾക്കൊപ്പം നിന്ന ഓരോ നിമിഷവും നെഞ്ചിലിടിച്ച് ഹൃദയം തുറന്നാണ് മറഡോണ അത് പ്രകടിപ്പിച്ചിരുന്നത്. ചെ ഗുവാരയേയും ഫിദലിനേയും ശരീരത്തിൽ പച്ചകുത്തുന്നതിൽ തുടങ്ങി ഊഗോ ചാവേസിന്റെ തോളോട്ടു തോൾ ചേർന്നുനിന്ന് ജോർജ്ജ് ബുഷ് ഭരണകൂടത്തെ സാത്താന്മാരുടെ സർക്കാരെന്ന് പരസ്യമായി വിളിച്ചുകൂവുന്നതിൽ വരെ നിറഞ്ഞുനിന്നത് മർദ്ദിതരോടുള്ള ഐക്യപ്പെടലാണ്. ചെ ഗുവാരയെ വീണ്ടെടുക്കേണ്ടതിന്റെ ആവശ്യകതയെക്കുറിച്ച് വാചാലനായിക്കൊണ്ടാണ് എൺപതുകളുടെ ഉത്തരാർദ്ധത്തിൽ മറഡോണ രാഷ്ട്രീയം പരസ്യമായി പറഞ്ഞു തുടങ്ങുന്നതു തന്നെ.

ആഴത്തിലുള്ള ബോദ്ധ്യങ്ങളോ ജീവിതാദർശങ്ങളോ അല്ല, തന്റെ സാമാന്യ ബുദ്ധിക്ക് അനീതിയെന്ന് തോന്നുന്നതിനോടുള്ള ക്ഷിപ്രകലഹമായിരുന്നു മറഡോണയുടെ രാഷ്ട്രീയം. സ്വജീവിതാനുഭവങ്ങളിൽ നിന്നുരുത്തിരിഞ്ഞ സങ്കീർണ്ണമായ ഒരു തരം വർഗ്ഗബോധമാണ് അതിന് ഇടതുപക്ഷ സ്വഭാവം നല്കിയത്. ആ ലോകവീക്ഷണമാണ് പലസ്തീൻ ജനതയ്ക്കൊപ്പം നില്ക്കാനും ഗസ്സയേയും ഇറാഖിനേയും ആക്രമിക്കുന്ന അമേരിക്കയുടെ നായകനെ ചോരകുടിയനെന്ന് വിളിക്കാനുമുള്ള നെഞ്ചുക്ക് മറഡോണയ്ക്ക് നല്കിയത്. അതേസമയംതന്നെ എല്ലാ അധികാര രൂപങ്ങളേയും ചോദ്യം ചെയ്യുക എന്ന സൂക്ഷ്മരാഷ്ട്രീയം സ്വാംശീകരിച്ച് അതിനെ നിലപാടുകളിലേക്ക് പരാവർത്തനം ചെയ്യാനുള്ള ആർജ്ജവം മറഡോണയ്ക്ക് ഇല്ലാതെ പോവുകയും ചെയ്തു.

ജീവിതത്തിൽ നീതിബോധം എപ്പോഴാണ് വന്നത് എന്ന കുസ്റ്റുറിക്കയുടെ ചോദ്യത്തിന്, "ലോകത്തേയും ജീവിതത്തേയും അടുത്തു കാണാൻ തുടങ്ങിയപ്പോൾ, പിന്നെ ചെ ഗുവാരയെ വായിച്ചപ്പോൾ" എന്നാണ് മറഡോണയുടെ മറുപടി. എൺപത്തിയാറിനുശേഷം നപ്പോളിയിൽ വച്ചാണ് ചെ ഗുവാരയെ വായിക്കുന്നതെന്ന് മറഡോണ ആത്മകഥയിൽ പറയുന്നുമുണ്ട് (ചെ ഗുവാരയെ വീണ്ടെടുത്ത മറഡോണ എന്ന ഖണ്ഡത്തിൽ ഇത് വിശദമായി പ്രതിപാദിക്കുന്നുണ്ട്). ഫുട്ബോളറായിരുന്നില്ലെങ്കിൽ മറഡോണ ഒരു വിപ്ലവകാരിയായേനെ, അയാൾ ഹൃദയത്തിൽ വിപ്ലവകാരിയായിരുന്നു എന്നാണ് ജീവിതലേഖകനെന്ന നിലയിൽ കുസ്റ്റുറിക്ക മറഡോണയെ സംഗ്രഹിക്കുന്നത്.

1986 ലെ ലോകകപ്പ് ക്വാർട്ടറിലെ ഇംഗ്ലണ്ടിനെതിരായ മത്സരത്തെ കളിയിലുമുപരി കാര്യമായിത്തന്നെയാണ് കണ്ടിരുന്നതെന്ന് മറഡോണ പറയുന്നുണ്ട്. കളിക്കുമുമ്പ് നല്കിയ അഭിമുഖങ്ങളിൽ കളിക്കളത്തിൽ രാഷ്ട്രീയമില്ലെന്നും ഫാക്ലാൻഡ് യുദ്ധവും കളിയും തമ്മിലൊരു ബന്ധവുമില്ലെന്നുമൊക്കെ താൻ വെറുതേ പറഞ്ഞതാണെന്നും കളത്തിലിറങ്ങിയതുതന്നെ ഇംഗ്ലീഷുകാരോട് പ്രതികാരം ചെയ്യാനാ

ണെന്നും പിന്നീട് പറയുന്നുണ്ട്, മറഡോണ. ശത്രുപക്ഷത്ത് താൻ നിർത്തിയിട്ടുള്ള ഇംഗ്ലീഷുകാരെ പോക്കറ്റടിച്ച സന്തോഷമായിരുന്നു അതെന്നും അവരതർഹിച്ചിരുന്നുവെന്നും പറയുമ്പോൾ ലഭിക്കുന്ന പ്രതികാരലഹരികൂടി ചേർന്നതായിരുന്നു മറഡോണയുടെ പോരാട്ട വീര്യം. പോരാളിയുടെ ഉള്ളിലെ ഈ തീപ്പൊരി തന്നെയാണ് പിന്നീട് കളമൊഴിഞ്ഞ ശേഷം നിലപാടുകളായി പടർന്നത്, അതിലെ രാഷ്ട്രീയ ശരിതെറ്റുകൾ അയാൾക്ക് വിഷയം പോലുമായിരുന്നില്ല.

ബ്രിട്ടീഷ് - യൂറോപ്യൻ ധാർമ്മിക മൂല്യങ്ങളുടെ അളവുകോലുകളിൽ വഞ്ചനയായി കണക്കാക്കപ്പെട്ടെങ്കിലും ലത്തീനമേരിക്കയിലും മറ്റ് മൂന്നാം ലോക രാജ്യങ്ങളിലും നിലനിന്നിരുന്ന കോളനിവിരുദ്ധ (Anti colonial) രാഷ്ട്രീയത്തിലൂടെ ആ ഗോളിനു ലഭിച്ച പ്രതീകമൂല്യം അതിന്റെ പലമടങ്ങ് വരും. അധഃസ്ഥിത സമൂഹത്തിന്റെ ചെറുത്തു നില്പിന്റെ രാഷ്ട്രീയം പലപ്പോഴും കൊളോണിയൽ ധാർമ്മികതയ്ക്ക് പുറത്താവുമെന്നതിന്റെ പ്രഖ്യാപനം കൂടിയാണ് ദൈവത്തിന്റെ കൈയ്ക്ക് കിട്ടിയ സ്വീകാര്യത. ആ കൈ ദൈവത്തിനു സമർപ്പിക്കുക വഴി ലത്തീനമേരിക്കയിൽ മുമ്പുതന്നെ പോരാട്ട പക്ഷത്ത് നിലയുറപ്പിച്ചിരുന്ന വിമോചന ദൈവശാസ്ത്രധാരയെ, ധാർമ്മികതയേയും കായികസദാചാരത്തേയും മറികടന്നും തന്നോട് ഒന്നുകൂടി ചേർത്തു നിർത്താൻ മറഡോണയ്ക്കായി. മിനിറ്റുകൾക്കകം അതുവരെ ലോകം കണ്ടിട്ടില്ലാത്ത ഒറ്റയാൾ പ്രകടനത്തിലൂടെ രണ്ടാം ഗോൾ നേടുകവഴി, ധാർമ്മികതയുടെ പ്രതിസന്ധിയിലകപ്പെട്ടു നിന്നിരുന്നവരേയും മറഡോണ തന്റെ പക്ഷത്താക്കുന്നുണ്ട്. ഒരുപക്ഷേ, മറഡോണ രാഷ്ട്രീയമായി തന്നെ ചരിത്രത്തിൽ ആദ്യമായി അടയാളപ്പെടുത്തുന്നതും ഈ മത്സരത്തിലാണെന്ന് പറയാം. പില്ക്കാല ജീവിതത്തിൽ ഫിദൽ കാസ്ട്രോയുമായും ഇവാ മോറാലസുമായും ഊഗോ ചാവേസുമായുമെല്ലാം ചേർന്നു നില്ക്കുന്നതിലേക്ക് മറഡോണയെ നയിച്ചത് ഇംഗ്ലണ്ടിനെതിരെ മെക്സിക്കോയിൽ നേടിയ ഈ പ്രതികാരവിജയമാവണം.

ദരിദ്രർക്കൊപ്പം എന്നതായിരുന്നു മറഡോണയുടെ നിലപാട് എന്ന് കാണാനെളുപ്പമാണ്. കളിതുടങ്ങിയപ്പോഴും അതിന്റെ ഉന്നതിയിലെത്തിയപ്പോഴും മറഡോണയുടെ തെരഞ്ഞെടുപ്പുകൾക്കെല്ലാം ഒരു പക്ഷപാതമുണ്ടായിരുന്നു. ബോക്കാ ജൂനിയേഴ്സായാലും സ്പെയ്നിലെ ബാഴ്സലോണയായാലും ഇറ്റലിയിലെ നപ്പോളിയായാലും ദാരിദ്ര്യത്തോടാണ് മറഡോണ കൂട്ടുകൂടിയത്. ഇതിൽ അല്പം ചേർച്ചക്കുറവുണ്ടായത് ബാഴ്സയിലാണ് എന്നതും ശ്രദ്ധേയം തന്നെ.

MARADONA
Channel 4 UK (1995)

വർഗ്ഗപരമായ വിശാല ഐക്യപ്പെടലുകൾക്കപ്പുറം, സൂക്ഷ്മമോ അഗാധമോ ആയ നന്മകളേയോ അതുയർത്തുന്ന രാഷ്ട്രീയ പ്രശ്നങ്ങളേയോ ഒന്നും മറഡോണ കാര്യമായി പരിഗണിച്ചിരുന്നില്ലെന്ന് വ്യക്തമാണ്. വ്യക്തിജീവിതത്തിൽ ഒരു നിലയ്ക്കുള്ള രാഷ്ട്രീയ ബോധമോ ബോദ്ധ്യമോ പുലർത്താൻ മറഡോണ തയ്യാറായിട്ടില്ല. അക്രമാസക്തമായ പ്രണയജീവിതവും ഒരു തരത്തിലും നീതീകരിക്കാനാവാത്ത ബന്ധനിരാസങ്ങളുമെല്ലാം മറഡോണയെ ജീവിതത്തിൽ ഒന്നാം തരം സ്ത്രീവിരുദ്ധനാക്കുന്നുണ്ട്. ഭാഷയിലും പെരുമാറ്റത്തിലും 'തികഞ്ഞ' പുരുഷാധികാരിയായിരുന്നു മറഡോണയെന്ന് മനസ്സിലാകാൻ എൽ ദ്യേഗോയും ജീവചരിത്രസിനിമകളും മാത്രം പിന്തുടർന്നാൽ മതിയാകും. ലിംഗപരമായ അതിക്രമങ്ങളുടെ വലിയ ചരിത്രമാണ് മറഡോണയുടെ ഗാർഹിക- സ്വകാര്യജീവിതത്തിനുള്ളത്. ജീവിതത്തിലുണ്ടായിരുന്ന മിക്കവാറും എല്ലാ സ്ത്രീകളുമായും- ഒരുപക്ഷേ, അമ്മയൊഴികെ- അസുഖകരമായാണ് മറഡോണ പിരിഞ്ഞിട്ടുള്ളത്. വ്യവസ്ഥാപിത ഇടതുപക്ഷത്തിന് അഭിമതനായിരിക്കുമ്പോഴും അർജന്റീനയിലെ ഫെമിനിസ്റ്റ് പ്രസ്ഥാനങ്ങൾ മറഡോണയെ സ്ത്രീവിരുദ്ധനായിത്തന്നെയാണ് പൊതുവെ കണ്ടിരുന്നത്.

SOCCER SUPERSTARS
Maradona

കുസ്തുറിക്കയുടെ സിനിമയിലും പില്ക്കാലത്തു വന്ന ആസിഫ് കപാഡിയയുടെ ചിത്രത്തിലും ഉപയോഗിച്ചിട്ടുള്ള മറഡോണയുടെ തന്നെ സ്വകാര്യ വീഡിയോ ശേഖരത്തിലെ ചില ദൃശ്യങ്ങളുണ്ട്. മൂത്തമകൾ ദൽമ ജനിച്ച് അടുത്ത ദിവസം മറഡോണ നേപ്പ്ൾസിൽനിന്ന് ക്ലൗദിയയേയും മകളേയും കാണാൻ വരുന്ന നിമിഷങ്ങളാണ് ഇവയിൽ പ്രധാനം. മറഡോണയുമായുള്ള ദാമ്പത്യത്തിൽ ക്ലൗദിയ വീശഹാന്യേ എന്ന സ്ത്രീക്ക് എങ്ങനെ സ്വന്തം ജീവിതം നഷ്ടമായി എന്നതിലേക്കുള്ള സൂചകങ്ങളായാണ് കുടുംബദൃശ്യങ്ങൾ കുസ്തുറിക്കയുടെ മറഡോണയിൽ കാണാനാവുക. എങ്ങനെയാണ് മറഡോണ കഠിനകാലത്തെ അതിജീവിച്ചതെന്ന് കുസ്തുറിക്ക ക്ലൗദിയയോട് ചോദിക്കുന്നുണ്ട്. ഏത് ആൺവിജയത്തിനും പിന്നിലുണ്ടാകുമൊരു പെൺജീവിതം എന്നെല്ലാം ആലങ്കാരികമായി പറയുകയും അറിയാമെന്ന് നടിക്കുന്ന തനിക്കു പോലും സ്ത്രീകളെപ്പറ്റി ഒന്നുമറിയില്ലെന്ന് ജാമ്യമെടുക്കുകയുമൊക്കെ ചെയ്താണ് ഈ ചോദ്യം ചോദിക്കുന്നത്. ഞാനെങ്ങനെ ജീവിച്ചുവെന്ന് നിങ്ങൾ ചോദിക്കാത്തിടത്തോളം ഈ ചോദ്യത്തിനെന്ത് പ്രസക്തി

എന്നാണ് അവരുടെ മറുപടി. എങ്ങനെ ജീവിച്ചുവെന്ന് ഓർക്കാൻ പോലുമിഷ്ടമല്ലാത്ത കാലമായിരുന്നു അതെന്ന് പിന്നീട് അവരുടെ വിവാഹമോചനക്കേസിന്റെ വിശദാംശങ്ങളിലാണ് നമ്മളറിയുക.

നേപ്പ്ൾസിലെ കാമുകി ക്രിസ്ത്യാനാ സിനഗ്രയെ അവരുടെ മകന്റ ജനനത്തിനു തൊട്ടു മുമ്പ് ഉപേക്ഷിക്കുന്ന മറഡോണയെ ആസിഫ് കപാഡിയയുടെ സിനിമയിൽ കാണാം. സിനഗ്രയുമായുള്ള ബന്ധം തന്നെ നിഷേധിച്ച മറഡോണ മകൻ ദ്യേഗോ സിനഗ്രയെ അംഗീകരിക്കുന്നത് 1993 ൽ കോടതിവിധിക്കു ശേഷമാണ്. പില്ക്കാലത്ത് പ്രൊഫഷണൽ ഫുട്ബോളറായിത്തീർന്ന സിനഗ്ര മറഡോണയെ ആദ്യമായി സന്ദർശിക്കുന്നത് അതിനും എത്രയോ വർഷങ്ങൾക്കു ശേഷമാണ്. പില്ക്കാല കാമുകിമാരുടെ മക്കളുടെ കാര്യത്തിലും ഇതേ നിലപാടാണ് മറഡോണ സ്വീകരിച്ചത്. ബന്ധങ്ങളിൽ ഒരു തരത്തിലുള്ള ജനാധിപത്യ സ്വഭാവവും കാണിക്കാതിരുന്ന മറഡോണയുടെ സ്ത്രീവിരുദ്ധത ഇതിലൊതുങ്ങിയിരുന്നില്ല. പില്ക്കാല കാമുകിയായിരുന്ന ഒലീവിയ റോഷ്യോയെ മർദ്ദിക്കുന്ന വീഡിയോ അവർ തന്നെ പുറത്തുവിട്ടപ്പോൾ അവൾ അതർഹിച്ചിരുന്നു എന്നായിരുന്നു മറഡോണയുടെ പ്രതികരണം. ഭാര്യ ക്ലൗദിയ കൊടുത്ത വിവാഹമോചനക്കേസിൽ അതീവഗുരുതരമായ മാനസിക പീഡനമായിരുന്നു മറഡോണക്കെതിരായ പ്രധാന ആരോപണം.

പട്ടാള ഭരണത്തിനുശേഷം ഗുരുതരമായ സാമ്പത്തിക പ്രതിസന്ധിയിലായ അർജന്റീനയിലെ ഏറ്റവും പ്രധാനപ്പെട്ട സാമൂഹിക പ്രശ്നമായി ഗാർഹിക പീഡനങ്ങൾ മാറിയിരുന്ന കാലത്തായിരുന്നു ഇതെന്നും ഓർക്കേണ്ടതുണ്ട്. ഐ എം എഫും ലോകബാങ്കും നടത്തിയിരുന്ന ഘടനാപരിഷ്കാരങ്ങളിൽ പെട്ട് അർജന്റീനയിലെ സ്ത്രീജീവിതം അതീവ ദുഷ്കരമായിത്തീർന്നിരുന്നു ഇക്കാലത്ത്. ഉച്ചസ്ഥായിയിലെത്തിയ തൊഴിലില്ലായ്മ ഏറ്റവുമധികം ബാധിച്ചത് വെളുത്തവരല്ലാത്ത, അടിസ്ഥാന വർഗ്ഗക്കാരെയാണ്. ഇതാണ് സ്ത്രീകൾക്കെതിരായ ഗാർഹികപീഡനങ്ങളിലെ വർദ്ധനയുടേയും അടിസ്ഥാന കാരണമെന്ന് വിലയിരുത്തുന്ന ഫെമിനിസ്റ്റ് ഗ്രൂപ്പുകളുണ്ട്.

കൊളോണിയൽ അധികാരത്തിനും വെളുത്തവരുടെ അധീശത്തിനുമിടയിൽ പെട്ട് ജീവിതാവകാശം തന്നെ നഷ്ടപ്പെട്ടവരെന്ന ആനുകൂല്യം കൂടി നല്കിയാണ് വെളുത്തവരല്ലാത്ത പുരുഷന്മാരെ ഫെമിനിസ്റ്റ് പ്രസ്ഥാനങ്ങൾ കണ്ടു വന്നത്. വർഗ്ഗ നിലയിൽ ഏറെ മുകളിലാണെങ്കിലും മറഡോണയേയും കൊളോണിയൽ അധികാരയാന്ത്രികതയുടെ ഇരയെന്ന നിലയിൽ കാണാനും കടുത്ത സ്ത്രീവിരുദ്ധ നിലപാടുകൾ നിലനില്ക്കെത്തന്നെ അയാളുടെ വർഗ്ഗ നിലപാടുകളെ അംഗീകരിക്കാനും ചില ഫെമിനിസ്റ്റുകൾ തയ്യാറായതും വലിയ ചർച്ചകൾക്കിടയാക്കിയിരുന്നു. മാറഡോണിയൻ ഫെമിനിസ്റ്റുകളെന്ന ഒരു പ്രയോഗം തന്നെ ഈ പശ്ചാത്തലത്തിൽ ഉണ്ടായിവന്നിരുന്നു. മറഡോണയുടെ

ലിംഗപരമായ അതിക്രമങ്ങൾ അയാളുടെ ദരിദ്രഭ്രതകാലത്തിന്റെ ഉല്പന്നമാണെന്ന് ന്യായീകരിക്കുന്ന ഇവരിൽ ഭ്രരിഭാഗവും ഇടതുപക്ഷാഭിമുഖ്യമുള്ളവരാണെന്നത് യാദൃച്ഛികമല്ല.

മരണശേഷം മറഡോണയുടെ അതിക്രമങ്ങൾക്ക് നിരുപാധികം മാപ്പുകൊടുക്കുകവഴി ഈ മാറഡോണിയൻ ഫെമിനിസ്റ്റുകൾ ജനപ്രിയവും ഭരണകൂടാധിഷ്ഠിതവുമായ പുരുഷാധിപത്യത്തിന് ചൂട്ടുപിടിക്കുകയാണെന്ന വിമർശനമുന്നയിക്കുന്നവരിൽ അർജന്റൈൻ സാമൂഹ്യശാസ്ത്രജ്ഞ ഗാർഷ്യേലാ മോൻദേഗദോ മുതൽ സ്പാനിഷ് ഫുട്ബോൾ കളിക്കാരി പൗലാ ദപീന വരെ ഉൾപ്പെടും. ഫുട്ബോൾ ദൈവത്തിന്റെ സ്മരണയ്ക്കായി ഒരു നിമിഷത്തെ മൗനമാചരിക്കാൻ തയ്യാറാകാതെ മൈതാനത്ത് പുറം തിരിഞ്ഞിരുന്ന ദപീനയുടെ പ്രതിഷേധം മറഡോണയുടെ ജീവിതരാഷ്ട്രീയത്തിനു നേരെ ഉണ്ടായ ഏറ്റവും കടുത്ത വിമർശമായി കണക്കാക്കേണ്ടതുണ്ട്.

മറഡോണയുടെ ജീവിതരേഖയ്ക്ക് ചുറ്റും കണ്ടിട്ടുള്ള ഒരുപാടുപേരിൽ എനിക്കു ശ്രദ്ധേയരെന്ന് തോന്നിയവരെക്കുറിച്ചാണ് ആദ്യം പറഞ്ഞത്. ചലച്ചിത്രകാരന്മാരെന്ന നിലയിൽ കുസ്തുറിക്കയും ആസിഫ് കപാഡിയയും ആത്മകഥയ്ക്ക് ഭാഷ നല്കിയവരെന്ന നിലയിൽ ദാനിയേൽ അർക്കുചിയും ഏണെസ്റ്റോ ചെർക്കിസ് ബിയാലോയും. എണ്ണമറ്റ വിഷയാന്തര പഠനങ്ങൾക്ക് വിധേയമായിട്ടുള്ളതാണ് ദ്യേഗോ മറഡോണയുടെ ജീവിതം. മറഡോണയുടെ ഫുട്ബോളും പെരുമാറ്റങ്ങളും രാഷ്ട്രീയ നിലപാടുകളും ശരീരവും ആരോഗ്യവും മനസ്സും മനോനിലയുമെല്ലാം പലഭാഷകളിൽ പലരും പഠനവിധേയമാക്കിയിട്ടുണ്ട്.

ഹാർവാഡ് സർവ്വകലാശാലയിലെ കാല്പനിക ഭാഷാ-സാഹിത്യ വിഭാഗത്തിലെ പ്രൊഫസറായ മരിയാനോ സിസ്കിൻഡ് ഇക്കൂട്ടത്തിൽ വളരെ ശ്രദ്ധേയനായ ഒരു ഗവേഷകനാണ്. ഫുട്ബോൾ, രാഷ്ട്രീയം ജനപ്രിയസംസ്കൃതി എന്നീ വിഷയങ്ങളാണ് ഹാർവാഡിൽ അദ്ദേഹം പഠിപ്പിക്കുന്നത്. മറഡോണയെ ഒരു വിഷയമെന്ന നിലയിൽ പഠിപ്പിക്കണമെന്ന പക്ഷക്കാരനുമാണദ്ദേഹം. പാഠ്യപദ്ധതി എന്ന നിലയിൽ മറഡോണയോട് സാമൂഹ്യവും ചരിത്രപരവും സാംസ്കാരികവുമായ രണ്ടു സമീപനങ്ങൾ സാദ്ധ്യമാണെന്ന് സിസ്കിൻഡ് പറയുന്നു. (Why Maradona matters, The Harvard Gazette) ഒന്ന് അരിസ്റ്റോട്ടിലിന്റെ വഴിയിലൂടെയും മറ്റൊന്ന് നീഷേയുടെ വഴിയിലൂടെയും. 'പോയറ്റിക്സിൽ ദുരന്തത്തെ നിർവ്വചിക്കുമ്പോൾ അരിസ്റ്റോട്ടിൽ നായകനെ അവതരിപ്പിക്കുന്നത് ദൈവത്തിന് മനുഷ്യനിലുണ്ടായ പുത്രനായിട്ടാണ് - അപൂർണ്ണൻ. തന്റെ വ്യക്തിപരമായ കുറവുകൾമൂലം സ്വയം ദൗർഭാഗ്യം ക്ഷണിച്ചുവരുത്തിയ നായകനായി മറഡോണയെ പഠിക്കാം. അരിസ്റ്റോട്ടിലിന്റെ ക്ലാസിക്കൽ നിർവ്വചനങ്ങൾക്ക് കൃത്യമായി വഴങ്ങും മറഡോണയുടെ ജീവിതം. സ്വന്തം പേരു മുതൽ വിഖ്യാതമായ ഗോളുവരെ മറഡോണയ്ക്കൊപ്പമുള്ള ദൈവസാന്നിദ്ധ്യത്തെ തൃപ്തിപ്പെ

ടുത്തുന്ന ജനപ്രിയ സമീപനമാണിത്.

രണ്ടാമത്തെ വഴി കുറച്ചു കൂടി കഠിനമാണ്. നീഷേയുടെ ദുരന്തത്തിന്റെ പിറവിയാണ് അതിനാധാരം. അപ്പോളോവിനേയും ഡയണീഷ്യസിനേയും മുൻനിർത്തി നീഷേ അവതരിപ്പിക്കുന്ന പക്ഷ - പ്രതിപക്ഷ ലോകനിർമ്മിതി. അപ്പോളോ കവിതയുടെ, പ്രകാശത്തിന്റെ, സ്വാസ്ഥ്യത്തിന്റെ, യുക്തിയുടെ, സാമൂഹ്യക്രമത്തിന്റെ, തിട്ടപ്പെടുത്തിയ സ്വാതന്ത്ര്യത്തിന്റെ എല്ലാം ദേവനാണ്. ഡയണീഷ്യസാവട്ടെ ഉത്സവത്തിന്റെ, മദ്യത്തിന്റെ, നൃത്തത്തിന്റെ, സംഗീതത്തിന്റെ, ഉന്മാദത്തിന്റെ, രതിയുടെ, അതിരുകളില്ലാത്ത സ്വാതന്ത്ര്യത്തിന്റെയൊക്കെ ദേവനും. ഫുട്ബോളിലെ അപ്പൊളോണിയൻ രൂപമാണ് പെലെ, മറഡോണ നമുക്കുള്ളിലെ ഡയണീഷ്യസും. "സാമൂഹ്യസദാചാരത്തിന്റെ തടവറയിൽനിന്ന് നമുക്കോരോരുത്തർക്കുമുള്ള വിമോചനമാർഗ്ഗം കൂടിയാണ് ഈ മറഡോണ"യെന്ന് സിസ്കിൻഡ് പറഞ്ഞുവയ്ക്കുന്നു.

മരിയാനോ സിസ്കിൻഡ് പറയുന്ന രണ്ടു സമീപനങ്ങളിലൂടെയും മറഡോണയെ പഠിക്കാം. മറഡോണ ഉൾപ്പെടുന്ന ഡയണീഷ്യൻമാരിൽ ഒരുപക്ഷേ, അതിലുമൊരുപടി ഉയരെ, മാനെ ഗാരിഞ്ചയേയും പ്രതിഷ്ഠിക്കാവുന്നതാണ്. എന്നാൽ ഇങ്ങനെ പക്ഷ-പ്രതിപക്ഷ താരതമ്യങ്ങൾക്കായി മറ്റൊരാളില്ലെങ്കിൽത്തന്നെ അപ്പോളോയും ഡയണീഷ്യസും ചേർന്നതായിരുന്നു D10S (ദ്യേഗോ എന്ന പേരും പത്താം നമ്പറും ചേർത്ത് ദൈവമെന്നുകൂടി അർത്ഥം വരും വിധം ആരാധകർ മറഡോണയെ വിളിച്ചിരുന്ന പേര്) എന്ന് ആ ജീവിതവഴിയിലേക്ക് ഒന്ന് തിരിഞ്ഞു നോക്കിയാൽ കാണാം. ദ്യേഗോ എന്ന ഡയണീഷ്യസും മറഡോണ എന്ന അപ്പോളോയും ചേർന്നതായിരുന്നു, ലോങ് വിസിലിനു മുമ്പേ പന്ത് ടച്ച് ലൈനിനു പുറത്തേക്കടിക്കും പോലെ അറുപതാം വയസ്സിൽ ജീവിതത്തിന്റെ മൈതാനം വിട്ട ദ്യേഗോ അർമാൻഡോ മറഡോണ.

മറഡോണയുടെ കായിക പരിശീലകനായിരുന്ന ഫെർനാൻഡോ സിന്യോറീനി ഇത് മറ്റൊരർത്ഥത്തിൽ മനസ്സിലാക്കിയിരുന്നുവെന്ന് വേണം കരുതാൻ. ദ്യേഗോ മറഡോണ ഒരൊറ്റ മനുഷ്യനല്ലെന്ന് ആദ്യം പറയുന്നത് സിന്യോറീനിയാണ്. 'ദ്യേഗോയും മറഡോണയും രണ്ടു പേരാണ്... മനുഷ്യന്റേതായ എല്ലാ അരക്ഷിതത്വങ്ങളുമുള്ള ഒരു കുട്ടിയാണ് ദ്യേഗോ, അപൂർണ്ണനെങ്കിലും സ്നേഹം പിടിച്ചു വാങ്ങുന്നവൻ, മറഡോണയാവട്ടെ ഫുട്ബോളിന്റെയും മാധ്യമങ്ങളുടെയും വാണിജ്യതാല്പര്യങ്ങൾക്കനുസരിച്ച് പരുവപ്പെട്ട ഒരു വേഷം- കഥാപാത്രം- മാത്രമാണ്. "ദ്യേഗോയുമായി എനിക്ക് ലോകത്തിന്റെ ഏതറ്റംവരേയും സഞ്ചരിക്കാം, പക്ഷേ, മറഡോണയ്ക്കൊപ്പം കളിയുടെ, കളിക്കളത്തിന്റെ നാലതിരുകൾക്കപ്പുറം കടക്കാനാവില്ല." സിന്യോറീനി നല്കിയ ഈ ചിത്രത്തിൽനിന്നാണ് താൻ 'ദ്യേഗോ മറഡോണ' എന്ന ഡോക്യുമെന്ററി നിർമ്മിച്ചതെന്ന് ആസിഫ് കപാഡിയ പറയുന്നുണ്ട്. എന്നാൽ

കാൻ ചലച്ചിത്രമേളയിൽ സിനിമയുടെ ആദ്യപ്രദർശനത്തിനുള്ള ക്ഷണം മറഡോണ നിരസിച്ചു. സിനിമയുടെ പേരിനൊപ്പമുള്ള ഉപശീർഷകത്തിലെ Hustler എന്ന പ്രയോഗം ദ്യേഗോയെ ചൊടിപ്പിച്ചതായിരുന്നു കാരണം. Diego Maradona - Rebel, Hero, Hustler, God എന്നതിലെ മൂന്നാം വിശേഷണം തന്നെ കള്ളനെന്നു വിളിച്ചതിനു തുല്യമായാണ് മറഡോണ മനസ്സിലാക്കിയതെന്ന് കപാഡിയ പറഞ്ഞിട്ടുണ്ട്. "ആ സിനിമ ആകെത്തന്നെ ഒരു നുണയാണ്, അതു ഞാനൊരിക്കലും കാണില്ല" എന്നായിരുന്നു ദ്യേഗോയുടെ പ്രതികരണം.

എന്നാൽ മറഡോണയിലെ ഡയണീഷ്യൻ ചാർച്ച കൃത്യമായി മനസ്സിലാക്കി എന്നതിനാലാണ് കുസ്റ്റുറിക്കയുടെ മറഡോണയിൽ ആ ജീവിതത്തിലെന്ന പോലെത്തന്നെ ഉന്മാദം നിറഞ്ഞുനില്ക്കുന്നത്. ഒരു നിമിഷത്തിന്റെ ശാന്തത പോലുമില്ലാത്ത ശബ്ദവും വർണ്ണവും നിറഞ്ഞ 138 മിനിറ്റുകൾ. സിനിമ തുടങ്ങുന്നത് തന്നെ ബ്വീനൊസ് ഐറിസിലെ ഒരു സംഗീത പരിപാടിയിലാണ്. ബാസ്സ് ഗ്വിറ്റാറിൽ കുസ്റ്റുറിക്ക.

അനൗൺസർ അദ്ദേഹത്തെ പരിചയപ്പെടുത്തുന്നത് സിനിമാ മൈതാനത്തെ ദ്യേഗോ അർമാൻഡോ മറഡോണ എന്നാണ് - മറഡോണയെ കുസ്റ്റുറിക്ക വിശേഷിപ്പിക്കുന്നതോ അന്താരാഷ്ട്ര ഫുട്ബോളിലെ സെക്സ് പിസ്റ്റളെന്നും. സിഡ് വിഷ്യസിന്റേയും നാൻസി സ്പൻജെന്റേയും ദുരന്തകഥ കൂടി ചേർന്നതാണ് സെക്സ് പിസ്റ്റൾസിന്റെ ചരിത്രമെന്നതും കൂട്ടി വായിച്ചാൽ മറഡോണയ്ക്ക് നല്കാൻ അതിലും ചേർന്ന ഒരു വിശേഷണമില്ല.

BBC DOCUMENTARY
When Lineker met Maradona

മാരിയോ കെംപസ്

“ഞാൻ പ്രതിഭാശാലിയായിരുന്നില്ലെന്ന് എനിക്കുതന്നെ അറിയാം, എന്നാൽ മോശക്കാരനുമായിരുന്നില്ല. മദ്ധ്യനിരയിലെ കളിക്കാരനായിരുന്നു ഞാൻ; മുന്നേറ്റക്കാരനേ ആയിരുന്നില്ല, പക്ഷേ, മുന്നിൽ വന്ന അവസരങ്ങൾ എനിക്ക് ഉപയോഗിക്കാൻ കഴിഞ്ഞെന്ന് മാത്രം. ലോകകപ്പിലെ എന്റെ ആദ്യ ഗോൾ നോക്കൂ, അതൊരു ഹെഡ്ഡറായിരുന്നു. സാധാരണഗതിയിൽ തലകൊണ്ട് ഏറെ ഗോളടിക്കുന്നയാളല്ല ഞാൻ പക്ഷേ, അന്നങ്ങനെയാണ് സംഭവിച്ചത്.”

മാരിയോ കെംപസ്

“ആയിരത്തിത്തൊള്ളായിരത്തി എൺപതുകളിൽ അർജന്റൈൻ ഫുട്ബോളിന്റെ ഗതി നിർണ്ണയിച്ചത് ദ്യേഗോ മറഡോണയാണ്, രണ്ടായിരത്തിനുശേഷം ലിയോ മെസ്സിയും എന്നാൽ തൊണ്ണൂറുകൾക്ക് ഒരു അവകാശിയുണ്ടെങ്കിൽ അത് ഗബ്രിയേൽ ഒമാർ ബാറ്റിസ്റ്റ്യൂട്ടയാണ്. ഒരർത്ഥത്തിൽ രണ്ട് ദൈവങ്ങൾക്കിടയിലെ മദ്ധ്യസ്ഥനായ മനുഷ്യനായിരുന്നു ബാറ്റിസ്റ്റ്യൂട്ട. അതിലുമുപരിയായി ഓരോ ആരാധകന്റേയും (ആരാധികയുടേയും) സ്വപ്നങ്ങളിൽ ജീവിച്ച കളിക്കാരനായിരുന്നു അയാൾ. കാണികളുടെ സ്നേഹബഹുമാനങ്ങളാൽ പ്രചോദിതനായിരുന്ന കളിക്കാരനെന്ന നിലയിൽ അയാളർഹിച്ച ഏറ്റവും വലിയ വിശേഷണവും അതുതന്നെയാവും.”

ഡാനിയേൽ സ്റ്റോറി, ബ്രിട്ടീഷ്
മാധ്യമപ്രവർത്തകൻ

സ്വപ്നമൈതാനങ്ങളിലെ യവനദേവന്മാർ

'ദൈവം കൈവിട്ട കാലഘട്ട'മായിരുന്നു ദ്യേഗോ മറഡോണയെ സംബന്ധിച്ചിടത്തോളം ആയിരത്തിത്തൊള്ളായിരത്തി തൊണ്ണൂറുകൾ. തൊണ്ണൂറ് ജൂലൈ എട്ടിന് റോമിലെ സ്റ്റേഡിയോ ഒളിംപികോയിലെ ലോകകപ്പ് ഫൈനലിൽ ജർമ്മൻ ഇതിഹാസം ലോതർ മത്തേവൂസിനുമുന്നിൽ കീഴടങ്ങേണ്ടിവന്നതുതൊട്ട് ആയിരത്തിത്തൊള്ളായിരത്തി തൊണ്ണൂറ്റിനാലിൽ അമേരിക്കയിലെ ബോസ്റ്റനിലെ ഫോക്സ്ബറോ സ്റ്റേഡിയത്തിൽ നൈജീരിയക്കെതിരായ മത്സരശേഷം അപമാനിതനായി കളമൊഴിയുന്നതുവരെയുള്ള ആ നാലുവർഷങ്ങളാണ്, ദ്യേഗോ മറഡോണയെന്ന കാണികളുടെ ദൈവപുത്രന്റെ ഗ്രഹണകാലം. ഇതേകാലത്തുതന്നെയാണ് അർജന്റൈൻ ഫുട്ബോൾ മെനോറ്റി - ബിലാർദോ ദ്വന്ദ്വത്തിൽനിന്ന് പുറത്തുകടക്കുന്നതും.

ഇറ്റാലിയ 90 ഫൈനലിൽ കപ്പ് നിലനിർത്താനാവാതെ വന്നതിന്റെ നിരാശയിൽനിന്ന് കരകയറാനുള്ള ദൗത്യം ഏല്പിക്കപ്പെട്ടത് 988 ലെ സൂപ്പർകോപ്പ സുദമേരിക്കാന നേടിയ റേസിങ് ക്ലബ്ബിന്റെ പരിശീലകനായിരുന്ന ആഫിയോ ബാസിലെയിലാണ്. മെനോറ്റിസ്മോയും ബിലാർദിസ്മോയും ശൈലീവൈരുദ്ധ്യങ്ങളെന്ന നിലയിൽ വായിക്കപ്പെടാൻ തുടങ്ങിയിരുന്ന കാലത്ത് ടീം ഏറ്റെടുക്കുക എന്നത് ബാസിലെയെ സംബന്ധിച്ചിടത്തോളം ചെറുതല്ലാത്ത വെല്ലുവിളി തന്നെയായിരുന്നു. റേസിംഗ് ക്ലബ്ബിൽ മിഡ് ഫീൽഡറായി തുടങ്ങി പ്രതിരോധത്തിലേക്ക് ചുവടുമാറിയ കളിക്കാരനായിരുന്നു ബാസിലെ. ആൽഫിയോ ബാസിലെ ദേശീയ പരിശീലകസ്ഥാനത്തെത്തുന്ന അതേ കാലത്താണ് ഇറ്റലിയിൽ ദ്യേഗോ മറഡോണയുടെ മൈതാന ബാഹ്യജീവിതം കുറ്റകൃത്യങ്ങളുടെ വഴിയെ തിരിയുന്നതും. നപ്പോളിയിൽ കമോറ എന്നറിയപ്പെട്ടിരുന്ന ഗുണ്ടാസംഘത്തിന്റെ സംരക്ഷണ വലയത്തിലായിരുന്ന മറഡോണ കൊക്കെയ്ൻ ഉപയോഗത്തിനും വ്യാപാരത്തിനും അറസ്റ്റിലാവുകയും പതിനഞ്ചുമാസത്തേക്ക് വിലക്കപ്പെടുകയും ചെയ്തിരുന്നു. മറഡോണയില്ലാത്ത ഇക്കാലത്തിന്റെ സൃഷ്ടി

യാണ് അർജന്റീന കണ്ട എക്കാലത്തേയും മികച്ച സ്ട്രൈക്കർമാരി ലൊരാളെന്ന് പേരെടുത്ത ഗബ്രിയേൽ ഒമാർ ബാറ്റിസ്റ്റ്യൂട്ട. 1991 ലെ കോപ്പ അമേരിക്ക ടൂർണമെന്റിലായിരുന്നു ദേശീയ ടീമിലെ ബാറ്റിസ്റ്റ്യൂട്ടയുടെ അരങ്ങേറ്റം. അർജന്റീന ചാമ്പ്യൻമാരായ ടൂർണമെന്റിലെ ടോപ് സ്കോറർ എന്ന നിലയിൽ ബാറ്റിസ്റ്റ്യൂട്ട തന്റെ സ്ഥാനം ഉറപ്പിക്കുകയും ചെയ്തു.

FOOTBALL'S GREATEST
Gabriel Batistuta

രൂപത്തിലായാലും ശൈലിയിലായാലും ദ്യേഗോ മറഡോണയോട് ചാർച്ചയുള്ളവനായിരുന്നില്ല ബാറ്റിസ്റ്റ്യൂട്ട. റിവർപ്ലേറ്റിലെ ആദ്യകാലത്ത് മുന്നേറ്റങ്ങളിലെ അതിവേഗംകൊണ്ടാണ് ബാറ്റിസ്റ്റ്യൂട്ട ശ്രദ്ധാകേന്ദ്രമാവുന്നത്. പോസ്റ്റിനെ ലക്ഷ്യംവയ്ക്കുന്ന വലംകാൽ വോളികളുടെ ശക്തിയായിരുന്നു ബാറ്റിയുടെ ഏറ്റവും വലിയ സവിശേഷത. അതിവേഗത്തിലുള്ള ഓട്ടത്തിനിടയിൽ വലതുകാൽകൊണ്ട് പോസ്റ്റിലേക്ക് പായിക്കുന്ന ഷോട്ടുകളോരോന്നും കാണികളുടെ മനസ്സിൽ അതീവ സുന്ദരങ്ങളായ ദൃശ്യങ്ങളവശേഷിപ്പിക്കുകയും ചെയ്തിരുന്നു. വായുവിൽ ചിതറുന്ന നീണ്ടമുടിയുള്ള യുവാവിന്റെ രൂപചാരുത ലോകമെങ്ങുമുള്ള ഫോട്ടോഗ്രാഫർമാർക്ക് വിരുന്നായി. കഴിഞ്ഞ നൂറ്റാണ്ടിലെ ഏറ്റവും കാല്പനികമായ കായികശരീരങ്ങളിലൊന്നായി അയാൾ മാറാൻ അധികനാളെടുത്തില്ല. അങ്ഹേൽ ഗാബ്രിയേൽ അഥവാ ഗബ്രിയേൽ മാലാഖയായിമാറിയ ബാറ്റിസ്റ്റ്യൂട്ട, മറഡോണയെ പിന്തുടർന്ന് ഇറ്റലിയിലേക്കു തന്നെയാണ് പോയതും. അയാളുടെ കായികജീവിതത്തെ പരിമിതപ്പെടുത്തിയ തീരുമാനമായി ഇതിനെ കണക്കാക്കുന്നവരുമുണ്ട്.

ഫ്യൊറന്റീനയുടെ ഏറ്റവും മികച്ച കളിക്കാരനെന്ന് പേരെടുക്കാനായെങ്കിലും ബാറ്റിസ്റ്റ്യൂട്ടയുടെ കേളീ ശൈലിയെ ലോകത്തിനുമുന്നിലവതരിപ്പിക്കാവുന്ന നിലവാരത്തിലേക്കുയർത്താൻ അവർക്ക് കഴിഞ്ഞില്ല. ഇറ്റാലിയൻ ഒന്നാം ഡിവിഷനിൽനിന്നു തന്നെ തരംതാഴ്ത്തപ്പെട്ട ഫ്യൊറന്റീന വിട്ടു പോകാൻ തയ്യാറായില്ലെന്നത് വ്യക്തി എന്ന നിലയിൽ ബാറ്റിസ്റ്റ്യൂട്ടയുടെ അന്തസ്സുയർത്തിയെങ്കിലും കളിക്കാരനെന്ന നിലയിൽ അതയാളെ ഒട്ടും തന്നെ സഹായിച്ചില്ല. ഒടുവിൽ റോമയിലേക്ക് ചുവടുമാറിയ ശേഷമാണ് സീരി - എ ചാമ്പ്യൻഷിപ്പ് പോലും നേടാൻ ബാറ്റിഗോളിനായത്. അതേസമയം ബാറ്റിസ്റ്റ്യൂട്ടയും ഫ്യൊറന്റീന ആരാധകരും തമ്മിലുണ്ടായിരുന്നത് അതിവൈകാരികമായ

അടുപ്പമായിരുന്നു താനും. മറഡോണയും മെസ്സിയും ദേവസമാനരായി വാഴ്ത്തപ്പെട്ടിട്ടുണ്ടെങ്കിലും അതിനൊപ്പമോ അതിലേറെയോ വരും അവരുടെ കേളീ ശൈലിയെക്കുറിച്ചുണ്ടായിട്ടുള്ള പഠനങ്ങൾ. എന്നാൽ ബാറ്റിസ്റ്റ്യൂട്ടയുടെ കളിയെ വിലയിരുത്തിയിട്ടുള്ളവർ വളരെ കുറവാണെന്ന് കാണാം.

ബാറ്റിയെക്കുറിച്ചുള്ള ആഖ്യാനങ്ങളെല്ലാം തന്നെ തുടങ്ങുന്നതും ഒടുങ്ങുന്നതും ഗബ്രിയേൽ മാലാഖയുടെ ആൾരൂപത്തിലും ഫ്യൊറന്റീനയിലെ കാണികളുടെ വികാരവായ്പിലും ഒടുവിൽ വേദനയാൽ പുളഞ്ഞ് തന്റെ പാദങ്ങൾ മുറിച്ചു നീക്കാൻ ഡോക്ടറുടെ മുന്നിൽ മുട്ടുകുത്തുന്ന ബാറ്റിസ്റ്റ്യൂട്ടയുടെ ദുരന്തചിത്രത്തിലുമാണ്. ബോക്സിനു പുറത്തുനിന്ന് അയാൾ പോസ്റ്റിലേക്ക് പായിച്ച അസംഖ്യം ഷോട്ടുകൾ ഇന്റർനെറ്റിലെ തെളിച്ചം കുറഞ്ഞ വിഡിയോകളിൽ മാത്രമായി അവശേഷിച്ചു. പൊതുവെ അർജന്റൈൻ കളിക്കാരുടെ ദൗർബല്യമായി കണക്കാക്കപ്പെടുന്ന നിലംതൊടാത്ത പന്തുകളെ നേരിടാൻ അനിതര സാധാരണമായ മികവ് കാണിച്ചിരുന്ന ബാറ്റിസ്റ്റ്യൂട്ട ഇതിനായി എന്ത് വിദ്യയാണ് പ്രയോഗിച്ചിരുന്നതെന്ന് പോലും വിലയിരുത്താൻ കളിയെഴുത്തുകാർ അധികമുണ്ടായിരുന്നില്ല അതിശക്തമായ ഹൈഡ്സറുകളായിരുന്നു പില്ക്കാലത്ത് കമന്റേറ്റർമാരാൽ ബാറ്റിഗോളെന്ന് അറിയപ്പെട്ട ഗബ്രിയേലിന്റെ മറ്റൊരു സവിശേഷത. ക്രോസുകളെ അതീവ കൃത്യതയോടെ തലകൊണ്ട് ദിശമാറ്റി പോസ്റ്റിലേക്കു പായിക്കാൻ ബാറ്റിയോളം കഴിവുണ്ടായിരുന്നവർ അക്കാലത്ത് കുറവായിരുന്നു.

1993 ലെ കോപ്പ അമേരിക്ക ഫൈനലിൽ മെക്സിക്കോക്കെതിരെ അർജന്റീന നേടിയ രണ്ടു ഗോളുകളും ബാറ്റിസ്റ്റ്യൂട്ടയുടെ വകയായിരുന്നു. ബോക്സിലേക്ക് ക്ഷണത്തിൽ ഓടിക്കയറുന്ന വേഗംകൊണ്ടും കളത്തിലെ അപ്രവചനീയമായ സ്ഥാനമാറ്റംകൊണ്ടും എതിരാളികളെ അമ്പരപ്പിച്ച ഗോളുകളായിരുന്നു രണ്ടും. ലിയോ മെസ്സി മറികടക്കുന്നതുവരെ അർജന്റീനയ്ക്ക് വേണ്ടി ഏറ്റവുമധികം ഗോളടിച്ച താരമെന്ന ബഹുമതി ബാറ്റിസ്റ്റ്യൂട്ടയ്ക്കായിരുന്നു. 78 കളികളിൽനിന്ന് അമ്പത്താറ് ഗോളുകളാണ് ബാറ്റിസ്റ്റ്യൂട്ട അർജന്റീനയ്ക്കായി നേടിയിട്ടുള്ളത്. ഒരുപക്ഷേ, ആരാധകരെ അതിലേറെ ആവേശഭരിതരാക്കിയിരുന്നത് തുടർച്ചയായ രണ്ട് ലോകകപ്പുകളിൽ ഹാട്രിക് നേടുക എന്ന അപൂർവ്വ റെക്കോഡായിരുന്നിരിക്കും. 1994 ൽ ഗ്രീസിനെതിരെ, മറഡോണ അവസാനമായി ലോകകപ്പ് ഗോൾ നേടിയ അതേ മത്സരത്തിലായിരുന്നു ബാറ്റിയുടെ ഹാട്രിക്കും. പിന്നീട് അടുത്ത ലോകകപ്പിൽ ജമൈക്കക്കെതിരേയും. രണ്ട് ഹാട്രിക് പ്രകടനങ്ങളിലായി നേടിയ നാല് ഫീൽഡ് ഗോളുകളിലും തിരിഞ്ഞു നോക്കുമ്പോൾ ബാറ്റിഗോൾ കൈയൊപ്പ് പതിഞ്ഞിരിക്കുന്നതായി കാണാനാവും. 'ഡി' യുടെ വലതുവശത്തുനിന്ന് പോസ്റ്റിനെ ലക്ഷ്യം വയ്ക്കുന്ന ഷോട്ടുകളായിരുന്നു നാലും, 'എണ്ണംപറഞ്ഞ'.വോളികളായിരുന്നു മൂന്നെണ്ണമെങ്കിൽ, ഗ്രീസിനെതിരെയുള്ള ആദ്യഗോൾ

കെംപസും ബാറ്റിസ്റ്റ്യൂട്ടയും കമൻറേറ്റർമാരുടെ റോളിൽ (2018)

മൈതാനമദ്ധ്യത്തുനിന്നുള്ള ഒരു ഒറ്റയാളോട്ടത്തിനൊടുവിലെ കൃത്യതയാർന്ന ഫിനിഷിങ്ങാണ്. കനത്ത ഷോട്ടുകളും നനുത്ത സ്പർശങ്ങളും കൊണ്ട് ഒരുപോലെ ഗോളടിക്കാൻ ശേഷിയുള്ള ഫോർവേഡുകൾ ഒരു ശതമാനമേ കാണൂ, ബാറ്റിസ്റ്റ്യൂട്ട അതിൽ പെടുന്നയാളാണെന്ന് ഡാനിയേൽ സ്റ്റോറി വിലയിരുത്തുന്നതും മറ്റൊന്നും കൊണ്ടല്ല. - അയാൾ ഒന്നാന്തരം ഗോൾ സ്കോറർ മാത്രമല്ല, ഒന്നാം തരം ഗോളുകളുടെ സ്കോറർ കൂടിയാണെന്ന് ഡാനിയേൽ സ്റ്റോറി അടിവരയിടുന്നുണ്ട്.

യവന പുരുഷസങ്കല്പസമാനമായ രൂപമായിരുന്നു കളത്തിൽ ബാറ്റിസ്റ്റ്യൂട്ടയ്ക്കുണ്ടായിരുന്നത്. ഇരു കൈകളുമുയർത്തി ഊർജ്ജപ്രവാഹത്തിന്റെ ആൾരൂപമായി ഗോളുകൾ ആഘോഷിച്ചിരുന്ന അയാൾ പക്ഷേ, കളത്തിന് പുറത്ത് സാധാരണക്കാരനായ മനുഷ്യനായി ജീവിക്കാനാഗ്രഹിച്ചു. കളിച്ച ടീമുകളോടും കാണികളോടും പുലർത്തിയ അവിശ്വസനീയമായ ആത്മാർത്ഥത അയാളെ സമകാലികരായ മറ്റുകളിക്കാരിൽനിന്ന് തീർത്തും വ്യത്യസ്തനാക്കി. "കളിച്ച ടീമുകളോടെല്ലാം പുലർത്തിയ വിശ്വസ്തതയാണ് എന്നെ കാണികൾക്ക് പ്രിയപ്പെട്ട കളിക്കാരനാക്കിയത്. ആരാധകർക്ക് അവരിലൊരാളായി എന്നെ കാണാൻ സാധിച്ചിരുന്നു. ഫ്യൊറന്റീനയുടേയും റോമയുടേയും അർജന്റീനയുടേയും ആരാധകരോടാണ് എന്റെ കടപ്പാട്, അവരാണ് എന്നെ കളിക്കാൻ പ്രേരിപ്പിച്ചത്" ബാറ്റിസ്റ്റ്യൂട്ട ഒരിക്കൽ പറഞ്ഞു.

ഫ്യൊറന്റീന ഇറ്റാലിയൻ ലീഗിന്റെ രണ്ടാം ഡിവിഷനിലേക്ക് തരം താഴ്ത്തപ്പെട്ട 1993 ൽ റെയാൽ മഡ്രീഡിൽനിന്നും മാഞ്ചെസ്റ്റർ യുണൈറ്റഡിൽനിന്നും ക്ഷണമുണ്ടായിരുന്നു ബാറ്റിസ്റ്റ്യൂട്ടയ്ക്ക്. എന്നാൽ ക്ലബ്ബിനെ കൈവിടാതെ ഒന്നാം ഡിവിഷനിലേക്കുള്ള തിരിച്ചുവരവിനായി അവർക്കൊപ്പം നില്ക്കാനായിരുന്നു ബാറ്റിസ്റ്റ്യൂട്ടയുടെ തീരുമാനം. മാഞ്ചെസ്റ്റർ യുണൈറ്റഡിനൊപ്പം പത്ത് കിരീടങ്ങൾ നേടുന്നതിനേക്കാൾ താൻ വിലമതിക്കുന്നത് ഫ്യൊറന്റീനയ്ക്ക് നേടിക്കൊടുക്കാൻ കഴിഞ്ഞേക്കാവുന്ന ഒരു ചാമ്പ്യൻഷിപ്പാണെന്ന് തീർത്ത് പറയുകയും ചെയ്തു, അവരുടെ എക്കാലത്തേയും മികച്ച ഒമ്പതാം നമ്പർ.

മറഡോണയുടേയും മെസ്സിയുടേയുമെന്നപോലെ ബാറ്റിസ്റ്റ്യൂട്ടയുടെ കളി വിലയിരുത്തുന്ന ഗൗരവതരമായ പഠനങ്ങളോ വീഡിയോകളോ അധികമുണ്ടായിട്ടില്ല. ഒരുപക്ഷേ, ഫുട്ബോൾ വിദഗ്ധരെ സംബന്ധിച്ചിടത്തോളം വേറിട്ടു നില്ക്കും വിധം സാധാരണത്വം വെടിയുന്ന നീക്കങ്ങൾ അയാളിൽ നിന്നുണ്ടായിട്ടില്ലെന്നു വേണം മനസ്സിലാക്കാൻ. സർവ്വസാധാരണത്വത്തിനുള്ളിൽ തന്നെയായിരുന്നു ബാറ്റിസ്റ്റ്യൂട്ടയുടെ അസാധാരണത്വം നിലകൊണ്ടിരുന്നത്. വിങ്ങുകളിലൂടെ ബോക്സിലേക്കുള്ള കുതിപ്പായാലും, അതിശക്തമായ വലംകാൽ വോളികളായാലും സ്വർണ്ണമുടിയിഴകൾ കാറ്റിൽ പറത്തിക്കൊണ്ടുള്ള ഹെഡ്ഡറുകളായാലും കാണികളുടെ ശ്രദ്ധയാകർഷിച്ചത് അതിന്റെ ഫലം കൊണ്ടായിരുന്നു. മദ്ധ്യനിരയുടെ നായകനായ എൻഗാൻചെ എന്നറിയപ്പെടുന്ന പത്താം നമ്പറിനെ ആശ്രയിക്കാറുള്ള അർജന്റീന ടീം അതിൽ നിന്ന് അല്പം കുതറാൻ ശ്രമിച്ചത് മുന്നിൽ ബാറ്റിസ്റ്റ്യൂട്ടയുണ്ടായിരുന്ന തൊണ്ണൂറുകളുടെ ഉത്തരാർദ്ധത്തിലാണ്. ശരീരഭാഷയിൽ മറഡോണയുടെ തനിപ്പകർപ്പെന്ന് പേരുകേൾപ്പിച്ച അരിയൽ ഒർതെഗയും, റിക്വിൽമെയുടെ നിഴലിലൊതുങ്ങി പ്രതിഭയോട് നീതി പുർത്താനാവാതെ കളം വിടേണ്ടിവന്ന പാബ്ലോ അയ്മറുമായിരുന്നു ഇക്കാലയളവിൽ അവരുടെ പത്താം നമ്പരുകാർ. സാധാരണ ഗതിയിൽ എൻഗാൻചെ നെയ്തെടുക്കുന്ന നീക്കങ്ങൾ പൂർത്തിയാക്കുന്ന അവസാനത്തെ കണ്ണിമാത്രമാണ് അർജന്റെൻ ടീമിനെ സംബന്ധിച്ചിടത്തോളം സ്ട്രൈക്കർ. എന്നാൽ ബാറ്റിസ്റ്റ്യൂട്ട ആ നിർവ്വചനത്തിലൊതുങ്ങിയില്ല.

അർജന്റീനയുടെ ഉൾനാടുകളിലെ പോത്രേറോകളിൽ കളിച്ചു വളർന്ന (പീബെ) പാരമ്പര്യം അവകാശപ്പെടാനില്ലാത്ത പശ്ചാത്തലമാണ് ഗബ്രിയേലിന്റേത്. അയാളുടെ കളിയിലും ഈ വിച്ഛേദം കാണാം. ഗംഭീരതയേക്കാൾ കായികമികവാണ് ബാറ്റിസ്റ്റ്യൂട്ടയുടെ മുന്നേറ്റങ്ങളുടെ പൊതുസ്വഭാവം. വേഗംകൊണ്ടും കരുത്തുകൊണ്ടുമാണ് അയാൾ എതിരാളികളെ മറികടക്കുന്നത്. അയ്മറുടെ സുന്ദരശരീരവിന്യാസമോ റിക്വിൽമെയുടെ കുശാഗ്രബുദ്ധി തെളിയുന്ന മന്ദചലനങ്ങളോ ബാറ്റിസ്റ്റ്യൂട്ടയിൽ കാണാനാവില്ല.

അമച്വർ എന്ന വാക്കിന്റെ ഉത്ഭവം പ്രണയത്തിന്റെ ലത്തീൻ

രൂപത്തിൽനിന്നാണ്. അതുകൊണ്ടുതന്നെ ഇപ്പോൾ നമ്മൾ കല്പിച്ചു കൊടുത്തിട്ടുള്ള അധോനില ആ വാക്കിനില്ലെന്ന മുഖവുരയോടെയാണ്, ഫുട്ബോളിൽ കഴിഞ്ഞ അരനൂറ്റാണ്ടു കാലത്തുണ്ടായ ഏറ്റവും മികച്ച അമച്വർ സ്കോറർ ബാറ്റിസ്റ്റ്യൂട്ടയാണെന്ന് ഡാനിയേൽ സ്റ്റോറി സമർത്ഥിക്കുന്നത്. അയാളുടെ കളി സൂക്ഷ്മമായി കാണുന്നവർക്ക് പന്തിനോടും ഗോളുകളോടുമുള്ള അടങ്ങാത്ത അഭിനിവേശം കാണാതിരിക്കാനാവില്ല. ഒപ്പം കളിച്ചിട്ടുള്ള മറഡോണയേക്കാൾ ബാറ്റിയുടെ കളിയെ സ്വാധീനിച്ചിട്ടുള്ളത്, അർജന്റീനയ്ക്ക് ആദ്യ ലോകകപ്പ് നേടിക്കൊടുത്ത മാരിയോ കെംപസാണെന്നും ഏതൊരാൾക്കും പെട്ടെന്ന് പിടികിട്ടും. 1978 ലെ ലോകകപ്പ് വിജയം തന്നെയാണ് മറ്റനേകം യുവാക്കളെയെന്ന പോലെ ബാറ്റിസ്റ്റ്യൂട്ടയേയും ഫുട്ബോളിലേക്ക് ആകർഷിക്കുന്നത്. ഗബ്രിയേൽ ആദ്യമായി കാണുന്ന ലോകകപ്പിലെ മിന്നുംതാരമായിരുന്നു മാരിയോ കെംപസ്.

ഒരു സ്ട്രൈക്കറോ സെന്റർ ഫോർവേഡോ ആയി അറിയപ്പെടാനാഗ്രഹിച്ചിട്ടില്ലാത്ത കെംപസിന് ആ വേഷം നല്കുന്നത് സീസർ ലൂയിസ് മെനോറ്റിയാണ്. 1978 ലെ ലോകകപ്പ് ടീമിൽ വിദേശത്ത് കളിച്ചിരുന്ന മറ്റൊരു കളിക്കാരനേയും ഉൾപ്പെടുത്തിയിരുന്നില്ല. വലൻസിയയിൽ നിന്ന് കെംപസിനെ കൊണ്ടുവരുമ്പോൾ മെനോറ്റിയുടെ മനസ്സിൽ വ്യക്തമായ പദ്ധതികളുണ്ടായിരുന്നു. ഫൈനലിൽ നെതർലാൻഡ്സിനെതിരെ അടിച്ച ഇരട്ടഗോളുകളടക്കമുള്ള പ്രകടനംകൊണ്ട് കെംപസ് പരിശീലകന്റെ വിശ്വാസം കാത്തുസൂക്ഷിക്കുകയും ചെയ്തു.

ആറടി കവിയുന്ന ഉയരവും അതിനൊക്കും വിധമുള്ള ദീർഘാംഗചലനങ്ങളുമായിരുന്നു, ആജാനബാഹുവായ കെംപസിനെ കളത്തിൽ വ്യതിരിക്തമാക്കിയിരുന്നത്. ആ ലോകകപ്പിന് മുമ്പുതന്നെ എഴുപതുകളുടെ പരിഷ്കാരപ്രഖ്യാപനമായിരുന്ന നീണ്ട മുടിയുമായി കെംപസ് തെക്കനമേരിക്കയിലെ അപ്പോളോ ദേവനായി മാറിക്കഴിഞ്ഞിരുന്നു. അന്ന് ഒമ്പതുവയസ്സുള്ള പിള്ളാലത്തിന്റെ അപ്പോളോവിന് അയാളോട് അത്യാരാധന തോന്നിയതിൽ അത്ഭുതമില്ല. 1974 ലെ ലോകകപ്പിൽ കളിച്ചിരുന്നുവെങ്കിലും മാരിയോ കെംപസോ അർജന്റൈൻ ടീമോ ഓർക്കാനാഗ്രഹിക്കാത്ത ലോക കപ്പാവും അത്. ഒരേ ഒരു കളി മാത്രമാണ് അന്ന് അർജന്റീനയ്ക്ക് ജയിക്കാനായത്. ഇരുപത് വയസ്സു മാത്രമുണ്ടായിരുന്ന കെംപസിന് ഒരു ഗോളും അടിക്കാനായില്ല.

MARIO KEMPES
One to Eleven, FIFA World Cup Film

എഴുപത്തിയെട്ടാവുമ്പോഴേക്കും സാഹചര്യങ്ങളാകെ മാറിയിരുന്നു. കെംപസ് വലൻസിയയുടെ പര്യായമായി മാറിയിരുന്നു. മറഡോണയെ ഒഴിവാക്കിയ എഴുപത്തെട്ടിലെ ടീമിലേക്ക് സീസർ മെനോറ്റി വിളിച്ച രണ്ടേരണ്ട് മറുനാടൻ കളിക്കാരിലൊരാൾ മാരിയോ കെംപസായിരുന്നു. റിസർവ്വ് ഗോൾകീപ്പർ ദാനിയേൽ കാർനെവാല്ലിയായിരുന്നു രണ്ടാമൻ. ആദ്യറൗണ്ടിലെ അർജന്റീനയുടെ മുന്നേറ്റത്തിൽ കെംപസിന്റെ സംഭാവന കാര്യമായി ഇല്ലായിരുന്നു. മീശയും താടിയും വളർത്തിയിരുന്ന താൻ പിന്നീട് അത് വടിച്ചപ്പോഴാണ് ഭാഗ്യം കടാക്ഷിച്ചതെന്ന് കെംപസ് പിന്നീട് തമാശയായി പറയുമായിരുന്നു. എന്തായാലും മീശയില്ലാതെ കളത്തിലിറങ്ങിയ ആദ്യ മത്സരം കെംപസിനെ സംബന്ധിച്ചിടത്തോളം സംഭവബഹുലമായിരുന്നു. കളിയുടെ ഗതി നിർണ്ണയിച്ച രണ്ട് ഗോളുകൾ അടിക്കുക മാത്രമല്ല, പോളണ്ടിന്റെ ഗോളെന്നുറച്ച ഒരു ഷോട്ട് വരയിൽ കൈകൊണ്ട് തട്ടിത്തിടുക കൂടി ചെയ്തിരുന്നു, അന്നത്തെ ആ പത്താം നമ്പർ. അതിനുള്ള പെനാൽറ്റി കിക്കാവട്ടെ അർജന്റെൻ കീപ്പർ ഉബെൽദോ ഫില്യോൾ തടയുകയും ചെയ്തു. പത്താം നമ്പരിന്റെ കൈയിൽ ദൈവം ആദ്യമായി പ്രത്യക്ഷപ്പെട്ടത് ആയിരത്തിത്തൊള്ളായിരത്തി എൺപത്തിയാറിലായിരുന്നില്ലെന്നർത്ഥം. (മുപ്പത്തി രണ്ട് കൊല്ലത്തിനുശേഷം ദക്ഷിണാഫ്രിക്കയിലെ ലോകകപ്പിൽ ഘാനക്കെതിരെ ഉറുഗ്വായുടെ ലൂയിസ് സുവാരസ് ഇതാവർത്തിച്ചപ്പോൾ അയാൾക്ക് ചുവപ്പ് കാർഡ് കണ്ട് പുറത്തു പോവേണ്ടി വന്നതും ഓർക്കുക).

ബ്രസീൽ പോളണ്ടിനെ ഒന്നിനെതിരെ മൂന്നു ഗോളിനു തോല്പിച്ചതോടെ അർജന്റീനയ്ക്ക് ഫൈനലിലെത്താൻ പെറുവിനെതിരെ മൂന്നു ഗോൾ വിജയം അനിവാര്യമായിരുന്നുവെന്ന് മാത്രമല്ല, അവർ ചുരുങ്ങിയത് നാലു ഗോളെങ്കിലും നേടുകയും ചെയ്യണമായിരുന്നു. ലോകകപ്പിന്റെ ചരിത്രത്തിലെ തന്നെ ഏറ്റവും വിവാദമായ മത്സരത്തിൽ അർജന്റീന ജയിച്ചത് എതിരില്ലാത്ത ആറു ഗോളുകൾക്കാണ്. പണം മുതൽ രാഷ്ട്രീയ സമ്മർദ്ദംവരെ ഉപയോഗിച്ചാണ് പട്ടാളഭരണകൂടം ആ വിജയം ഒപ്പിച്ചെടുത്തതെന്ന ഗൂഢാലോചനാ സിദ്ധാന്തത്തിന് പക്ഷേ, വലിയ പ്രചാരമുണ്ടായിരുന്നു. എന്നാൽ കളത്തിലെ പെറുവിയൻ കളിക്കാരുടെ പെരുമാറ്റവും ശരീരഭാഷയും പ്രചാരത്തിലുള്ള ഈ കഥയ്ക്ക് വിപരീതമായിരുന്നുവെന്ന് വിലയിരുത്തുന്നവരും ഏറെയുണ്ട്.

കളിയുടെ ആദ്യ നിമിഷങ്ങളിൽത്തന്നെ ഹുവാൻ ഹോസെ മുനാന്തെയിലൂടെ പെറു ലീഡെടുക്കേണ്ടതുമായിരുന്നു. മുനാന്തെയുടെ ഷോട്ട് പോസ്റ്റിലിടിച്ച് മടങ്ങുകയായിരുന്നു. എന്നാൽ പിന്നീടങ്ങോട്ട് കെംപസിന്റേയും ലിയോപോൾദോ ലൂക്കെയുടേയും അസാധാരണമായ പ്രകടനത്തിനാണ് റൊസാരിയോവിലെ ഹിഗാൻതെ ദ് അറോഷിതോ സ്റ്റേഡിയം സാക്ഷിയായത്. കെംപെസ് തുടർച്ചയായ രണ്ടാം മത്സരത്തിലും രണ്ടു ഗോൾ നേടി. ലോകകപ്പ് വിജയം തങ്ങളുടെ മനുഷ്യാവ

കാശ ധ്വംസനങ്ങളെ വെള്ളപൂശാനുള്ള അവസരമാക്കിയെടുത്ത വിദേല ഭരണകൂടത്തിനുവേണ്ടി ഏറ്റവുമധികം പഴി കേൾക്കേണ്ടി വന്ന കളിക്കാരിലൊരാളായിരുന്നു കെംപസ്.

പട്ടാള ഭരണത്തിൻകീഴിലായിരുന്ന അർജന്റീനയിൽ മാധ്യമങ്ങൾ പരിപൂർണ്ണമായും നിശ്ശബ്ദമായിരുന്നതിനാൽ പ്രതിഷേധിച്ചവരെ കാണാതാക്കുന്നതടക്കമുള്ള മനുഷ്യാവകാശനിഷേധങ്ങൾ ചർച്ച പോലു മായിരുന്നില്ല. ഒരുപക്ഷേ, രാഷ്ട്രീയത്തിൽ സജീവമല്ലാത്ത കളിക്കാരൊന്നും ഇക്കാര്യങ്ങളെപ്പറ്റി ബോധവാന്മാരായിരുന്നില്ലെന്നായിരുന്നു പൊതുവെയുള്ള വിലയിരുത്തൽ. എന്നാൽ സ്പെയ്നിൽ താമസിച്ചിരുന്ന കെംപസിനും കാർനെവാല്ലിക്കും ഈ ആനുകൂല്യം ലഭിച്ചില്ല. അർജന്റീനയിലെ രാഷ്ട്രീയ കാലാവസ്ഥയെപ്പറ്റി യൂറോപ്പിലെങ്ങും വലിയ ചർച്ച നടന്നിരുന്നുവെന്നതും ഒരു ഘട്ടത്തിൽ നെതർലാൻഡ്സ് ടീമംഗങ്ങളിൽ ചിലർ ലോകകപ്പിൽ കളിക്കില്ലെന്ന നിലപാടുവരെ എടുത്തിരുന്നതാണെന്നും വിമർശകർ ചൂണ്ടിക്കാട്ടിയിരുന്നു.

ലോകകപ്പ് വിജയത്തിന്റെ ഇരുപത്തഞ്ചാം വാർഷിക വേളയിൽ കെംപസ് ഇക്കാര്യത്തെപ്പറ്റി വിശദീകരിച്ചിട്ടുണ്ട്. 'ഭരണകൂടത്തിലെ ആരുമായും ഞങ്ങൾ ബന്ധപ്പെട്ടിരുന്നില്ലെന്ന് പറഞ്ഞാൽ തെറ്റാവും. ഒരിക്കൽ പ്രസിഡന്റും മറ്റു ചിലപ്പോൾ വേറെ ചിലരും ടീമിനെ സന്ദർശിച്ചിരുന്നു, പക്ഷേ, രാഷ്ട്രീയ കാര്യങ്ങൾ ഒന്നുംതന്നെ അത്തരം സന്ദർശനങ്ങളിൽ ചർച്ച ചെയ്യപ്പെട്ടിട്ടില്ല" എന്നാണ് കെംപസിന് അതേ പറ്റി പറയാനുണ്ടായിരുന്നത്. 'ഞങ്ങൾ അപ്പോൾ ഫുട്ബോൾ കളിക്കുകയായിരുന്നു. പട്ടാള ഭരണകൂടത്തിന്റെ രാഷ്ട്രീയ ഇടപെടലു കളെ കുറിച്ചൊരുവിവരവും ഞങ്ങൾക്കില്ലായിരുന്നു. പക്ഷേ, ഒരു കാര്യം വ്യക്തമായി പറയാം, പെറുവുമായുള്ള മത്സരം ഒത്തുകളിയാണെന്നുള്ള ആരോപണം ആ കളി കണ്ട ഒരാൾ പോലും വിശ്വസിക്കില്ല' - പെറുവിനെതിരെ രണ്ടു ഗോളടിച്ച ലിയോനാൾദോ ലൂക്കെയുടെ ഈ അഭിപ്രായം തന്നെയാണ് അന്നത്തെ ടീമിലുണ്ടായിരുന്ന കെംപസ് ഉൾപ്പെടെയുള്ള മിക്ക കളിക്കാരും പിന്നീട് പങ്കുവച്ചത്.

കടുത്ത ഇടതുപക്ഷ അനുഭാവിയായിരുന്ന മുൻ ക്യാപ്റ്റൻ ഹോർഹെ കരാസ്കോസ ലോകകപ്പിനു മുമ്പ് തന്നെ ടീമിൽനിന്നും മാറിനില്ക്കാൻ തീരുമാനിച്ചിരുന്നുവെന്നത് ശ്രദ്ധേയമായ കാര്യമാണ്. എന്നാൽ രാഷ്ട്രീയ കാരണങ്ങളാലായിരുന്നോ തന്റെ പിന്മാറ്റമെന്ന് വ്യക്തമാക്കാൻ അദ്ദേഹം തയ്യാറായിരുന്നില്ല. കമ്യൂണിസ്റ്റ് പാർട്ടി അംഗത്വമുണ്ടായിരുന്ന പരിശീലകൻ സീസർ മെനോറ്റിയാവട്ടെ, തന്റെ ടീം പ്രതിനിധാനം ചെയ്തിരുന്നത് അർജന്റൈൻ ജനതയാണ് മറിച്ച് പട്ടാള ഭരണകൂടത്തെയല്ല എന്ന നിലപാടാണ് പിന്നീട് സ്വീകരിച്ചത്. ലോകകപ്പ് വിജയത്തിന്റെ പേരിൽ മെനോറ്റി കഴിഞ്ഞാൽ ഏറ്റവുമധികം വിമർശിക്കപ്പെട്ടിട്ടുള്ള ചാമ്പ്യൻ ഒരുപക്ഷേ, മാരിയോ കെംപസ് തന്നെയാവണം.

WORLD CUP
FINAL1978

1978 ലെ ടീമിലേക്ക് അന്നുതന്നെ അത്ഭുതതാരമെന്ന് പ്രകീർത്തിക്കപ്പെട്ടു തുടങ്ങിയിരുന്ന ദ്യേഗോ മറഡോണ എന്ന കൗമാരക്കാരനെ തഴഞ്ഞാണ് മെനോറ്റി കെംപസിനെ കൊണ്ടുവരുന്നത്. കായികബാഹ്യമായ കാരണങ്ങൾ മാറ്റിനിർത്തിയാൽ, അർജന്റൈൻ ഫുട്ബോളിനെ സംബന്ധിച്ചിടത്തോളം അതിൽ തന്ത്രപരമായ ഒരു മാറ്റം കാണാനാവും. അല്പം അകത്തേക്ക് വലിഞ്ഞ് കളിക്കാറുള്ള മറഡോണയെപ്പോലെ ഒരു അറ്റാക്കിങ് മിഡ്ഫീൽഡർക്ക് പകരം മദ്ധ്യഭാഗം വഴി കയറിക്കളിക്കുന്ന സ്ട്രൈക്കറെയാണ് മെനോറ്റി ഒരുക്കിയെടുത്തത്. അതുവരെ ആ പൊസിഷനിൽ കളിച്ച ശീലമില്ലാത്തതാവണം കെംപസ് അതുമായി സമരസപ്പെടാൻ സമയമെടുത്തതെന്നാണ് ജോനതൻ വിൽസൻ വിലയിരുത്തുന്നത്.

ലോകകപ്പിൽ പോളണ്ടിനെതിരെ ഗോളടിക്കുന്നതിനുമുമ്പ് കളിച്ച 11 കളികളിലും മാരിയോ കെംപസിന് പന്ത് വലയിലെത്തിക്കാൻ കഴിഞ്ഞിരുന്നില്ല. ഫൈനലിന് തൊട്ടുമുമ്പത്തെ ദിവസം മാനസിക സമ്മർദ്ദം താങ്ങാനാവാതെ റൊസാരിയോ സെൻട്രാൽ കാലം മുതൽ സഹകളിക്കാരനായിരുന്ന ഡാനിയേൽ കില്ലറുമൊത്ത് മീൻ പിടിക്കാൻ പോയ കഥ ക്യാപ്റ്റൻ ടി വിയുടെ *Mi Ruta* എന്ന ഡോക്യുമെന്ററി സീരീസിൽ കെംപസ് പറയുന്നുണ്ട്. 'എനിക്ക് മീൻ പിടിക്കാനൊന്നും അറിയില്ലായിരുന്നു, പക്ഷേ, ദാനിയേൽ കില്ലർ പോയാലോ എന്ന് ചോദിച്ചപ്പോൾ ശരി എന്ന് പറഞ്ഞു. സീസർ മെനോറ്റിയുടെ അനുവാദം കിട്ടുമെന്ന് കരുതിയതായിരുന്നില്ല, പക്ഷേ, അദ്ദേഹം സമ്മതിച്ചു. പത്തുമണിക്ക് മുമ്പ് തിരിച്ചെത്തണമെന്നായിരുന്നു വ്യവസ്ഥ. രാത്രി മുഴുവൻ ഞങ്ങൾ നദിയിലായിരുന്നു, രാവിലെ നാലു മീനുമായി തിരിച്ചെത്തി. അവയെ പൊരിച്ചെടുത്തപ്പോൾ മറ്റെല്ലാവരും അസൂയയോടെ ഞങ്ങളെ നോക്കുന്നുണ്ടായിരുന്നു.' ആ മീൻപിടുത്തം അർജന്റീനയ്ക്ക് എത്രമാത്രം ഗുണകരമായി എന്ന് ഫൈനൽ സ്കോർലൈൻ ഉറക്കെ വിളിച്ചു പറയുന്നുണ്ട്.

MY ROUTE
Mario Kempes

ഗബ്രിയേൽ ബാറ്റിസ്റ്റ്യൂട്ട

അസാമാന്യമായ കായികക്ഷമതയും വേഗവുമായിരുന്നു കെംപസിന്റെ കൈമുതൽ. എന്നാൽ ലാ നസ്ത്രയുടെ അവിഭാജ്യ ഘടകമായ ഗാംബീത്ത അയാളുടെ ദീർഘഗാത്രത്തിന് വഴങ്ങുമായിരുന്നില്ല. കെംപസിന്റെ വ്യക്തിഗത ശൈലിയെ ഉപയോഗപ്പെടുത്താനായി മെനോറ്റി നടത്തിയ ഈ പരീക്ഷണത്തിന്റെ സ്വാഭാവിക വളർച്ചയാണ് പില്ക്കാലത്ത് ഫാൾസ് നയൻ എന്ന് പ്രസിദ്ധമായതെന്ന് ന്യായമായും കരുതാവുന്നതാണ്. 1978 ൽ മെനോറ്റി പ്രയോഗത്തിൽ വരുത്താൻ ശ്രമിച്ചത് അർജന്റീനയെ സംബന്ധിച്ചും അദ്ദേഹത്തിന്റെ തന്നെ തനതു ശൈലിയെ സംബന്ധിച്ചും ഒരു നയവ്യതിയാനം തന്നെയാണ്. രണ്ടു പെനാൽറ്റി ബോക്സുകൾക്കുമിടയിൽ ഒമ്പതുപേരെ വിന്യസിച്ച ശേഷം കീപ്പർ പുറകോട്ടിറങ്ങും പോലെ സെന്റർ ഫോർവേഡിനെ മുന്നോട്ടു കയറ്റി പ്രതിഷ്ഠിക്കുന്നത് അർജന്റൈൻ ഫുട്ബോളിൽ വലിയ മാറ്റങ്ങൾക്ക് തുടക്കംകുറിക്കുമായിരുന്നു എന്ന് കരുതുന്നവരുണ്ട്. പക്ഷേ, പിന്നീടുള്ള കാലം ദ്യേഗോ മറഡോണ സ്വന്തമാക്കിയതോടെ ഒമ്പതാം നമ്പർ പരമ്പരാഗത പത്തിന്റെ നിഴലിലേക്ക് മാറി.

1994 ൽ മറഡോണ കളമൊഴിയുന്നതോടെയാണ് ഒമ്പതാം നമ്പർ വീണ്ടും ഉയിർത്തെഴുന്നേല്ക്കുന്നത്. 1978 ലെ ടീമിൽ മാരിയോ കെംപസ് പത്താം നമ്പർ ജേഴ്സിയാണ് അണിഞ്ഞിരുന്നതെങ്കിലും കളിച്ചത് ഒമ്പതാം നമ്പർ റോളിലായിരുന്നു. അന്ന് സെന്റർ സ്ട്രൈക്കറുടെ പൊസിഷനിൽ കളിച്ച (ഷർട്ട് നമ്പർ 14) ലിയോപോൾദൊ ലൂക്കെയൊവട്ടെ പലപ്പോഴും വിങ്ങുകളിലൂടെയാണ് ബോക്സിലേക്ക് കയറിയിരുന്നത്. ഒന്നരപ്പതിറ്റാണ്ടിനുശേഷം ഗബ്രിയേൽ ബാറ്റിസ്റ്റ്യൂട്ട മുൻനിരയിലേക്ക്

ബാറ്റിഗോൾ, കളിക്കളത്തിൽ

ഓടിക്കയറുമ്പോൾ കളത്തിൽ ഒഴിഞ്ഞു കണ്ടിരുന്ന ഇടങ്ങൾ മറഡോണയുടേതായിരുന്നില്ല, മറിച്ച് മാരിയോ കെംപസിന്റേതായിരുന്നു. തൊണ്ണൂറുകളിൽ വിങ്ങുകളിലൂടെ പാഞ്ഞു കയറുന്ന ഫോർവേഡുകൾക്ക് കൃത്യമായി പന്തെത്തിക്കുന്ന അധീശത്വമുള്ള പത്താം നമ്പറിലേക്കായിരുന്നു മറഡോണയുടേയും പരിണാമം.

1994 ലെ ലോകകപ്പിൽ നൈജീരിയക്കെതിരായി തന്റെ അവസാന മത്സരം കളിച്ച മറഡോണ അന്ന് ആ റോളിന്റെ പരിപൂർണ്ണതയിലായിരുന്നു. ബാറ്റിസ്റ്റ്യൂട്ടയും ക്ലൗഡിയോ കനിഹ്യയയും 'വേട്ടപ്പട്ടികളുടെ' റോളിൽ സജ്ജരായി വരുമ്പോഴാണ് മറഡോണയുടെ കരിയറിന് തിരശ്ശീല വീഴുന്നത്. കനിഹ്യ അധിക കാലം തുടർന്നില്ലെങ്കിലും തൊണ്ണൂറുകളിൽ ബാറ്റി പോലെ ഒരു മാർക്ക്സ്മാനുണ്ടായിട്ടും അതിന്റെ പ്രയോജനം അർജന്റീനയ്ക്ക് ലഭിക്കാതെ പോയത് ഒരുപക്ഷേ, മറഡോണയുടെ വേഷം കൈയാളാൻ അവർക്ക് ആരേയും കണ്ടെത്താനാകാത്തതിനാലാണ്. പിന്നീട് രണ്ടായിരത്തിന്റെ തുടക്കത്തിൽ റിക്വിൽമെ ആ റോളിലേക്ക് എത്തുമ്പോഴേക്കും ബാറ്റിസ്റ്റ്യൂട്ടയുടെ നല്ലകാലം അവസാനിക്കാറായിരുന്നു.

മറഡോണയ്ക്കും റിക്വിൽമെക്കുമിടയിലുള്ള കാലത്ത് മൈതാനത്ത് കൂട്ടില്ലാതെ ഒറ്റപ്പെട്ടു പോകുന്ന സ്ട്രൈക്കറുടെ പ്രതീകമായി പോലും ബാറ്റിസ്റ്റ്യൂട്ടയെ കാണാവുന്നതാണ്. ഫ്യൊറന്റീനയിൽ ഒരു ദശാബ്ദത്തോളം കളിച്ചിട്ടും സാദ്ധ്യമാകാതിരുന്ന ഇറ്റാലിയൻ കിരീടനേട്ടം അയാളെ തേടിയെത്തിയത് പിന്നീട് എ എസ് റോമയിൽ ഫ്രാൻചെസ്കോ ടോട്ടിയുമായി ചേർന്നപ്പോഴാണെന്നുകൂടി ഇതിനൊപ്പം കാണണം. 1997 ൽ ലോക ടീമും യൂറോപ്യൻ ടീമുമായി നടന്ന ഒരു പ്രദർശന മത്സരത്തിൽ ബാറ്റിസ്റ്റ്യൂട്ടയും റൊണാൾഡോ നസാരിയോയും (ഫിനമീനോ) ചേർന്ന് ഗോളുകൾ അടിച്ചുകൂട്ടുന്ന ദൃശ്യങ്ങളും ഫുട്ബോളിലെ കൂട്ടുകെട്ടുകൾക്കു വേണ്ടി സാക്ഷ്യം പറയും. ബാറ്റിയും

റൊണാൾഡോയും അവരവരുടെ ടീമിന്റെ ഒമ്പതാം നമ്പറുകാരായി രുന്നെങ്കിലും അവരുടെ പാരസ്പര്യത്തിൽ പിറന്ന ഗോളുകൾ അതീവ സുന്ദരമായ കാഴ്ചയായിരുന്നു.

RONALDO & BATISTUTA
The Best Strike Partnership In History

മറഡോണയ്ക്കു ശേഷമുള്ള അർജന്റൈൻ ടീമിൽ പക്ഷേ, പ്രതിഭാസ മ്പന്നരായ മുന്നേറ്റ ജോഡികൾ അധികകാലം വാണിട്ടില്ല. ബാറ്റിസ്റ്റ്യൂട്ടയ്ക്ക് കൂട്ടായി അരിയൽ ഓർതെഗ വളരെ കുറച്ച് കളികളിലേ കളത്തി ലിറങ്ങിയുള്ളൂ. മറഡോണയുടെ കാലടികളെ അപ്പാടെ പിന്തുടരാൻ ശ്രമിച്ച് പരാജയപ്പെട്ടുപോയ നിരവധി പേരിലൊരാളായി മാത്രമേ ഒർതെഗ ചരിത്രത്തിൽ രേഖപ്പെടുത്തപ്പെട്ടു. രണ്ടായിരത്തിന്റെ ആദ്യ വർഷങ്ങളിൽ ഹ്വവാൻ റോമൻ റിക്വിൽമെ കളം നിറഞ്ഞപ്പോൾ മി ന്നലാട്ടംപോലെ ഹെർനൻ ക്രെസ്പോയും ഹാവിയർ സാവിയോളയും വന്നു പോയതല്ലാതെ മറ്റൊരു മുന്നേറ്റക്കാരനുണ്ടായില്ല. പ്രതിഭയിൽ റിക്വിൽമെയോളം തന്നെ വരുമെന്ന് കൂട്ടാമെങ്കിലും പാബ്ലോ അയ്മറി നും അതിനോട് നീതി പുലർത്താനായില്ല. മെസ്സി മുതിർന്നപ്പോഴേക്കും റിക്വിൽമെ തളരുകയും ചെയ്തു. മെസ്സിയുടെ സമകാലീനരിലാവട്ടെ സെർഹിയോ അഗ്യൂറോയേയും അങ്ഹെൽ ഡി മരിയയേയുമല്ലാതെ മറ്റാരേയും കാണാനുമാവുന്നില്ല. ഒരു കാലത്ത് അർജന്റൈൻ ഫുട്ബോ ളിന്റെ കരുത്തായിരുന്ന യുവനിരയെ കഴിഞ്ഞ ഒന്നര പതിറ്റാണ്ടെങ്കി ലുമായി കാണാനാവുന്നില്ല എന്നതാണ് അവർ നേരിടുന്ന ഏറ്റവും വലിയ പ്രതിസന്ധി.

ഹ്വാൻ റോമൻ റിക്വിൽമെ

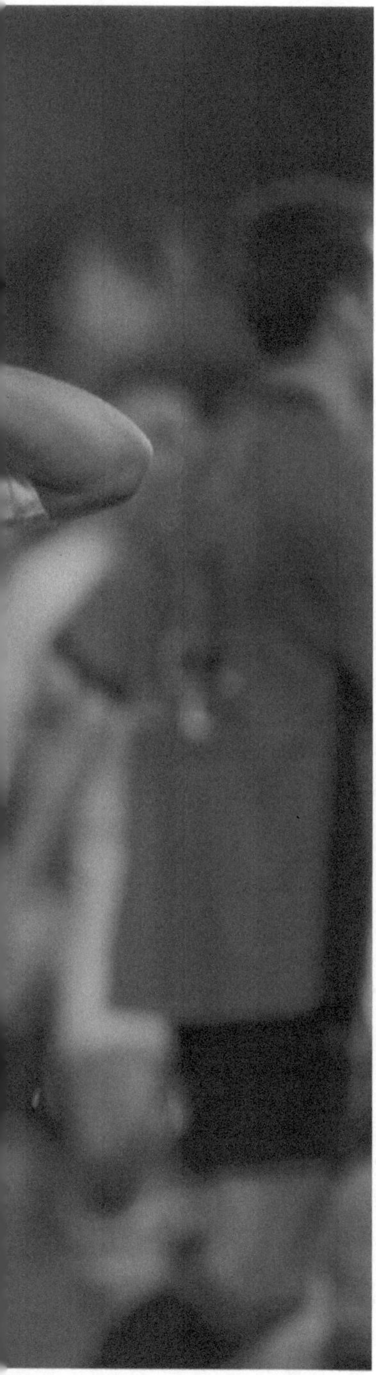

"എല്ലാവരും യാത്രകൾക്ക് ഏറ്റവുമെളുപ്പമുള്ള ഹൈവേകൾ തെരഞ്ഞെടുക്കും, റിക്വിൽമെ പക്ഷേ, അങ്ങനെയല്ല. കാറ്റടിക്കുന്ന മലമ്പാതകളാവും അയാൾക്ക് താല്പര്യം, മണിക്കൂറുകളെടുത്തായിരിക്കും എത്തേണ്ടിടത്തെത്തുക, പക്ഷേ, വഴിയോരക്കാഴ്ചകൾ കണ്ണുകൾക്ക് വിരുന്നായിരിക്കുമെന്നതിൽ സംശയം വേണ്ട."

- ഹോർഹെ വൽദാനോ

ലാ എൻഗാൻചെ

In the pause, there is no music,
but the pause helps to make the music

- An Argentine phrase common in Blues music circles

ചില കളിക്കാരുണ്ട് നഷ്ടപ്പെട്ട അവസരങ്ങളുടെ പേരിൽ ഓർക്കപ്പെടുന്നവർ, ഹ്വവാൻ റോമൻ റിക്വിൽമെ അവരിലൊരാളാണ്. ജർമ്മനിക്കെതിരായ അർജന്റീനയുടെ ലോകകപ്പ് ക്വാർട്ടർഫൈനൽ, ആഴ്സണലിനെതിരെ വിയ്യാറയലിന്റെ ചാമ്പ്യൻസ് ട്രോഫി സെമിഫൈനൽ, ബ്രസീലിനെതിരെ കോപ്പ അമേരിക്ക ഫൈനൽ അങ്ങനെ നീളും റോമൻ എന്ന റിക്വിൽമെയുടെ സ്വപ്നനഷ്ടങ്ങൾ. പക്ഷേ, മറഡോണയുടെ വികാരത്തള്ളിച്ചയോ മെസ്സിയുടെ നിരാശാബോധമോ റിക്വൽമെയിൽ കാണാനാവില്ല. നിർവ്വികാരമായ മുഖത്തോടെ തോൽവിയെ കളിക്കളത്തിലുപേക്ഷിച്ച് സൈഡ് ലൈൻ കടന്ന് തനിയെ നടന്നുപോകുന്ന റിക്വിൽമെ കളത്തിനു പുറത്ത് ഒറ്റയാനാണ്, കളത്തിൽ നേരെ തിരിച്ചും.

ലക്ഷണമൊത്ത പത്താം നമ്പരുകാർക്ക് കളിക്കൊപ്പം മുന്നേറാൻ കഴിയാതെ വരുന്ന വർത്തമാനകാലത്ത് റിക്വിൽമെയെ പോലൊരു അലസഗമനക്കാരൻ നഷ്ടങ്ങളുടെ നായകനാവുന്നതിൽ അത്ഭുതപ്പെടാനൊന്നുമില്ല. കളിക്കാതെ പോയ പതിനെട്ടു മിനിറ്റുകളുടെ പേരിലാണ് റിക്വിൽമെ എന്ന പത്താം നമ്പരുകാരൻ ഒരുപക്ഷേ, ലോകകപ്പ് ഫുട്ബോളിൽ ഓർമ്മിക്കപ്പെടുക. 2006 ലോകകപ്പിലെ ക്വാർട്ടർ ഫൈനലിൽ ജർമ്മനിക്കെതിരെ കളം നിറഞ്ഞു നിന്ന റിക്വിൽമെയെ എഴുപത്തിരണ്ടാം മിനിറ്റിൽ ഹോസെ പെക്കർമാൻ പിൻവലിക്കുമ്പോൾ അർജന്റീന ഏതാണ്ട് ജയമുറപ്പിച്ച നിലയിലായിരുന്നു. ഒരു ഗോളിന്റെ ലീഡും മൈതാനത്തിന്റെ പൂർണ്ണ നിയന്ത്രണവുമായി കളിച്ചുകൊണ്ടിരിക്കെയായിരുന്നു ആ സബ്സ്റ്റിറ്റ്യൂഷൻ. പകരമിറങ്ങിയ കാംപിയാസോക്ക് കൈകൊടുത്ത് അയാൾ സൈഡ്

ബെഞ്ചിലേക്ക് നീങ്ങി ഒരുനിമിഷംപോലും വേണ്ടി വന്നില്ല കളി മാറി മറിയാൻ. ജർമ്മൻകാരുടെ ചെറിയ നീക്കങ്ങളെവരെ പ്രതിരോധിച്ചും തിരിച്ചാക്രമിച്ചുകയറിയും ഉണ്ടാക്കിയെടുത്തിരുന്ന താളാത്മകമായ സന്തുലിതാവസ്ഥ അടുത്ത നിമിഷത്തിൽ നഷ്ടമായി. റിക്വിൽമെയില്ലാത്ത അർജന്റൈൻ സംഘം പിടിവള്ളിയില്ലാതെ ഉഴറാൻ തുടങ്ങി. പത്തു മിനിറ്റിനകം മിറോസ്ലാവ് ക്ലോസുവിലൂടെ ജർമ്മനി സമനില നേടി, ഷൂട്ടൗട്ടിൽ അർജന്റീന പുറത്തും പോയി. റിക്വിൽമെ കളിച്ച 72 മിനിറ്റും അയാളില്ലാത്ത 18 മിനിറ്റും തമ്മിലെ അന്തരം കാഴ്ചക്കാരെ അമ്പരപ്പിക്കുന്നതായിരുന്നു.

ROMAN xROMAN
A documentary

ഹോസെ പെക്കർമാൻ അന്ന് പിൻവലിച്ചത് ഹ്വാൻ റോമൻ റിക്വിൽമെ എന്ന കളിക്കാരനെയല്ല, മറിച്ച് ആ പത്താം നമ്പരിനെയായിരുന്നു, അവിടെയാണ് അയാൾക്ക് പിഴച്ചുപോയതും. റിക്വിൽമെയെ പിൻവലിക്കാൻ ഒരു പരിശീലകനുമുന്നിൽ തന്ത്രപരമായ കാരണങ്ങളുണ്ടാവും. അവശേഷിക്കുന്ന ഇരുപതോളം മിനിറ്റുകൾ കൂടി ലീഡ് നിലനിർത്താൻ പ്രതിരോധത്തിലേക്ക് പാഞ്ഞെത്താനുള്ള സ്വാഭാവിക ശേഷി കൂടുതലുള്ള കാംപിയാസോവിനെ മദ്ധ്യനിരയിൽ കൊണ്ടുവരിക എന്ന ലളിതയുക്തിയാണ് അതിലൊന്ന്. എന്നാൽ അതുവരെ അർജന്റീന കളിച്ചത് മുന്നേറ്റത്തേയും മദ്ധ്യനിരയേയും പത്താംനമ്പർ എന്ന കൊളുത്തിനാൽ ബന്ധിപ്പിക്കുന്ന അവരുടെ സ്വതസിദ്ധമായ 4-3-1-2 വിന്യാസത്തിലാണ്. ആ കൊളുത്തായി വർത്തിക്കാൻ കഴിയാവുന്ന, പിൽക്കാലത്ത് അത് സംശയാതീതമായി തെളിയിച്ച മെസ്സി ബെഞ്ചിലിരിക്കുമ്പോഴാണ് കാംപിയാസോ കളത്തിലിറങ്ങിയത്. റിക്വിൽമെ കയറിപ്പോയതോടെ മുന്നേറ്റവും മദ്ധ്യനിരയും തമ്മിലുള്ള ബന്ധമറ്റുപോവുക എന്ന ദുരന്തം മാത്രമല്ല, അർജന്റീനയ്ക്ക് സംഭവിച്ചത്, അതുവരെ വലിച്ചു പിടിച്ച ചരടുപോലെ അയാൾ സൂക്ഷിച്ചിരുന്ന കളിയുടെ നിയന്ത്രണമപ്പാടെ അവർക്ക് നഷ്ടപ്പെട്ടു.

ആ മത്സരത്തിനു ശേഷം ഹ്വാൻ റോമൻ റിക്വിൽമെ എന്ന അതുല്യനായ പ്ലേമേക്കർ അതേ ഫോമിൽ തിരിച്ചു വന്നതേയില്ല. (രണ്ടു കൊല്ലത്തിനുശേഷം ഒളിംപിക്സ് സ്വർണ്ണം നേടിയെങ്കിലും പഴയ ഫോമിന്റെ അടുത്തു പോലുമുണ്ടായിരുന്നില്ല, റിക്വിൽമെ) അർജന്റീനയും പെക്കർമാനും അന്ന് കൈവിട്ടുകളഞ്ഞത് ഒരു ലോകകപ്പ് മാത്രമായിരുന്നില്ല റിക്വിൽമെയുടെ കരിയറും കൂടിയായിരുന്നുവെന്ന് കരുതുന്നവരേറെയുണ്ട്.

മറഡോണയും മെസ്സിയും ഒരു ടീമിന്റെ എല്ലാ നീക്കങ്ങളേയും തങ്ങളിലേക്ക് വലിച്ചടുപ്പിച്ച്, പന്തിനോട് അത്രമേൽ താദാത്മ്യം പ്രാപിച്ച്, ലക്ഷ്യത്തിലേക്ക് കുതിക്കുന്നവരാണ്. പന്തും താനുമായുള്ള അകലം ആവുന്നത്ര കുറച്ച്, പുത്രനെ പിതാവെന്നപോലെ അതിനെ തനിക്കൊപ്പം നിർത്തുന്ന മെസ്സി, കുതിക്കുന്ന പന്തിനെ പിന്തുടർന്ന് പിടിച്ച് വരുതിയിൽ നിർത്തുന്ന വേട്ടക്കാരനായ മറഡോണയിൽനിന്ന് വ്യത്യസ്തനാണ്. എന്നിരുന്നാലും എപ്പോഴും പന്തിനോട് ചേർന്നു നില്ക്കുന്ന കേന്ദ്രീകൃത സ്വഭാവമുള്ള നീക്കങ്ങളുടെ ആധികാരികതയാണ് അവരെ ഒരേസമയം ആസൂത്രകരും പോരാളികളുമാക്കുന്നത്. അവസാന നിമിഷം പന്ത് സഹകളിക്കാരന് കൈമാറുന്ന വിരുതിലൂടെ മെസ്സി ചിലപ്പോഴെല്ലാം പോരാളിയുടെ റോളിൽനിന്നും കുതറുന്നത് കണ്ടിട്ടുണ്ട്.

കളിയുടെ മുഖ്യ ആസൂത്രകനെന്ന നിലയിൽ കളം നിറഞ്ഞ് നില്ക്കുന്ന കളിക്കാരനെയാണ് അർജന്റൈൻ ഫുട്ബോൾ എന്നും ആരാധിച്ചിട്ടുള്ളത്. ഗോളടിക്കുന്നവർക്കും എതിർ പ്രതിരോധത്തിനിടയിലൂടെ തുളഞ്ഞു കയറുന്ന മിന്നലോട്ടക്കാർക്കും അതിനു പിന്നിലേ സ്ഥാനമുണ്ടായിരുന്നിട്ടുള്ളൂ. ആൽഫ്രദോ ദി എസ്തഫാനോയും മറഡോണയും മെസ്സിയും കഴിഞ്ഞു മാത്രമേ അവിടെ കെംപസിനും ബാറ്റിസ്റ്റ്യൂട്ടയ്ക്കും കനീജിയയ്ക്കും സ്ഥാനമുണ്ടായിരുന്നുള്ളൂ. പില്ക്കാലത്ത് ആഘോഷിക്കപ്പെട്ട അയ്മറും ഒർതേഗയും ഉൾപ്പെട്ട 'രണ്ടാം മറഡോണ'മാരെല്ലാം ആ പ്ലേമേക്കറുടെ വേഷമണിഞ്ഞവരാണ്.

എൻഗാൻചെ (Enganche) എന്നാണ് അർജന്റീനക്കാർ പത്താം നമ്പറിലുള്ള അവരുടെ സൂത്രധാരന് നല്കിയിട്ടുള്ള പേര്. ഇംഗ്ലീഷ് വഴി പരിഭാഷപ്പെടുത്തിയാൽ കൊളുത്ത് (Hook) എന്നാണ് അതിനെ മനസ്സിലാക്കാനാവുക. റെയിൽവേ കോച്ചുകളെ എഞ്ചിനുമായി ഘടിപ്പിക്കുന്ന എൻഗാൻചെയുടെ ധർമ്മമാണ് ഒരുകാലത്ത് കളിക്കളത്തിലെ പത്താം നമ്പറിന് ഉണ്ടായിരുന്നത് എന്നാണ് ക്രിയോഷോ ഫുട്ബോൾ (ലാറ്റിൻ അമേരിക്കയിലെ തദ്ദേശീയ ഫുട്ബോൾ) ആരാധകർ വിശദീകരിക്കുക. പത്തൊമ്പതാം നൂറ്റാണ്ടിലെ റെയിൽവേ തൊഴിലാളികളിലൂടെയാണ് അർജന്റീനയിൽ ഫുട്ബോൾ ജനകീയമായതെന്നു കൂടി കണക്കിലെടുത്താൽ ഈ നിരീക്ഷണം കൗതുകകരവുമാണ്.

1960 കളിലാണ് എൻഗാൻചെ അർജന്റൈൻ ശൈലിയുടെ അവിഭാജ്യഘടകമാവുന്നതെന്ന് വാദിക്കുന്നവരുണ്ട്. 1966 ൽ പരിശീലകനായിരുന്ന ഹവാൻ കാർലോസ് ലൊറാൻസോയാണ് രണ്ട് സ്ട്രൈക്കർമാർക്കും മദ്ധ്യനിരയ്ക്കും ഇടയിലായി എർമിൻഡോ ഒനേഗയെ കളിപ്പിച്ച് 4-3-3 വിന്യാസത്തെ 4-3-1-2 എന്ന് പരിഷ്കരിക്കുന്നത്. ഇവിടെനിന്നാണ് എൻഗാൻചെ ഒരു ശൈലീവിന്യാസത്തിന്റെ ഭാഗമാവുന്നതെന്ന് പറയുന്നവരാണ് അർജന്റീനയിലെ കളിയെഴുത്തുകാരിലേറെയും. 1986 ലെ മെക്സിക്കോ ലോകകപ്പിലെ പ്ലേമേക്കറായി പില്ക്കാല

മെസ്സിയും റിക്വിൽമെയും

ചരിത്രം രേഖപ്പെടുത്തിയത് മറഡോണയെ ആയിരുന്നെങ്കിലും, അന്ന ത്തെ പരിശീലകൻ കാർലോസ് ബിലാർദോയുടെ സ്ഥാനവിന്യാസ ത്തിൽ ഹോർഹെ ബുറൂചാഗയായിരുന്നു എൻഗാൻചെ. പത്താം നമ്പ റണിഞ്ഞ കപ്പിത്താൻ മറഡോണയ്ക്ക് ഇടം കിട്ടുന്നിടത്തെല്ലാമെത്താ വുന്ന സ്വതന്ത്ര സ്ട്രൈക്കറുടെ വേഷമായിരുന്നു. പില്ക്കാലത്ത് ചെറിയ മാറ്റങ്ങളോടെ ഫാൾസ് 9 എന്ന നിലയിൽ ബിലാർദോയുടെ മറഡോ ണാ പരീക്ഷണം ആവർത്തിക്കപ്പെട്ടു. ഹോർഹെ വൽദാനോ കൂടി മുന്നേറ്റനിരയിലുണ്ടായിരുന്നതിനാൽ അന്ന് മറഡോണയ്ക്ക് കളത്തിൽ കിട്ടിയ ഇടങ്ങളാണ് അർജന്റീനയ്ക്ക് വിജയമൊരുക്കിയത്. എൺപ തുകൾക്കു ശേഷമുള്ള ഇരുത്തം വന്ന മറഡോണയാണ് യഥാർത്ഥ ത്തിൽ റിക്വിൽമെയുടെ മുൻഗാമിയായ എൻഗാൻചെ. വ്യക്തിഗത 'കൗശല'ങ്ങൾ മറഡോണയോളം വരില്ലെങ്കിലും മെസ്സിയും ഇതേ വാർപ്പിൽ രൂപപ്പെട്ട കളിക്കാരനാണ്. റിക്വിൽമെയാവട്ടെ രൂപത്തി ലും ശൈലിയിലും ഇവരിൽനിന്ന് വ്യത്യസ്തനുമാണ്. തന്റെ നീണ്ട കാ ലുകൾകൊണ്ട് പന്തിനെ ശരീരത്തിൽനിന്ന് അകറ്റിപ്പിടിക്കാനുള്ള അനിതരസാധാരണമായ സിദ്ധിയാണ് റിക്വിൽമെയെ മെസ്സിയുടെ എതിർവശത്ത് നിർത്തുന്നത്.

പന്തിനുമുകളിൽ വായുവിൽ കാലുകൊണ്ട് കളം വരച്ചുവരച്ചു മുന്നേ റുന്ന ആ ചലന സവിശേഷത - സൈക്കിൾ സവാരിയുടെ പാദചലന ങ്ങളെ ഓർമ്മിപ്പിക്കുന്ന, പെഡലാദ- പൊതുവെ അർജന്റീനക്കാരായ പുതിയകാല കളിക്കാരിൽ കാണാത്തതാണ്. പെദ്രോ കലോമിനോ എന്ന അർജന്റൈൻ മുന്നേറ്റക്കാരന്റെ സംഭാവനയായിട്ടാണ് കണ ക്കാക്കപ്പെടുന്നതെങ്കിലും പൊതുവെ ബ്രസീലിയൻ-പോർച്ചുഗീസ് കളിക്കാരാണ് പെഡലാദയുടെ പ്രയോക്താക്കൾ, ഒപ്പം ആഫ്രിക്കൻ രാജ്യങ്ങളിൽനിന്നുള്ള ചില കളിക്കാരും. റൊബീന്യോ, ക്രിസ്ത്യാനോ

റൊണാൾഡോ, പോൾ പോഗ്ബ എന്നിവർക്കും ഈ മായാനീക്കം നല്ലവണ്ണം വഴങ്ങുന്നതായി കാണാം.

തണുപ്പനെന്ന പേരുകേട്ടാണ് റിക്വിൽമെ തന്റെ കരിയർ തുടങ്ങുന്നതു തന്നെ. പന്ത് കാലിലെടുത്ത് കളമറിഞ്ഞശേഷം മാത്രം മുന്നോട്ട് നീങ്ങുന്ന ശൈലി ആദ്യകാലത്ത് ആരാധകരേക്കാൾ ശത്രുക്കളെ തന്നെയാണ് സ്വാഭാവികമായും റിക്വിൽമേക്ക് സമ്മാനിച്ചത്. പെക്കോഫ്രിയോ (Cold chested) എന്നായിരുന്നു ബോക്ക ജൂനിയേഴ്സിൽ വരുന്ന കൗമാരകാലത്തേ വീണുകിട്ടിയ വിളിപ്പേര്. അത് The ultimate playmaker in slow motion എന്ന പ്രശംസയായി മാറാനെടുത്ത ആ കാലം അയാൾ നേരിടേണ്ടിവന്ന സംഘർഷം ചെറുതാവാനിടയില്ല.

1996-2002 കാലഘട്ടത്തിൽ മദ്ധ്യവൃത്തത്തിനു ചുറ്റും നാലുപേരെ അണിനിരത്തുന്ന 4-4-2 ഡയമണ്ട് ശൈലി സ്വീകരിച്ചിരുന്ന ബോക്കാ ജൂനിയേഴ്സിൽ എൻഗാൻചെയുടെ പരിഷ്കൃതമായ രൂപം കണ്ടെത്തുക മാത്രമല്ല, 44 ഗോളുകളും നേടിയിരുന്നു റിക്വിൽമെ. കളത്തിൽ ആക്രമണത്വരയിൽ അഭിരമിച്ച് കിതച്ചോട്ടുന്ന റിക്വിൽമെയെ ഒരിക്കൽപ്പോലും ആരും കണ്ടിട്ടുണ്ടാവില്ല. തന്റെ സമയത്തിനായി കാത്ത് ക്ഷമയോടെ പന്ത് പാസ് ചെയ്യുന്ന ആസൂത്രകനെയാണ് അയാളുടെ ശരീരഭാഷയിലെങ്ങും കാണാനാവുക. എതിരാളിയുടെ പകുതിയിൽ പാസുകളുടെ ചാപങ്ങൾ തീർക്കുന്ന കോംപാസ് പിൻപോലെയാണ് ഹവാൻ റോമൻ റിക്വിൽമെ കളത്തിലെ തന്റെ സ്ഥാനത്തെ കണ്ടിരുന്നത്. കൃത്യമായ പാസുകളിലൂടെ മൈതാനത്തിന്റെ ഇരുവിങ്ങുകളി

ലിയോ മെസ്സി, ഹവാൻ റിക്വിൽമെ, പാബ്ലോ അയ് മർ

ലേക്കും കളി മാറ്റാൻ കെല്പുള്ള സെറിബ്രോയുടെ റോൾ ഇത്രയും ഗംഭീരമായി നിർവ്വഹിച്ച ഏറെ കളിക്കാരുണ്ടാവില്ല.

ഹവാൻ റോമൻ റിക്വിൽമെ മുന്നോട്ടുവച്ച ഫുട്ബോൾ അക്ഷരാർത്ഥത്തിൽ വികേന്ദ്രീകരണത്തിന്റേതാണ്. എൻഗാൻചെ എന്ന് കൃത്യമായി നിർവ്വചിക്കപ്പെട്ടിട്ടില്ലെങ്കിൽക്കൂടി കളത്തിൽ അയാൾ സ്വയം വിന്യസിക്കുന്നത് ഒരു വലയിലെ നട്ടുച്ചരടെന്നവണ്ണമാണ്. മറ്റ് കണ്ണികളുണ്ടെങ്കിൽ മാത്രം പ്രസക്തമാവുന്നതും കളത്തിലൂടെയാകമാനം പോകുന്നതുമായ നട്ടുച്ചരട്. പൊസിഷനിങ്, നീക്കങ്ങൾ, പാസുകൾ, ശരീരചലനങ്ങൾ, ഗോളുകൾ ഇതെല്ലാം ഒരു വലപോലെ കളത്തിൽ വിരിഞ്ഞു കിടക്കും. വേണ്ടുന്ന സന്ദർഭത്തിൽ അതിനെ മൊത്തം പ്രയോഗത്തിലാക്കാനുള്ള കേന്ദ്രമായി മാറാൻ കഴിയുന്ന ആ സവിശേഷതയാണ് 2006 ലോകകപ്പിലെ 24-പാസ് ഗോൾ സാദ്ധ്യമാക്കിയത്. സെർബിയ-മോണ്ടിനെഗ്രോവിനെതിരെ ഇരുപത്തഞ്ചാം ടച്ചിൽ പന്തിനെ പോസ്റ്റിലെത്തിച്ച എസ്റ്റബാൻ കാംപിയാസോ വിസ്മൃതിയിലേക്കു പോയാലും ആ ഇരുപത്തിനാലു പാസുകളുടെ ഗുരുത്വശക്തി യായി റിക്വിൽമെ എന്ന പേര് എക്കാലവും നിലനില്ക്കും. പെലെ, ബെസ്റ്റ്, മറഡോണ, മെസ്സി, റോബർട്ടോ കാർലോസ്, സ്ലാറ്റാൻ ഇബ്രാഹിമോവിച്ച്, ക്രിസ്ത്യാനോ റൊണാൾഡോ, റൊണാൾഡീഞ്ഞ്യോ, ഡേവിഡ് ബേക്കാം - ഇവരുടെയെല്ലാം വ്യക്തിമുദ്ര പതിഞ്ഞ ലോകം മറക്കാത്ത ഗോളുകളേക്കാൾ എന്റെ ഓർമ്മയെ അതിജീവിക്കുക ആ 24 പാസുകളുടെ 'വികേന്ദ്രീകൃത ജനാധിപത്യമാണ്'- അതിന്റെ മുഖമായി ഹവാൻ റോമൻ റിക്വിൽമെയും. ആ ഇരുപത്തിനാലിൽ നാലു തവണയാണ് റിക്വിൽമെയുടെ കാലിൽ പന്തെത്തിയിട്ടുള്ളത് എന്നുമോർക്കണം.

1986 ലോകകപ്പിലെ വിഖ്യാതമായ ഒറ്റയാൾ ഗോളിൽ മറഡോണയുടെ പന്ത്രണ്ടു ടച്ചുകളാണുണ്ടായിരുന്നത്. രണ്ടു ഗോളുകളും തമ്മിലുള്ള ഈ വൈരുദ്ധ്യം രണ്ട് തരത്തിലുള്ള കളിക്കാരെ കുറിക്കുന്നതാണ്. മറഡോണ ടീം പ്ലേയർ ആയിരുന്നില്ലെന്നേയല്ല ഇവിടത്തെ വിവക്ഷ. സംഘശേഷിയെ, അറ്റാക്കിങ് മിഡ്ഫീൽഡറെന്ന റോളിൽ മറഡോണയുടേതിൽനിന്ന് ഏറെ വിഭിന്നമായ രീതിയിലാണ് റിക്വിൽമെ പ്രയോജനപ്പെടുത്തിയതെന്നു മാത്രം. ക്ലോഡിയോ കനീജിയയും ഗബ്രിയേൽ ബാറ്റിസ്റ്റ്യൂട്ടയും മറഡോണയുടെ വേട്ടപ്പട്ടികൾ എന്നറിയപ്പെട്ടിരുന്ന ഒരു കാലമുണ്ടായിരുന്നു. മറഡോണ നീക്കിക്കൊടുക്കുന്ന പന്തുകൾ പറന്നു പിടിക്കാൻ ഇടതും വലതുമായി ഇരുവരും മത്സരിച്ചു കളിച്ച കാലം. 1994 ലെ മറഡോണയുടെ അവസാനത്തെ ലോകകപ്പ് ഓർക്കുക. നൈജീരിയക്കെതിരെ കനീജിയ നേടിയ രണ്ടു ഗോളുകളിലും മറഡോണയുടെ കാൽസ്പർശമുണ്ടായിരുന്നു. ഫ്രീക്കിക്കെടുക്കുമ്പോൾ പ്രതിരോധ മതിലിനെ കബളിപ്പിക്കാനായി ബാറ്റിസ്റ്റ്യൂട്ടയുടെ വഴിയിലേക്ക് പന്തിനെ നീക്കിക്കൊടുത്ത ആ ടച്ച് - ബാറ്റി കിക്കിന്റെ

റീബൗണ്ടിലായിരുന്ന കനീജിയയുടെ ആദ്യ ഗോൾ. മാർക്ക് ചെയ്യപ്പെടാതെ വലതുവിങ്ങിലുണ്ടായിരുന്ന കനീജിയയ്ക്ക് ത്രൂ ചെയ്തു കൊടുത്ത മറ്റൊരു ഫ്രീക്കിക്കായിരുന്നു രണ്ടാമത്തേത്.

തന്റെ അനുചരന്മാർക്ക് ഗോളടിക്കാനായി പന്തെത്തിച്ചു കൊടുക്കുന്ന, അവരുടെ ഫിനിഷിങ് കണ്ട് ആനന്ദിക്കുന്ന 'അധികാര സ്ഥാന'ത്താണ് രണ്ട് സന്ദർഭങ്ങളിലും മറഡോണയുള്ളത്. ഗ്യാങ്സ്റ്റർ സിനിമകളിലെ ഡോണിനെപ്പോലെ മറഡോണ തന്റെ രണ്ടാം വരവിൽ മിഡ്ഫീൽഡിനെ അടക്കിവാണിരുന്നു. ഏതാനും മത്സരങ്ങളിൽ മാത്രമേ ഇത് നിലനിന്നുള്ളുവെങ്കിലും കനീജിയയും ബാറ്റിസ്റ്റ്യൂട്ടയും ദ്യേഗോയുടെ ഇടംകൈയും വലംകൈയുമായി നിന്നിരുന്നു. സ്ട്രൈക്കറിൽനിന്ന് പ്ലേമേക്കർ റോളിലേക്കുള്ള ഈ സംക്രമണകാലത്താണ് മറഡോണയ്ക്ക് കളി മതിയാക്കേണ്ടി വന്നത്. എന്നാൽ പ്ലേമേക്കറുടെ ഈ അധികാരനിലയെ മാറ്റിയെഴുതുകയാണ് റിക്വിൽമെ ചെയ്തത്.

കരിയറിലൊരിക്കൽ മാത്രമാണ് മറഡോണയും റിക്വിൽമെയും ഒരു ടീമിൽ ഒരുമിച്ചു കളിച്ചിട്ടുള്ളത്. 1997 ലെ ബോക്കാ ജൂനിയേഴ്സിന്റെ ഈ മത്സരത്തിനു തൊട്ടുശേഷമാണ് മറഡോണ കൊക്കൈൻ ഉപയോഗത്തിന്റെ പേരിൽ കളിയിൽനിന്നും ആജീവനാന്തം വിലക്കപ്പെട്ടുന്നത്. മറഡോണ പ്ലേമേക്കറുടെ റോളിൽ ഇറങ്ങിയ ആ കളിയിൽ പത്തൊമ്പതുകാരനായിരുന്ന റിക്വിൽമെ ഇടതുവിങ്ങിലാണ് കളിച്ചത്. ഇരുവർക്കുമിടയിൽ ഉരുത്തിരിഞ്ഞുവന്ന പരസ്പരധാരണ അർജന്റൈൻ ഫുട്ബോൾ ആരാധകരിലും കമന്റേറ്റർമാരിലുമെല്ലാം വലിയ പ്രതീക്ഷകളുണർത്തിയിരുന്നു.

> ഈ മത്സരം ചരിത്രത്തിലിടം നേടാൻ പോവുകയാണ്- എന്റെ വാക്കുകൾ രേഖപ്പെടുത്തി വച്ചോളൂ. മറഡോണയുടെ നീക്കങ്ങളെ പൂർണ്ണതയിലെത്തിക്കാൻ കഴിവുള്ള പ്രതിഭയെ ബോക്ക കണ്ടെത്തിയിരിക്കുന്നു. ദ്യേഗോയും റോമനും കൂടി ചേരുന്ന ആക്രമണനിര ഏത് പ്രതിരോധത്തേയും പിളർക്കും. ഇവരെ വെല്ലാനുള്ള തന്ത്രങ്ങൾ ഇനി എതിരാളികൾ കണ്ടുപിടിച്ചിട്ടുവേണം.

ഒരു സ്പാനിഷ് കമന്റേറ്റർ അന്ന് ആവേശഭരിതനായി. പക്ഷേ, ആ ആവേശത്തിന് അത്രയേ ആയുസ്സുണ്ടായിരുന്നുള്ളൂ, മറഡോണയ്ക്ക് പിന്നീട് കളത്തിലിറങ്ങാൻ കഴിഞ്ഞില്ലെന്നത് ചരിത്രം. മറഡോണയ്ക്കൊപ്പം കളിക്കുക, ദ്യേഗോയുടെ നീക്കങ്ങളെ പൂർണ്ണതയിലെത്തിക്കുക എന്ന റോളിൽനിന്ന് മാറി മറഡോണയുടെ പത്താം നമ്പരിന്റെ പിന്തുടർച്ചക്കാരനാവുക എന്ന ദൗത്യമാണ് പിന്നീട് റിക്വിൽമെക്ക് ബോക്കയിൽ ഏറ്റെടുക്കേണ്ടി വന്നത്. എൻഗാൻചെയായി മറ്റൊരു മറഡോണയെ കാണാനിരുന്നവരെ അത്ഭുതപ്പെടുത്തുന്നതായിരുന്നു റിക്വിൽമെയുടെ പരിവർത്തനം. പ്ലേമേക്കറെന്ന റോളിന്റെ ശാസ്ത്രീയ നിർവ്വചനത്തെ, സ്വതസ്സിദ്ധമായ പതിഞ്ഞ വേഗത്തിൽ പുനരാവിഷ്ക

രിക്കുന്ന പുതിയ പത്താം നമ്പരുകാരനെയാണ് ബോക്കാ ജൂനിയേഴ്സും അർജന്റീനയും പിന്നീട് കണ്ടത്. പന്ത് പാസ് ചെയ്ത് ഗോളിന്റെ മേൽനോട്ടക്കാരനായി നില്ക്കുന്ന പ്ലേമേക്കറായിരുന്നില്ല റിക്വിൽമെ. പന്ത് കൊട്ടത്തൊഴിവാക്കുന്നതായി തോന്നിപ്പിക്കുന്ന അലസമായ വിതരണവും അയാൾക്കന്യമായിരുന്നു. പാസ് ചെയ്ത പന്തിന്റെ തുടർചലനസാദ്ധ്യതകൾ കൃത്യമായി അറിയാവുന്ന ആസൂത്രകനായാണ് ഓരോ ആക്രമണ വേളയിലും നമ്മളയാളെ കണ്ടിട്ടുള്ളത്. ഒരിക്കൽപ്പോലും അനാവശ്യമായി ഡ്രിബ്ൾ ചെയ്യാതെ തനിക്കു ചുറ്റുമുള്ള ഓരോരുത്തരുടേയും സ്ഥാനം സ്ക്രീനിലെന്ന പോലെ കണ്ട് പാസുകൾ നല്കുന്ന റിക്വിൽമെയാണ്, ആദ്യകാലത്ത് ബോക്സിനു പുറത്തു നിന്നുള്ള വോളികളിലൂടെ നിരന്തരം സ്കോർ ചെയ്തിരുന്ന റോമനേക്കാൾ എന്നെ ആകർഷിച്ചിട്ടുള്ളത്.

റെയൽ മഡ്രീഡും ബോക്കാ ജൂനിയേഴ്സുമായുള്ള 2000 ലെ ഇന്റർകോണ്ടിനെന്റൽ കപ്പ് മത്സരം തന്ത്രവിശകലനത്തിനായി പല ഫുട്ബോൾ വിശാരദരും ഉപയോഗിച്ചു കണ്ടിട്ടുണ്ട്. ലൂയിസ് ഫിഗോയും റൊബർട്ടോ കാർലോസും ക്ലോദ് മക്കെലേലെയുമെല്ലാമുള്ള റെയലിനെ, റിക്വിൽമെ ഒതുക്കിയതെങ്ങനെയെന്ന പലകോണുകളിൽ നിന്നുള്ള വീക്ഷണങ്ങൾ കണ്ടാൽ അതിൽ വേറിട്ടു നില്ക്കുന്നത് അയാളുന്ന് പ്രയോഗിച്ച തന്ത്രം തന്നെയാണ്. അക്കാലത്തെ ഏറ്റവും മികച്ച മാൻമാർക്കറും പ്രതിരോധാത്മക മദ്ധ്യനിരക്കാരനുമായ ക്ലോദ് മക്കലേലെയെ റിക്വിൽമെ കൈകാര്യം ചെയ്തരീതി എടുത്തു പറയേണ്ടതാണ്. ഇടതു പാർശ്വത്തെ തന്റെ സ്വാസ്ഥ്യമേഖലയിൽനിന്ന് മക്കെലേലയെ പുറത്തിറക്കുകയാണ് അന്ന് റിക്വിൽമെ ബോധപൂർവ്വം ചെയ്തിരുന്നത്. റിക്വിൽമെയെ മാത്രം തടയാനായി മക്കെലേല മാറിയപ്പോൾ തുറന്നു കിട്ടിയ അവസരങ്ങൾ പലേർമോയും ദെൽഗാദോയും മുതലാക്കുകയും ചെയ്തു.

കളിക്കളത്തിലെ ഈ മാരീചവേഷം റിക്വിൽമെയെപ്പോലെ ഫലപ്രദമായി കൈയാളുന്ന മറ്റൊരാളില്ല. ആക്രമണ നിരയിൽനിന്നും പിന്നോട്ടിറങ്ങി സ്ട്രൈക്കർമാർക്ക് കൃത്യമായി പന്തെത്തിക്കുകയും എതിർ പ്രതിരോധക്കാരെ സ്ഥാനം തെറ്റിക്കുകയും ചെയ്തുകൊണ്ട് എൻഗാൻചെ എന്ന റോൾ കാണികളുടെ മനസ്സിലുറപ്പിച്ചത് റിക്വിൽമെയാണ്. വർത്തമാനകാല ഫുട്ബോളിന്റെ ഗതിവേഗത്തിനൊത്തു പരുവപ്പെടാൻ കഴിയാത്തതിനാലാവണം, കളത്തിലെ 'യഥാർത്ഥ' പത്താംനമ്പരിന്റെ പ്രസക്തി കുറഞ്ഞുവരുന്നതായി കളിയെഴുത്തുകാരെല്ലാം ഒരേ സ്വരത്തിൽ പറയുന്നുണ്ട്. അർജന്റീന ടീമിലെ പത്താം നമ്പരിന്റെ സ്വഭാവം മെസ്സിയുടെ വരവോടെ എന്നേക്കുമായി മാറ്റിയെഴുതപ്പെടുകയും ചെയ്തു. യൂറോപ്പിൽ റിക്വിൽമെയുടേതിനോട് സദൃശമായ വേഗഭ്രംശവുമായി കളിക്കുന്ന ജർമ്മനിയുടെ മെസൂദ് ഓസീലും പതുക്കെ പതുക്കെ അപ്രസക്തനാവുകയാണ്.

എൺപതുകളിലെ മറഡോണ തിരുത്തിവരച്ച എൻഗാൻചെയുടെ സ്ഥാനം അർജന്റീനയുടെ ഗതി മാറ്റുന്നതിൽ നിർണ്ണായകമായ സ്ഥാനം വഹിച്ചിട്ടുണ്ട്. തൊണ്ണൂറുകളുടെ തുടക്കം തൊട്ട് നിരവധി ജൂനിയർ മറഡോണമാർ അർജന്റീനയുടെ ഫുട്ബോൾ ടീമിലൂടെ കയറിയിറങ്ങിപ്പോയിരുന്നു. ഏരിയൽ ഒർതേഗ, പാബ്ലോ അയ്മർ, ഹാവിയർ സാവിയോള എന്നിവരെല്ലാം തന്നെ മറഡോണയുടെ കാലടികൾ പിന്തുടരാനാണ് ശ്രമിച്ചത്. റിയോ പ്ലാത്തൻസി ഫുട്ബോളിൽ പണ്ടു മുതലേ ഒരു വിശ്വാസമുണ്ടത്രെ. ഗംബീത്തയിലൂടെ എതിരാളികളെ കബളിപ്പിച്ച് ഒറ്റയ്ക്ക് കുതിച്ച് ഗോളടിക്കുന്ന കളിക്കാരൻ മദ്ധ്യവൃത്തത്തിൽ തിരിച്ചെത്തുന്നതോടെ അയാളോടിയ കാല്പാടുകൾ മാഞ്ഞു പോകും. പിന്നീട് ഒരാൾക്കും ആ നീക്കം ആവർത്തിക്കാനാവില്ല എന്നാണത്. ആദ്യകാലത്ത്, ഗോളടിച്ച കളിക്കാരൻ ആചാരമെന്ന വണ്ണം താനോടിയ വഴിയിലൂടെത്തന്നെ തിരിച്ചുവന്ന് അവ മായ്ക്കാറുപോലുമുണ്ടായിരുന്നത്രെ! മറഡോണയുടെ പിന്മുറക്കാരായെത്തിയവരുടെ കായിക ജീവിതമെടുത്തു നോക്കിയാൽ ഈ മിത്ത് അവരിൽ തെളിഞ്ഞു കിടക്കുന്നതായി കാണാം. രണ്ടാം മറഡോണയായി വന്ന ആർക്കും ദ്യേഗോ ഓടിയ വഴികൾ പിടികിട്ടിയതു പോലുമില്ല. അതേ സമയം മറഡോണയിൽനിന്നുള്ള വളർച്ചയാണ് റിക്വിൽമെയെയും മെസ്സിയെയും അവരായി രൂപപ്പെടുത്തിയത്.

കളിക്കുന്ന ടീമിലെല്ലാം ചരിത്രമുണ്ടാക്കുന്നുവെന്ന ദുഷ്പേരോടെയാണ് ബോക്കാ ജൂനിയേഴ്സ് വിട്ട് റിക്വിൽമെ കാം നൗവിലെത്തുന്നത്. തെക്കനമേരിക്കൻ കളിക്കാരോട് വലിയ പ്രതിപത്തിയില്ലാത്ത ലൂയി വാൻഗാലിന്റെ പ്രിയപ്പെട്ടവനാകാൻ തുടക്കം തൊട്ടേ അയാൾക്കു കഴിഞ്ഞില്ല. ആൾക്കൂട്ടത്തിലൂടെ പന്ത് വെട്ടിച്ചെടുക്കുന്ന പതിവ് അർജന്റൈൻ ശൈലിയിൽനിന്നും അല്പം വ്യത്യസ്തമായി, കളിക്കാനിടമുണ്ടാക്കി പന്ത് പാസ് ചെയ്യുന്നതാണ് റിക്വിൽമെയുടെ നൈസർഗ്ഗികരീതി. വാൻഗാലിന്റെ യൂറോപ്യൻ വിന്യാസത്തിൽ റിക്വിൽമെ പലപ്പോഴും ആൾക്കൂട്ടത്തിൽ പെട്ടു പോവുകയായിരുന്നു. ലൂയിസ് എന്റിക്കെയുടെ പകരക്കാരനായി ഇടതുവിങ്ങിൽ കളിക്കാനിറങ്ങിയ റിക്വിൽമെക്ക് ഒരിക്കൽപ്പോലും അയാളുടെ സ്വതസിദ്ധമായ ശൈലി പുറത്തെടുക്കാനായില്ല. രാഷ്ട്രീയകാരണങ്ങളാൽ ടീമിലെത്തിയവനെന്ന വാൻഗാലിന്റെ വിവാദ പരാമർശം കൂടിയായതോടെ, ബാഴ്സയിൽ കഷ്ടിച്ച് ഒരു വർഷം തികച്ച് റിക്വിൽമെ വിയ്യാറയലിലേക്ക് പോയി.

യൂറോപ്യൻക്ലബ്ബ് ഫുട്ബോളിൽ റിക്വിൽമെയുടെ ഏറ്റവും മികച്ച പ്രകടനങ്ങളും ഇക്കാലയളവിലാണ്. റെയൽമഡ്രീഡിനായി തന്റെ അവസാന മത്സരത്തിനിറങ്ങിയ സിനദിൻ സിദാൻ നിഷ്പ്രഭനായി പോയ ആ മത്സരം ഇതിലൊന്നു മാത്രം. എന്നാൽ ആഴ്സനലിനെതിരായ ചാമ്പ്യൻസ് ലീഗ് സെമിയിൽ പെനാൽറ്റി കിക്ക് പാഴാക്കി തല താഴ്ത്തി പോകേണ്ടി വന്നത് റിക്വിൽമെ എന്ന കളിക്കാരന്റെ തകർച്ച

യുടെ തുടക്കമായി കണ്ടവരുണ്ട്. എന്നാൽ പോലും അതൊന്നും റിക്വിൽമെയെ ബാധിച്ചിരുന്നില്ലെന്നു വേണം കരുതാൻ. വികാരരഹിതമായ ഈ ശൈലിയും കളത്തിലെ സഖാക്കളെ സൈഡ് ലൈൻ കടന്നാൽ മറക്കുന്ന പ്രകൃതവും റിക്വിൽമെക്ക് നല്കിയത് ശത്രുക്കളുടെ നീണ്ട നിര തന്നെയാണ്. ഉറുഗ്വായുടെ സൂപ്പർതാരം ദ്യേഗോ ഫോർലാൻ മാത്രമാണ് ഇതിനൊരപവാദമായിരുന്നത്. കളത്തിലും പുറത്തും റോമനുമായി സൗഹൃദം സ്ഥാപിച്ചിരുന്ന അപൂർവ്വം കളിക്കാരിലൊരാൾ.

> 2005 ൽ ഞാൻ വിയ്യാറയലിലേക്ക് വരുമ്പോൾ എനിക്ക് റോമനെ ചെറിയ പരിചയമേ ഉള്ളൂ, വലിയ സൗഹൃദമൊന്നും അയാൾ കാണിച്ചുമില്ല. പക്ഷേ, കളിക്കളത്തിൽ എന്റെ വേഗത എത്രയെന്ന് കൃത്യമായി മനസ്സിലാക്കി കാലിനു പാകത്തിൽ പന്തെത്തിച്ചു തരാൻ എനിക്കൊത്ത പങ്കാളിയായിരുന്നു റോമൻ. നമ്മൾ കളിക്കാനാണല്ലോ ടീമുകളിലെത്തുന്നത്, സുഹൃദ്ബന്ധങ്ങളുണ്ടാക്കുന്നതിനേക്കാൾ പ്രാധാന്യം കളത്തിലെങ്ങനെ പെരുമാറുന്നുവെന്നതുതന്നെയാണ്. ഒമ്പതോ പത്തോ മക്കളുള്ള ഒരു കുടുംബത്തിൽ നിന്നു വരുന്ന റോമന് അവരുടെയെല്ലാം ഉത്തരവാദിത്വമുണ്ടായിരുന്നു. അങ്ങനെയൊരാൾ അടുപ്പം കാണിക്കാതിരിക്കുന്നത് എനിക്ക് മനസ്സിലാക്കാനാവും. വീട്ടിലേക്ക് വിളിച്ച് എനിക്കിഷ്ടമുള്ള ഭക്ഷണം സ്വയം പാചകം ചെയ്തു തരുന്ന വിധത്തിലുള്ള സൗഹൃദം പിന്നീട് ഞങ്ങൾ തമ്മിലുണ്ടായി എന്നത് മറ്റൊരു കാര്യം.

2007 ൽ ഫോർലാൻ പറഞ്ഞ വാക്കുകളാണിത്. കളത്തിനു

പുറത്തെ റിക്വിൽമെയോട് ഇതില്വമട്ടത്ത് പെരുമാറിയിട്ടുള്ള മറ്റൊരു കളിക്കാരനുമുണ്ടാവില്ല. 2005 ൽ റെയൽ സോസിദാദിനെതിരെ ഇരുവരും ചേർന്ന് നേടിയ ഒരു ഗോൾ കാണണം. ബോക്സിലേക്ക് ഇടതുവശത്തുനിന്ന് പന്തുമായി കയറിയ ഫോർലാൻ അവശേഷിക്കുന്ന ഡിഫന്ററെ കബളിപ്പിച്ച് റിക്വിൽമെക്ക് പന്ത് നല്കുന്നു. ഏത് കളിക്കാരനും കീപ്പറെ മറികടന്ന് നേരെ പോസ്റ്റിലെത്തിക്കാവുന്ന ബോൾ. പക്ഷേ, ഗോൾകീപ്പറെ അനായാസം വെട്ടിയൊഴിഞ്ഞ ശേഷം പന്ത് തിരികെ ഫോർലാന് തന്നെ പാസ് ചെയ്യുന്ന റിക്വിൽമെ ഫുട്ബോൾ മൈതാനത്തെ അപൂർവ്വക്കാഴ്ചയാണ്.

ആദ്യകാലത്ത് റിക്വിൽമെക്കു വേണ്ടി ക്ലബ്ബ് മാനേജരുടെ കാർക്കശ്യങ്ങളെല്ലാം മാറ്റി വച്ചിരുന്ന വിയ്യാറയലിന്റെ മാനുവൽ പെലഗ്രീനിക്കും ഒടുവിൽ റിക്വിൽമെയെ കൈയൊഴിയേണ്ടി വന്നു. 2007 ആയപ്പോഴേക്കും ബോക്കയിലേക്ക് - സ്വന്തം വേരുകളിലേക്കു മടങ്ങുകയായിരുന്നു റോമൻ റിക്വിൽമെ. തന്റെ കരിയറിലെ ഏറ്റവും മികച്ച കാലത്ത് യൂറോപ്പിൽനിന്നും തിരികെ പോകാനുള്ള തീരുമാനം പോലും കളിക്കാരനെന്ന നിലയിലുള്ള റിക്വിൽമെയുടെ ഭാവിയെ ബാധിച്ചുവെന്ന് വിലയിരുത്തപ്പെട്ടിട്ടുണ്ട്. റിക്വിൽമെ ബ്വീനസ് ഐറിസിൽ തിരിച്ചെത്തിയ കാലത്ത് ബോക്കയുടെ പ്രധാന സ്കോററായ മാർട്ടിൻ പലെർമോയുമായുള്ള അയാളുടെ അഭിപ്രായഭിന്നത മാധ്യമങ്ങൾക്ക് വിരുന്നായിരുന്നു.

ആർസനൽ ദ് സരാൻദിയുമായുള്ള മത്സരം. മായികമായ ചലനങ്ങളിലൂടെ എതിരാളിയുടെ പ്രതിരോധത്തെ കീഴ്പ്പെടുത്തി പോസ്റ്റിലേക്ക് കുതിക്കുന്ന റോമൻ. അഞ്ചോ ആറോ വാര മാത്രം അകലെ, ലക്ഷ്യം വയ്ക്കാൻ ഗോൾവല മാത്രമുള്ള ആ നിമിഷത്തിൽ വലതുവശത്ത് ഒപ്പം ഓടിക്കയറിയിരുന്ന സ്ട്രൈക്കർക്ക് - അതും ടീമിലെ തന്റെ ശത്രുവെന്ന് ലോകമാകെ പറഞ്ഞിരുന്ന അതേ കളിക്കാരന് - പന്ത് കൈമാറിയപ്പോൾ അത്ഭുതപ്പെട്ടത് ആ പാസ് സ്വീകരിച്ച് ഗോളടിച്ച മാർട്ടിൻ പലാർമോ കൂടിയായിരുന്നു. ഇരുന്നൂറ്റി പത്തൊമ്പതാമത്തെ ഗോളടിച്ച് റെക്കോഡ് സ്ഥാപിച്ച ആ നിമിഷത്തെപ്പറ്റി റിക്വിൽമെ പിന്നീട് പറഞ്ഞത്, അങ്ങനെ ഗോളടിക്കാൻ ആർക്കും പറ്റുമെന്നായിരുന്നുവെന്നത് വിരോധാഭാസം.

കോച്ച് ഹ്വലിയെ ഫാൽസിയേനിയുമായുള്ള അസ്വാരസ്യത്തെ തുടർന്ന് ഒട്ടും സുഖകരമല്ലാതെ കരിയർ അവസാനിപ്പിക്കുമ്പോഴും തന്റെ സ്ഥായീഭാവമായ അസ്വാസ്ഥ്യം ഒട്ടും മറച്ചു വച്ചിരുന്നില്ല, റിക്വിൽമെ. തന്റെ തീരുമാനവും മാനേജരുമായി ബന്ധമൊന്നുമില്ല, എന്നാൽ തനിക്കിനി ഒരു മാനേജരുടെ ആവശ്യവുമില്ല. ഇങ്ങനെയാണ് റിക്വിൽമെ ബോക്കയിൽനിന്ന് വിടവാങ്ങുന്നത്. അയാൾ എന്തു പറഞ്ഞാലും തനിക്കൊന്നുമില്ലെന്ന് മറഡോണയെക്കുറിച്ചു പറഞ്ഞതും ഒരു മറയുമില്ലാതെയാണ്. 2010 ലെ ലോകകപ്പ് ടീമിൽനിന്ന് പുറത്താ

യതിനുകാരണവും മറ്റൊന്നായിരുന്നില്ലല്ലോ!

പ്രശസ്ത അർജന്റെൻ സ്പോർട്സ് കോളമിസ്റ്റ് ഹ്യൂഗോ ആച്ച് റിക്വിൽമെയെപ്പറ്റി പറയുന്നതിങ്ങനെയാണ്:

> അവരുടെ മാത്രം ആവശ്യത്തിനനുസരിച്ച് അർജന്റീനയാണ് പത്താം നമ്പറിൽ എൻഗാൻചെയെ രൂപപ്പെടുത്തിയത്. സത്യത്തിൽ തെറ്റിദ്ധരിക്കപ്പെട്ട ആത്മാവാണയാൾ, കളിക്കാരനെന്നതിനേക്കാൾ കലാകാരൻ. ആ സ്ഥാനത്ത് കളിച്ചവർ യുക്തിപരമായി ചിന്തിക്കുമെന്ന് കരുതുന്നതേ മൗഢ്യമാണ്, അത്തരം കളിക്കാർക്ക്, അവരുടെ പ്രതിഭയോട് നീതി പുലർത്താൻ ജീവിതത്തിൽ വലിയ വില നല്കേണ്ടിവന്നിട്ടുണ്ടെന്നതാണ് ചരിത്രം. അയാളൊരു പ്രതാപശാലിയായ നായകനായിരുന്നുവെന്ന് ഞാൻ പറയില്ല. മറിച്ച്, നന്നേ കാല്പനികനായ ദുഃഖപുത്രനായേ എനിക്കയാളെ കാണാനാവൂ. സ്വന്തം സ്വാസ്ഥ്യമേഖലയിലും ആവാസവ്യവസ്ഥയിലും മാത്രം പ്രതിഭയെ സ്വതന്ത്രനാക്കാൻ കഴിഞ്ഞിരുന്ന ജനുസ്സിൽ പെട്ട ഒരാൾ. അയാളൊരിക്കലും ബോക്കാ ജൂനിയേഴ്സ് വിട്ട് പോകരുതായിരുന്നു.

മൈതാനത്ത് റോമൻ റിക്വിൽമെയുടെ ഓരോ ചലനവും ലോകത്തിന്റെ ശ്രദ്ധയാകർഷിക്കാൻ തന്നെയാണെന്ന തോന്നും പക്ഷേ, താൻ ശ്രദ്ധാകേന്ദ്രമാകുന്ന നിമിഷത്തിൽ എന്തെല്ലാമോ ആകുലതയാൽ അയാൾ ഉൾവലിയുകയും ചെയ്യുമെന്നാണ് റൂപെർട്ട് ഫ്രയർ നിരീക്ഷിക്കുന്നത്. എന്തായാലും ഫുട്ബോൾ ആ കളിയുടെ എല്ലാ ഭംഗിയോടെയും കളിച്ച ഒരാളെന്ന നിലയിൽ മാത്രമല്ല, മൈതാനത്ത് തന്റെ ചുറ്റും നിന്ന സഹകളിക്കാരെയെല്ലാം കളിയിൽ പ്രസക്തരാക്കാൻ പോന്ന അസാമാന്യ പ്രതിഭ എന്ന നിലയിൽ കൂടിയാവണം ഹവാൻ റോമൻ റിക്വിൽമെ എന്ന കളിക്കാരനെ രേഖപ്പെടുത്തേണ്ടത് എന്ന കാര്യത്തിൽ ആർക്കും സംശയമുണ്ടാവില്ല.

JUAN ROMAN RIQUELME
When Football Becomes Art

ലിയൊണെൽ ആന്ദ്രെസ് മെസ്സി

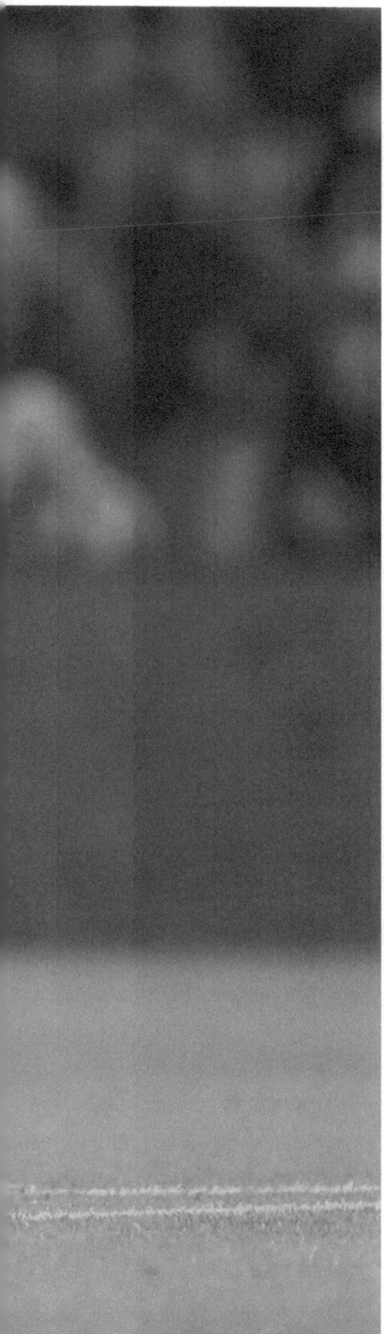

“അന്ത്യവിധിനാളിൽ അന്നേവരെ ജീവിച്ചിരിക്കുന്ന പുരുഷാരമെല്ലാം ഫുട്ബോളിനെക്കുറിച്ച പറയാനായി ഒത്തുചേരും. ഒരാൾ പറയും, 1979 ൽ ഞാൻ ആംസ്റ്റർഡാമിൽ വിദ്യാർത്ഥിയായിരുന്നു. മറ്റൊരാൾ അറുപത്തിരണ്ടിൽ സാവോപോളോയിൽ വാസ്തുശില്പിയായി പണിയെടുത്തിട്ടുണ്ടാവും, 87 ൽ നപ്പോളിയിൽ കൗമാരം ചെലവിട്ട വേറൊരാളുണ്ടാവും. അറുപത്തിയേഴിൽ മോൻഡെവിദെയോവിലേക്ക് കളികാണാൻ പോയിട്ടുണ്ടെന്ന് എന്റെ അച്ഛൻ ഗർവ്വു കാട്ടും. 1950 ലെ മാരക്കാനയിലെ നിശ്ശബ്ദത താൻ അനുഭവിച്ചിട്ടുണ്ടെന്ന് അതിനു പിന്നിൽ നിന്നൊരാൾ പിറുപിറുക്കും. രാവേറും വരെ എല്ലാവരും അവരവരുടെ യുദ്ധക്കഥകൾ അഭിമാനത്തോടെ അവതരിപ്പിച്ചുകൊണ്ടിരിക്കും. ഏറ്റവുമൊടുവിൽ പതുക്കെ എഴുന്നേറ്റ് ഞാൻ പറയും, നായും നരനുമായി അയാൾ കളിച്ചിരുന്ന കാലത്ത് ഞാൻ ബാഴ്സലോണയിലാണ് ജീവിച്ചതെന്ന്. അവിടെയപ്പോൾ കനത്ത നിശ്ശബ്ദത പെയ്യും. എല്ലാവരും തലതാഴ്ത്തി നില്ക്കുമ്പോൾ അണിഞ്ഞൊരുങ്ങി പ്രത്യക്ഷപ്പെടുന്ന ദൈവം ഇപ്രകാരം അരുളിച്ചെയ്യും, ഈ തടിയനു മാത്രം രക്ഷ, മറ്റുള്ളവർ മഴയത്തു നില്ക്കട്ടെ. ”

ഹെർനൻ കാസിയാരി

അർജന്റൈൻ സ്പാനിഷ് എഴുത്തുകാരൻ

പീബെയുടെ പരിണാമം

It's difficult to talk about Leo and put it into our words (sic)

- Thierry Henry

ലിയൊണൽ ആന്ദ്രെസ് മെസ്സിയുടെ ഞാൻ കണ്ടിട്ടുള്ള ഏറ്റവും പഴയ കളി 1993 മെയ് മാസം 29 ന് വൈകുന്നേരം ഷൂട്ട് ചെയ്തിട്ടുള്ളതാണ്. അന്ന് മെസ്സിക്ക് ആറ് വയസ്സ തികഞ്ഞിട്ടില്ല. കാഴ്ചയിൽ പക്ഷേ, ഏതാണ്ട് നാലേ പറയൂ. അടവും ആസൂത്രണവുമൊന്നുമില്ലാത്ത കുട്ടിക്കൂട്ടത്തിന്റെ കളിയിലും പക്ഷേ, ആ പത്താം നമ്പറുകാരനെ ആരും പെട്ടെന്ന് ശ്രദ്ധിക്കും. അവന്റെ കാലിൽനിന്ന് പന്ത് നഷ്ടപ്പെടുന്ന സന്ദർഭങ്ങൾ അപൂർവ്വമാണ്. കുറച്ചുകൂടി ശരീരവലുപ്പമുള്ള മറ്റുകുട്ടികളിൽനിന്ന് പന്ത് പിടിച്ചുവാങ്ങാനും പിന്നീടത് എതിർ ടീമിന്റെ പോസ്റ്റിലെത്തിക്കുംവരെ കാലിൽത്തന്നെ സൂക്ഷിക്കാനുമുള്ള അവന്റെ പാടവം ഇന്നത്തെ പോലെത്തന്നെ അന്നും പ്രകടമാണ്. പത്തുപതിനൊന്നു മിനിറ്റു വരുന്ന ആ വീഡിയോയിൽ മൂന്നോ നാലോ തവണ പന്ത് പോസ്റ്റിലെത്തിക്കുന്നുണ്ട് കുഞ്ഞുമെസ്സി. എടുത്തു പറയേണ്ട മറ്റൊരു സവിശേഷത ഗോൾമുഖത്തുവച്ച് പന്ത് സഹകളിക്കാർക്ക് പാസ് ചെയ്യാൻ അവനൊട്ടും മടിയില്ലെന്നതാണ്.

വ്യക്തത കുറ്റിയെടുത്ത വീഡിയോയുടെ ശബ്ദരേഖയിൽ "ലിയോ, അവർക്ക് കാട്ടിക്കൊടുക്ക്.. അതെ, അങ്ങനെത്തന്നെ" എന്നെല്ലാം അവനെ പ്രോത്സാഹിപ്പിക്കുന്ന ഒരു സ്ത്രീശബ്ദം കേൾക്കാമെന്ന് കറ്റാലൻ നോവലിസ്റ്റ് ജോർദി പുന്തി സാക്ഷ്യപ്പെടുത്തുന്നു. അത് മെസ്സിയുടെ അമ്മൂമ്മ സീലിയയുടെ ശബ്ദമാകാമെന്നാണ് *ലെസ്സൻസ് ഇൻ സ്റ്റൈൽ* എന്ന മെസ്സിപ്പുസ്തകത്തിൽ പുന്തി പറയുന്നത്. മെസ്സിയുടെ കളികളുടെ ദൃശ്യാഖ്യാനത്തിൽ പിൻതലത്തിലെ ശബ്ദസാന്നിദ്ധ്യമായി 'റൊസാരിയോയിലെ മുത്തശ്ശി' ആദ്യമായി പ്രത്യക്ഷമാവുന്നതിവിടെയാവണം. ലിയോയുടെ കുട്ടിക്കാലകഥകളിലെ സ്ഥിരസാന്നിദ്ധ്യമായ

മുത്തശ്ശി സീലിയ ഒലിവേയ്‌റ കുച്ചിത്തീനി 1998 ൽ അന്തരിച്ചു. മെസ്സിക്ക് ആദ്യമായി ഗ്രൻദോൽഫി ക്ലബ്ബിന്റെ (Grandoli) കുട്ടികളുടെ ടീമിൽ കളിക്കാൻ അവസരമൊരുക്കിയതു മുതൽ കരുതലും പ്രോത്സാഹന വുമായി കൂടെ നിന്ന അമ്മൂമ്മയോടുള്ള ആദരസൂചകമായാണ് ഓരോ ഗോളിനു ശേഷവും മെസ്സി ആകാശത്തേക്ക് ഇരുകൈകളും ചൂണ്ടുന്ന തെന്ന് അറിയാത്തവർ കുറയും.

THE MESSI ERA | Official Movie

1994 മെയ് മാസത്തിൽ ചിത്രീകരിച്ചിട്ടുള്ള മറ്റൊരു വീഡിയോയിൽ ന്യൂൾസ് ഓൾഡ് ബോയ്‌സിന്റെ പത്താം നമ്പർ ജേഴ്സിയിൽ മെസ്സിയെ കാണുമ്പോൾ പന്തിന്മേലുള്ള അവന്റെ നിയന്ത്രണം പതിന്മടങ്ങ് വർദ്ധിച്ചിട്ടുള്ളതായി വ്യക്തമാവും. മറഡോണയുടെ നൂറ്റാണ്ടിന്റെ ഗോൾ മെസ്സി ആദ്യമായി പുനഃസൃഷ്ടിക്കുന്നത് ഹെതാഫെക്കെതിരെ 2007 ലെ കോപ്പാ ദെൽ റേയിലല്ലെന്നും ഈ വീഡിയോ കണ്ടാൽ മനസ്സിലാകും. എട്ടാം വയസ്സിൽ നാലോ അഞ്ചോ എതിരാളികളെ വെട്ടിച്ചു മുന്നേറുന്ന മെസ്സിയുടെ ശരീരചലനങ്ങളും ഓട്ടവും സവിശേഷ മാണ്. അക്കൊല്ലം മാർച്ചിലാണ് ഗ്രൻദോൽഫി വിട്ട് ലിയോ ന്യൂൾസിൽ ചേരുന്നത്.

1997 ൽ സാന്താ ഫെയിലെ ഒരു ഉൾനാടൻ മൈതാനത്ത് പുയാത ക്ലബ്ബിനെതിരെ ഹാട്രിക് നേടുന്ന മെസ്സിയാണ് മറ്റൊരു ദൃശ്യത്തിലുള്ളത്. കളിതീരാൻ എട്ടുമിനിറ്റ് ബാക്കിയുള്ളപ്പോഴാണ് അതുവരെ രണ്ടു ഗോളിന് പിന്നിൽ നിന്നിരുന്ന ന്യൂൾസിനെ മെസ്സി തനിച്ച് വിജയത്തി ലെത്തിച്ചതെന്ന് അന്ന് കൂടെക്കളിച്ചിരുന്ന ഹെറാർദോ ഗ്രിഗീനി പിന്നീട് സാക്ഷ്യപ്പെടുത്തിയിട്ടുണ്ട്. കളത്തിലും പുറത്തും ഒരക്ഷരം മി ണ്ടാത്ത മെസ്സി ഗോളടിക്കുമ്പോൾ മാത്രമാണ് ശബ്ദിച്ചിരുന്നതെന്നാ ണ് കൂട്ടുകാരുടെ ഭാഷ്യം. ഗോളവസരം ലഭിക്കുമ്പോൾ പാസ് ചെയ്യാ ത്ത കൂട്ടുകാരോടാണ് വഴക്കിടാറുള്ളതെന്നും. പിന്നീട് പലവട്ടം ബാഴ്സ കുപ്പായത്തിൽ ലാ മാസിയയുടെ മൈതാനത്ത്, നമ്മളവനെ കണ്ടു- ബാഴ്സലോണയിലെ പത്താംനമ്പരിലേക്കെത്താൻ കുറെ വർഷങ്ങളെ ടുത്തുവെങ്കിലും 1993 ലെ വീഡിയോവിൽ കാണുന്ന മെസ്സിയുടെ ശരീര ഭാഷയ്ക്കും നീക്കങ്ങളുടെ സവിശേഷമായ താളത്തിനും 2021 ലും മാറ്റ മൊന്നുമില്ല.

റൊസാരിയോവിലെ ഒരു പോത്രേറോയിൽ പന്തു തട്ടുന്ന ആറു വയസ്സുകാരനിൽനിന്ന്, പാരീസിലെ പാർക് ഡി പാസിൽ പാരീസാൻ ജേർമാൻ ജേഴ്സിയിൽ പരിശീലനം നടത്തുന്ന മുപ്പത്തിനാലുകാരനി

ലെത്തി നില്ക്കുന്ന ലിയോ മെസ്സിയുടെ ചുരുങ്ങിയത് ഇരുപത്തെട്ടു വർഷ ത്തെയെങ്കിലും കളിയും ജീവിതവും നമുക്കു മുന്നിൽ ദൃശ്യരേഖകളായി ലഭ്യമാണെന്നർത്ഥം. മെസ്സിയുടെ പുരാവൃത്തങ്ങൾ പോലും നിർമ്മിക്ക പ്പെട്ടിരിക്കുന്നത് വാമൊഴിയിലോ വരമൊഴിയിലോ അല്ല, തിരയിലും തിരമൊഴിയിലുമാണ്. ഇത്ര സൂക്ഷ്മമായി ചിത്രീകരിക്കപ്പെട്ടിട്ടുള്ള മറ്റൊരു ഫുട്ബോൾ കളിക്കാരൻ വർത്തമാനകാലത്തുണ്ടാവില്ല. അതിനു കാരണം ഒരുപക്ഷേ, മകന്റെ സിദ്ധികളെ ചെറുപ്പത്തിലേ തിരിച്ചറിഞ്ഞ ഹോർഹെ മെസ്സിയെന്ന പിതാവോ, സീലിയ ഒലിവേ യ്ര എന്ന മുത്തശ്ശിയോ പൊതുവേ ഫുട്ബോളിനോട് അതി വൈകാ രികമായ അടുപ്പമുള്ള റൊസാരിയൻ ജനതയോ ആവാം. മെസ്സിയുടെ മദ്ധ്യവർഗ്ഗ ജീവിത പശ്ചാത്തലവും ഇതിലൊരു പ്രധാന ഘടകമാണ്.

മെസ്സിയുടെ ഐതിഹ്യസമാനമായ ബാല്യകാലകഥകൾ പക്ഷേ, മറഡോണയുടേതു പോലെ അതിന്ദ്രീയാനുഭവങ്ങളാൽ സമ്പന്നമല്ല. നേരെമറിച്ച് കുടുംബാംഗങ്ങളും കൂട്ടുകാരും കോച്ചും ഡോക്ടർമാരുമെ ല്ലാമടങ്ങുന്ന യഥാതഥമായ ജീവിതാനുഭവങ്ങളാണ് കഥകളായി മാ റിയിട്ടുള്ളത്. ആഖ്യാതാക്കളുടെ വീക്ഷണമനുസരിച്ച് ഒരേ കഥയ്ക്കുതന്നെ വ്യത്യസ്തങ്ങളായ ആഖ്യാനങ്ങളുണ്ടായെന്ന് മാത്രം. എല്ലാ കഥകളുടെ യും പൊതുഘടകമായ മെസ്സിയുടെ അസാധാരണ പ്രതിഭയാണ് നിത്യജീവിതനിമിഷങ്ങളെ തിളക്കമുറ്റതാക്കുന്നത്.

മറഡോണയുടെ ജനനസമയത്ത് ക്രിസ്തുജയന്തിയെ ഓർമ്മിപ്പിക്കും വിധം ധ്രുവനക്ഷത്രമുദിച്ചുവെന്നും, ഫുട്ബോളിനാൽ ലോകം കീഴടക്കാ നുള്ള നിയോഗവുമായി ജനിച്ച ദ്യേഗോ കാലുകൾ മാത്രം അനക്കിയാ ണ് ഭൂമിയിലെത്തിയതെന്നും മറ്റുമുള്ള കല്പിതാഖ്യാനങ്ങൾ മെസ്സിയെ ക്കുറിച്ച് കേട്ടിട്ടില്ല. ജനനത്തീയതി ഒരു മൂന്നുമാസം മുന്നോട്ടു പോയെ ന്നതിനാൽ അർജന്റീനയുടെ ലോകകപ്പ് വിജയത്തിന്റെ ആഹ്ലാദപു ത്രനെന്ന വിശേഷണം മെസ്സിക്ക് നഷ്ടമായെന്ന് ജോർദി പുന്തിയും, ഡോക്ടർമാർ മുന്നറിയിപ്പു നല്കിയിരുന്നുവെങ്കിലും ഫോർസെപ്സ് ഉപ യോഗിക്കുക പോലും വേണ്ടിവന്നിട്ടില്ലാത്തത്ര സ്വാഭാവികമായാണ് സീലിയ മരിയ പ്രസവിച്ചതെന്ന് ജിമ്മി ബേൺസും തമാശരൂപേണ അവതരിപ്പിക്കുന്നുണ്ട്.

നാട്ടിലെ ഏറ്റവും മോശം ടീമിൽ കളിക്കുന്നതാണ് മെസ്സിക്ക് നല്ല തെന്ന സീലിയ മുത്തശ്ശിയുടെ നിലപാടാണ് അവരെ ഗ്രൻദോൽഫിയി ലെത്തിച്ചതെന്ന് അമേരിക്കൻ തിരക്കഥാകൃത്തായ മൈക്കേൽ പാർട്ട്, *The Flea - The amazing story of Leo Messi* എന്ന കുട്ടികൾക്കുള്ള ജീവചരിത്ര പുസ്തകത്തിൽ പറയുന്നുണ്ട്. ഏത് മോശം ടീമിലും ഒരു ഗംഭീരകളിക്കാരൻ വേണം എന്നതായിരുന്നു മുത്തശ്ശിയുടെ വാദം. അങ്ങനെയാണ് തന്നേക്കാൾ മുതിർന്നവരുടെ ഏയ്ജ് ഗ്രൂപ്പ് ടീമിൽ മെസ്സി കളിക്കാനെത്തുന്നത്. കുട്ടികളുടെ ടീമിന്റെ കോച്ച് സാൽവ ദോർ അപരീഷ്യോ ആവശ്യപ്പെട്ടതു പ്രകാരമാണ് മെസ്സിയെ കളിപ്പി

ച്ചതെന്നും അതല്ല, മുത്തശ്ശിയുടെ ആവശ്യത്തിന് കോച്ച് വഴങ്ങുകയായിരുന്നുവെന്നും രണ്ടു കഥകൾ പ്രചാരത്തിലുണ്ട്. എന്തായാലും മുത്തശ്ശി അരികിലുണ്ടെന്ന ആത്മവിശ്വാസത്തിൽ കളിക്കാനും, ഇനി അഥവാ അവന് എന്തെങ്കിലും പരിക്കേറ്റാൽ പെട്ടെന്ന് കളത്തിലിറങ്ങി എടുക്കാനുമുള്ള സൗകര്യത്തിനാണ് കുഞ്ഞുമെസ്സിയെ വിങ്ങിൽ കളിപ്പിച്ചതെന്ന കാര്യത്തിൽ മാത്രം തർക്കമില്ല. ലിയോ, മറഡോണയോളം പോന്ന കളിക്കാരനാവണമെന്ന് സ്വപ്നം കണ്ടിരുന്ന അമ്മൂമ്മയാവട്ടെ കളിക്കളത്തിൽനിന്ന് കളിക്കളത്തിലേക്ക് ചെറുമകനെ അനുഗമിച്ചു. 1998 ൽ സീലിയയുടെ മരണശേഷമാണ് ഹോർഹെ മെസ്സി മകന്റെ സന്തത സഹചാരിയാവുന്നത്. ന്യൂൾസിനായി കളിച്ച ആറു വർഷം മെസ്സി അഞ്ഞൂറിലേറെ ഗോളുകളടിച്ചുവെന്നാണ് *ക്രിസ്ത്യാനോ ആൻഡ് ലിയോ* എന്ന പുസ്തകത്തിൽ ബ്രിട്ടീഷ് - സ്പാനിഷ് മാധ്യമ പ്രവർത്തകനായ ജിമ്മി ബേൺസ് പറയുന്നത്. മെസ്സിയുടെ വീഡിയോ ദൃശ്യങ്ങൾ കാണുന്ന ആർക്കും അതിൽ ഒരു സംശയവുമുണ്ടാവാനിടയില്ല. ഈ കാലഘട്ടത്തിൽ തന്നെയാണ് വളർച്ചക്കുറവിലേക്ക് നയിച്ചേക്കാവുന്ന ഹോർമോൺ പ്രശ്നങ്ങൾ മെസ്സിക്കുണ്ടെന്ന് കണ്ടുപിടിക്കുന്നതും, ചികിത്സാർത്ഥം അവർ ബാഴ്സലോണയിലേക്ക് പോവുന്നതും. വർത്തമാനകാലത്ത് ഏറ്റവുമധികം രേഖപ്പെടുത്തപ്പെട്ടിട്ടുള്ള ജീവിതമാണ് ലിയൊണൽ മെസ്സിയുടേത്. ഇംഗ്ലീഷിൽ വലിയ പുസ്തകരൂപത്തിൽ പ്രസിദ്ധീകരിക്കപ്പെട്ട ജീവചരിത്രാഖ്യാനങ്ങൾ മാത്രം അമ്പതിലേറെ വരും. മറ്റു ഭാഷകളിലായി അംഗീകൃതവും അല്ലാത്തതുമായ നൂറുകണക്കിന് ജീവചരിത്രങ്ങൾ വേറെയും. ഇതിൽ പക്ഷേ, മെസ്സിയുടെ അനുഭവ കഥനങ്ങൾ വളരെ കുറച്ചേയുള്ളൂ. എഴുത്തുകളേറെയും മറ്റുള്ളവർക്ക് അയാളെക്കുറിച്ചുള്ള അഭിപ്രായങ്ങളും വിലയിരുത്തലുകളുമാണ്.

ഇരുപത്തൊന്നാം നൂറ്റാണ്ടിലെ ഫുട്ബോൾ കളിക്കാരൻ എന്ന പരികല്പനയുടെ മനുഷ്യരൂപമായിട്ടാണ് മിക്കവാറും എഴുത്തുകാർ ലിയൊണൽ ആന്ദ്രസ് മെസ്സിയെ കാണുന്നത്. 1970 കളുടെ ഒടുവിൽ ദ്യേഗോ മറഡോണ ഉദിച്ചുയരുന്ന കാലത്ത്, ഫുട്ബോൾ മാനേജരെന്ന നിലയിൽ ലോകപ്രശസ്തനായിരുന്ന എലിന്യോ എറീര (Hel-enio Herrera) ഇരുപത്തൊന്നാം നൂറ്റാണ്ടിലെ ഫുട്ബോൾ പ്രതിഭയെ നിർവ്വചിക്കുന്നുണ്ട്. തെക്കനമേരിക്കയിലെ ഏറ്റവും വലിയ സ്പോർട്സ് പ്രസിദ്ധീകരണമായ *എൽ ഗ്രാഫിക്കോ*യുടെ ലേഖകന്റെ ചോദ്യത്തിന് മറഡോണയെപ്പോലെ മറ്റൊരാൾ എന്നാണ് അദ്ദേഹം മറുപടി പറയുന്നത്. ഉയരം കുറഞ്ഞ് കരുത്തനായ അയാൾക്ക് ഇപ്പോൾ മറഡോണയ്ക്കും കംപ്യൂട്ടറുകൾക്കും മാത്രമുള്ള ആ മാന്ത്രികശക്തിയുണ്ടാവുമെന്നും എറീറ കൂട്ടിച്ചേർത്തു. 1979 ലെ ആ അഭിമുഖത്തിൽ ഏഴു വർഷത്തിനുശേഷം ജനിക്കാനിരിക്കുന്ന ലിയോ മെസ്സിയെക്കുറിച്ചാണ് താൻ പറയുന്നതെന്ന് അന്ന് മാന്ത്രികനെന്ന് വിളിപ്പേരുണ്ടായിരുന്ന,

യൂറോപ്പിലെ ഏറ്റവും മികച്ച പരിശീലകന് അറിയില്ലായിരുന്നല്ലോ എന്ന് ജോർദി പുന്തി ആശ്ചര്യപ്പെടുന്നുണ്ട്.

1928 ൽ അർജന്റെൻ ഗംഭീരതയുടെ പ്രതിരൂപമായി ബ്വീനൊസ് ഐറിസിൽ ഒരു പ്രതിമ സ്ഥാപിക്കാൻ പ്രശസ്ത ഉറുഗ്വായൻ മാധ്യമ പ്രവർത്തകനും തിരക്കഥാകൃത്തുമായി ബൊറോകോത്തോ (റിക്കാർദോ ലൊറേൻസോ) ഒരു നിർദ്ദേശം മുന്നോട്ടു വച്ചിരുന്നു. കീറി ത്തുന്നിയ ട്രൗസറും ആൽബിസെലസ്റ്റെ വരകളുള്ള എലികടിച്ച കീറിയ കുപ്പായവും ചീകാത്ത മുടിയുമുള്ള, ചിരിച്ചുകൊണ്ട് തെരുവിൽ തുണിപ്പ ന്തുതട്ടുന്ന പയ്യന്റെ (പീബെ) രൂപമായിരുന്നു പ്രതിമയ്ക്ക് ബൊറോകോ ത്തോ നിർദ്ദേശിച്ചത്. പിന്നീട് ദ്യേഗോ മറഡോണയായി പിറവിയെ ടുത്തത് ഈ രൂപമാണെന്ന രസകരമായ കഥ പിന്നീട് അർജന്റീനയി ലെ നഗരമിത്തുകളുടെ ഭാഗമായി മാറിയിരുന്നു. *എൽ ഗ്രാഫിക്കോ*യിലെ തന്റെ കോളത്തിൽ തന്നെയാണ് ബൊറോകോത്തോ അന്ന് പീബെയുടെ രൂപത്തിൽ മറഡോണയെ വരച്ചിട്ടതെന്നത് ശ്രദ്ധേയ മാണ്. ബൊറോകോത്തോ വിഭാവനം ചെയ്ത പീബെ പിറവിയെടു ക്കാൻ മൂന്നു പതിറ്റാണ്ടു കൂടി വേണ്ടിവന്നുവെങ്കിൽ, എറീറ പ്രവചിച്ച മാന്ത്രികനായ കളിക്കാരൻ അടുത്ത പതിറ്റാണ്ടിൽത്തന്നെ കളത്തി ലിറങ്ങി യെന്നു മാത്രം.

ടെലിവിഷനു മുമ്പുള്ള കാലത്ത് കളിച്ച ആൽഫ്രെദോ ഡി എസ്റ്റെ ഫാനോ മുതൽ പെലെയും ഗാരിഞ്ചയും വരെയുള്ള കളിക്കാർക്ക് തങ്ങ ളുടെ കളി അപ്പപ്പോൾ കാണാൻ കഴിഞ്ഞിരുന്നില്ല. ഫിലിമിൽ ചിത്രീ കരിച്ചിട്ടുള്ള കളികൾ തന്നെ അവർ ഏറെക്കാലത്തിനുശേഷമാണ് കണ്ടിട്ടുള്ളതെന്ന് പെലെ തന്നെ പല അഭിമുഖങ്ങളിലും പറഞ്ഞിട്ടുണ്ട്. റേഡിയോ കമന്റേറ്റർമാരുടെ ആവേശവാക്യങ്ങളിലും പത്രറി പ്പോർട്ടർമാരുടെ കഥാകഥനങ്ങളിലുമാണ് കളിക്കാർ അവരവരെ കണ്ടെത്തിയിരുന്നത്. എന്നാൽ മെസ്സിയുടെ കാര്യം ഇതിനു നേർവി പരീതമാണ്. തന്റെ ചെറുപ്പം മുതലുള്ള പടിപടിയായ വളർച്ച അക്ഷ രാർത്ഥത്തിൽ കണ്ടുകണ്ടാണ് ലിയോയിൽനിന്ന് ഫുട്ബോളിന്റെ മിശിഹായിലേക്കുള്ള പരിണാമം അയാൾ പൂർത്തിയാക്കിയിട്ടുള്ളത്. സമകാലികനും സമശീർഷനുമായ ക്രിസ്ത്യാനോ റൊണാൾഡോക്കു പോലും അവകാശപ്പെടാനില്ലാത്ത ആനുകൂല്യമാണിത്.

അസ്വസ്ഥമായ കുടുംബാന്തരീക്ഷവും ദരിദ്രമായ കുട്ടിക്കാലവുമാണ് ക്രിസ്ത്യാനോയെ ഏറക്കുറെ മറഡോണയ്ക്ക് തുല്യനായ പോരാളിയാ ക്കിയതെന്ന് നിരീക്ഷിക്കുന്നവരുണ്ട്. എന്നാൽ കുടുംബം എന്ന സ്ഥാ പനത്തിന്റെ സുരക്ഷാകവചത്തിൽ വളർന്ന മെസ്സിയിൽ പോരാളിയു ടെ പരുക്കൻ ഭാവം കുറവാണു താനും. കളിക്കളത്തിലും പുറത്തും മെസ്സിയുടെ പെരുമാറ്റത്തിലും ശരീരഭാഷയിലും ഇത് പ്രകടവുമാണ്. കളിക്കളത്തിലെ ലിയൊണൽ മെസ്സിയുടെ ഓരോ ചലനങ്ങളും സസൂ ക്ഷ്മം പഠിക്കപ്പെട്ടിട്ടുണ്ട്. ഓരോ ദൃശ്യങ്ങളും ഫ്രെയിമുകളായി അഴിച്ചെ

റൊണാൾഡോയും മെസ്സിയും എൽ ക്ലാസിക്കോയിൽ

ടുത്ത് പരിശോധിച്ചാണ് മെസ്സിയുടെ ശരീരത്തിലെ ഓരോ പേശിയും വരെ ആ കളിക്കാരനെ രൂപപ്പെടുത്തുന്നതിൽ എത്രമാത്രം പങ്കുവഹിച്ചിട്ടുണ്ടെന്ന് കായികഗവേഷകർ കണ്ടെത്തുന്നത്.

സാധാരണ ഒരു ഫുട്ബോൾ കളിക്കാരന് അപ്രാപ്യമായ ഒരു സവിശേഷതയും മെസ്സിയുടെ ശരീര ചലനങ്ങൾക്കില്ലെന്നതാണ് ഗവേഷകരെ ചെറുതായെങ്കിലും അത്ഭുതപ്പെടുത്തിയിട്ടുള്ള വസ്തുത. കളിക്കളത്തിലെ മെസ്സിയുടെ നീക്കങ്ങൾ അതിനാൽത്തന്നെ അസാധാരണമാം വിധം സാധാരണമായി തോന്നും. പക്ഷേ, കഴിഞ്ഞ രണ്ടു പതിറ്റാണ്ടോളം രാജ്യാന്തര വേദിയിൽ കളിച്ചിട്ടും എതിരാളികൾക്ക് ആ സാധാരണത്വത്തിന്റെ ചിത്രപ്പൂട്ട് തുറക്കാനായിട്ടില്ല. ആധുനിക ഫുട്ബോളിലെ മികച്ച പ്രതിരോധക്കാരിലൊരാളെന്ന് നിസ്സംശയം പറയാവുന്ന ഇംഗ്ലണ്ടിന്റെ റിയോ ഫെർഡിനന്റ് മെസ്സിയെ മനസ്സിലാക്കാൻ ശ്രമിക്കുന്നത് "ലളിതമെങ്കിലും സങ്കീർണ്ണ"മായ അയാളുടെ നീക്കങ്ങളിലൂടെയാണ്.

> ഏത് മുന്നേറ്റക്കാരനേയും പ്രതിരോധിക്കാനായി നമ്മൾ അയാൾക്ക് ഏറ്റവുമരികിലെത്തണം, പന്തിനെ അയാളിൽ നിന്ന് വേർപെടുത്തിയെടുക്കണം. എന്നാൽ ഫൗളിലൂടെയല്ലാതെ ആർക്കും തന്നെ മെസ്സിയുടെ അടുത്തേക്കെത്താനാവില്ല, എത്തുമ്പോഴേക്കും അയാൾ ഒഴിഞ്ഞുമാറിയിട്ടുണ്ടാവും. നമ്മുടെ കൈകൾക്കിടയിലൂടെവരെ അയാൾ പന്തുമായി നൂണ്ടു കടക്കും. ആദ്യമെല്ലാം ഉയരക്കുറവിന്റെ ആനുകൂല്യമെന്നാണ് ഞാൻ കരുതിയിരുന്നത്. എന്നാൽ മെസ്സിയുടെ നീക്കങ്ങളുടെ വേഗത വായിച്ചറിയാൻ എനിക്കെന്നല്ല ലോകത്തിലെ ഒരു പ്രതിരോധക്കാരനും കഴിയില്ലെന്ന വസ്തുത പിന്നീടാണെനിക്ക് മനസ്സിലായത്.

പെപ് ഗ്വാർദിയോളയുടെ ബാഴ്സലോണയെക്കുറിച്ച് ഡൻകൻ മക്മാത് സംവിധാനം ചെയ്ത Take the ball, Pass the ball എന്ന ഡോക്യുമെന്ററിക്കായി എടുത്ത അഭിമുഖത്തിൽ ഫെർഡിനന്റ് പറയുന്നുണ്ട്. തനതായ കേളീ ശൈലി വികസിപ്പിച്ചെടുത്തിട്ടുള്ള മിക്ക കളിക്കാരും അവരവരുടെ മുദ്രയെന്നവണ്ണം സൂക്ഷിക്കാറുള്ള സവിശേഷ നീക്കങ്ങളൊന്നും മെസ്സിയിൽ കാണാനാവില്ല. (യൊഹാൻ) ക്രൗഫ് ടേണും മറഡോണാ സ്പിന്നും റൊബീന്യോയുടെ പെഡലാദയും പോലെ മെസ്സിയുടെ പേരിനോട് ചേരുന്ന നീക്കങ്ങളൊന്നുമില്ലെന്നത് യാദൃച്ഛികമല്ല. എന്നാൽ എൽ കാന്യോ (Nutmeg), എൽ താകോ (Backheel), എൽ സോംബ്രെറോ (Over the head dribble) ലാറബോന (Cross-legged dribble) ഇലാസ്തികോ (The flip flap) തുടങ്ങിയ ക്രിയോഷോ ഫുട്ബോളിന്റെ ആത്മാവായ ഗംബീത്തയുടെ വിവിധ ഘടകങ്ങൾ മെസ്സി പുറത്തെടുക്കുമ്പോൾ എല്ലാം അയാളുടെ മുദ്രിതനീക്കങ്ങളായിത്തീരുകയും (Signature moves) ചെയ്യാറുണ്ട്.

കാലുകളേക്കാൾ ശരീര സംതുലനം കൊണ്ടുള്ള പന്തടക്കമാണ് മെസ്സിയുടെ മുഖമുദ്ര. ഉച്ചാരണത്തിൽത്തന്നെ ആന്തരികാർത്ഥം വെളിവാകുന്ന Deft എന്ന ഇംഗ്ലീഷ് വാക്കു പോലെയാണ് മെസ്സിയുടെ കളിയെന്ന് മറ്റൊരിടത്ത് പറഞ്ഞിട്ടുണ്ട്. Deft ലെ f എന്ന അക്ഷരം ഒരു തുവൽസ്പർശമാണ്, മെസ്സിയുടെ കാലുകൾ പന്തിനു നല്കുന്നതും അതേ സ്പർശമാണ്. ഫുട്ബോളർ പന്ത് തട്ടുകയല്ല, മറിച്ച് കാലിൽ അനുഭവിക്കുകയാണ് വേണ്ടതെന്ന മെനോറ്റിസ്മോയാണ് മെസ്സിയുടെ കളിയുടെ അന്തസ്സത്ത. മനോവേഗവും തനുവേഗവും തമ്മിലുള്ള അതിസൂക്ഷ്മവും അസാധാരണവുമായ കൊടുക്കൽ വാങ്ങലാണ് ആ പ്രതിഭയുടെ സൂത്രമെന്ന് ചുരുക്കിപ്പറയാം. വേഗത്തേക്കാൾ വേഗഭ്രംശമാണ് മെസ്സി തന്റെ നീക്കങ്ങളിൽ ഉപയോഗിക്കാറുള്ളത്. പന്തുമായി കുതിക്കവെ ബോധപൂർവ്വം വരുത്തുന്ന അവധാനതയിലാണ് മിക്കവാറും എല്ലാ പ്രതിരോധക്കാരും വീണു പോവുന്നത്.

പന്തുമായുള്ള മെസ്സിയുടെ ഓട്ടങ്ങളുടെ മറ്റൊരു പ്രത്യേകത, അയാളെപ്പോഴും പന്തിനു പുറകിലായിരിക്കുമെന്നതാണ്. ഏത് നിമിഷവും പന്തിന്റെ ഗതിയും ദിശയും മാറ്റാവുന്ന വിധത്തിൽ നിയന്ത്രണ സ്ഥാനത്തായിരിക്കും മെസ്സി എന്ന കളിക്കാരൻ. പെഡലാദ (Step over) എന്ന സവിശേഷമായ നീക്കം മെസ്സി നടത്തുന്നതായി അധികം കണ്ടിട്ടില്ല. മെസ്സിയുടെ കുറിയ കാലുകളും താഴ്ന്ന നിലയിലുള്ള ശരീരഗുരുത്വകേന്ദ്രവുമാണ് ഇതിന് കാരണമായി പൊതുവെ വിലയിരുത്തപ്പെടാറുള്ളത്. എന്നാൽ ശരീരം പന്തിന് പുറകിൽ വരത്തക്കവിധത്തിൽ നിയന്ത്രണസ്ഥാനത്തു നില്ക്കാൻ വേണ്ടിയാവണം മെസ്സി ഈ നീക്കം പരീക്ഷിക്കാത്തതെന്നാണ് എനിക്ക് തോന്നിയിട്ടുള്ളത്. അല്ലാതെ മെസ്സിയെപ്പോലെ മെയ്‌വഴക്കമുള്ള ഒരു കളിക്കാരന് പെഡലാദ അപ്രാപ്യമാവേണ്ട സംഗതിയില്ല.

LIONEL MESSI
The Drama of Argentina

ഓരോ നീക്കത്തിലും പരമാവധി തവണ പന്തിനെ സ്പർശിക്കുക എന്നതാണ് മെസ്സിയുടെ കളിയുടെ ഒരു പ്രധാന സവിശേഷത. ഓടുന്ന ഓരോ വാരയിലും മെസ്സി പന്തു തൊടാറുണ്ട് എന്നാണ് ഫുട്ബോൾ ഫാൻ ചാനലായ Oh my Goal ന്റെ സ്ഥിതിവിവരക്കണക്കുകൾ സൂചിപ്പിക്കുന്നത്. അതേസമയം സാധാരണ കാൽസ്പർശം കൊണ്ടു തന്നെ എതിരാളികളെ അനായാസം മറികടക്കാമെന്നിരിക്കെ മെസ്സിക്ക് പെഡലാദയുടെ ആവശ്യം തന്നെ വരുന്നില്ലെന്നാണ് ആരാധകരുടെ പക്ഷം. ആക്രമണാത്മക ഫുട്ബോളിൽ കളിക്കാരന്റെ ത്വരണത്തിന് (Acceleration) നിർണ്ണായകമായ സ്ഥാനമാണുള്ളത്, അതുപോലെത്തന്നെ പ്രധാനമാണ് വേഗംകുറയ്ക്കലും (Deceleration). പന്തു കാലിലുള്ളപ്പോൾ നടത്തേണ്ടുന്ന വേഗവ്യതിയാനങ്ങളെക്കുറിച്ച് അസാധാരണമായ അവബോധമുള്ള കളിക്കാരനാണ് മെസ്സി. വിശേഷിച്ചും കളിയുടെ, ഓട്ടത്തിന്റെ വേഗം കുറയ്ക്കുന്നതിൽ.

മെസ്സിയേക്കാൾ വേഗമേറിയ കളിക്കാരാണ് റൊണാൾഡോ മുതൽ എംബാപ്പെ വരെയുള്ളവർ. പക്ഷേ, ആർജ്ജിതവേഗത്തിൽ കുറവു വരുത്തേണ്ടപ്പോൾ നിയന്ത്രിതമായി അത് ചെയ്യുന്നതിൽ മെസ്സിക്കുള്ള കൗശലം മറ്റൊരു കളിക്കാരനിലും കാണാനാവില്ല. ഒരു സാധാരണ കളിക്കാരൻ പന്ത് ഷൂട്ട് ചെയ്യാനെടുക്കുന്നതിന്റെ നൂറിലൊരംശമെങ്കിലും കുറഞ്ഞ ശരീരവേഗത്തോടെയാണ് മെസ്സിയുടെ ഫിനിഷിങ് എന്ന് മിക്ക ഗോളുകളും ശ്രദ്ധിച്ചാൽ മനസ്സിലാവും. ഇത് പിടികിട്ടാതെ പ്രതിരോധക്കാരന്റെ കാലുകൾക്ക് ദിശാവേഗങ്ങൾ പിഴയ്ക്കുമ്പോഴാണ് മെസ്സിയുടെ ഷോട്ട് അയാളെ മറികടക്കുക. കണക്കിലും കമ്പ്യൂട്ടർ സ്ക്രീനിലും ഇതെല്ലാം മുൻകൂട്ടി കാണാമെങ്കിലും കളത്തിൽ മെസ്സിയുടെ തലച്ചോറിനൊപ്പം ചിന്തിക്കാൻ എതിരാളികൾക്ക് കഴിയുന്നില്ലെന്നിടത്താണ് അയാളുടെ വിജയം.

കളിക്കളത്തിലെ മെസ്സിയുടെ നീക്കങ്ങൾ സൃഷ്ടിക്കുന്ന ജ്യാമിതീയ രൂപങ്ങൾ ഗംഭീരകലാസൃഷ്ടികൾ കൂടിയാണെന്ന് സ്വീഡനിലെ ഉപ്സാല സർവ്വകലാശാലയിലെ ഗണിതശാസ്ത്ര പ്രൊഫസർ ഡേവിഡ് സ്റ്റംപർ നിരീക്ഷിക്കുന്നുണ്ട്. കലാപരമായ ഈ ജ്യാമിതീയ നീക്കങ്ങൾ കൊണ്ടാണ് മെസ്സി നിരവധി എതിരാളികളുടെ ബൂട്ടുകൾക്കിടയിലും ലക്ഷ്യത്തിലേക്ക് ഷോട്ടുകൾ പായിക്കാൻ ഇടം കണ്ടെത്തുന്നത്. ലോകത്തെ മിക്കവാറും എല്ലാ ക്ലബ്ബുകളും മെസ്സിയുടെ നീക്കങ്ങൾ അപഗ്രഥിക്കാനായി വിദഗ്ധരായ ഗണിതശാസ്ത്രജ്ഞരെ ഏർപ്പെടു

ത്തിയിട്ടുണ്ട്. മെസ്സിയുടെ ലക്ഷക്കണക്കായ കാൽവയ്പുകൾ നിരീക്ഷിച്ച് അവർ സിദ്ധാന്തങ്ങളവതരിപ്പിക്കാറുമുണ്ട്. എന്നാൽ ഇതുപയോഗപ്പെടുത്തി കളിക്കളത്തിൽ പ്രതിനീക്കങ്ങൾ ആവിഷ്കരിക്കുക എളുപ്പമല്ലെന്ന് ഡോ. സ്റ്റമ്പർ അഭിപ്രായപ്പെടുന്നു. കാരണം, മെസ്സിയുടെ ശരീരചലനങ്ങൾ ഇതെല്ലാം മറികടക്കും വിധം പ്രവചനാതീതമാണെന്നതു തന്നെ.

കാട്ടിലകപ്പെട്ടവന്റെ അതിജീവനശ്രമം പോലെയാണ് മെസ്സിയുടെ ഓരോ കളിയുമെന്ന അതീവ രസകരമായ നിരീക്ഷണം നടത്തിയിട്ടുള്ളത് ബാഴ്സലോണയുടെ ഏറ്റവും പ്രഗത്ഭനായ പരിശീലകൻ പെപ് ഗ്വാർദിയോളയാണ്. കളി തുടങ്ങി ആദ്യത്തെ അഞ്ചോ പത്തോ മിനിറ്റുകൾ മെസ്സി കളിക്കളം നിരീക്ഷിക്കുന്നത് ചൂണ്ടിക്കാട്ടിയാണ് പെപ് ഇത് പറയുന്നത്. കളിയുടെ തുടക്കത്തിൽ മെസ്സി അധികം ഓടാറില്ല, പതിയെ നടന്നാണ് നിരീക്ഷണം. തല ഇടത്തും വലത്തും തിരിച്ച് എതിർടീമിന്റെ പ്രതിരോധക്കാരും തന്റെ സഹകളിക്കാരും ഏതെല്ലാം സ്ഥാനങ്ങളിലുണ്ടെന്നും, അവർക്ക് നീങ്ങാവുന്ന ഇടങ്ങളേതെന്നും കണിശമായി കണക്കുകൂട്ടിയശേഷമേ മെസ്സി കളിയിലേക്കിറങ്ങുകയുള്ളൂവെന്ന് പെപ് ആഹ്ലാദത്തോടെ സാക്ഷ്യപ്പെടുത്തുന്നുണ്ട്. 2008 മുതൽ നാലുവർഷം ബാഴ്സയെ വിജയങ്ങളുടെ കൊടുമുടിയിലേക്കു നയിച്ച ഗ്വാർദിയോള തന്നെയാവണം മെസ്സിയെ ഏറ്റവും അടുത്തറിഞ്ഞിട്ടുള്ള പരിശീലകനും. അടിച്ച ഗോളുകളോ സൃഷ്ടിച്ച അവസരങ്ങളോ അല്ല, പന്തിന്മേലുള്ള നിയന്ത്രണവും ലക്ഷ്യത്തിലെത്തുന്ന പാസ്സുകളുടെ ജ്യാമിതീയ പൂർണ്ണതയുമാണ് മെസ്സിയുടെ ഏറ്റവും വലിയ സവിശേഷതയായി പെപ് കാണുന്നത്. അമ്പതോ അറുപതോ മീറ്ററകലെനിന്നുള്ള മെസ്സിയുടെ ത്രൂപാസ് പെനാൽറ്റി ബോക്സിനകത്ത് ലൂയി സുവാരസ്സിനെ കണ്ടെത്തുമ്പോഴുണ്ടാകുന്ന അവിശ്വസനീയമായ നേർരേഖ ഏതൊരു ഗോളിനും തുല്യമായ സൗന്ദര്യാനുഭൂതിയാണ് നല്കുന്നത്.

താൻ നില്ക്കുന്ന കളിക്കളത്തിന്റെ പരിമാണത്തെക്കുറിച്ചുള്ള വ്യക്തമായ ബോധവും പന്തിലേക്കു മാത്രമായി കേന്ദ്രീകരിക്കുന്ന ശ്രദ്ധയുമാണ് ഇത് സാദ്ധ്യമാക്കുന്നത്. മെസ്സിയുടെ ഈ സവിശേഷതയാണ് ഹെർനൻ കാസിയാരിയുടെ പ്രശസ്തമായ നായും നരനുമായ മെസ്സി (Messi is a dog) എന്ന നിരീക്ഷണത്തിന് ആധാരമായിട്ടുള്ളത്. മെസ്സി ഫൗൾ ചെയ്യപ്പെട്ടിട്ടുള്ള സന്ദർഭങ്ങളുടെ വീഡിയോ സമാഹാരം കാണുമ്പോഴാണ്, മെസ്സിയുടെ കളി കാണാനായി മാത്രം അർജന്റീന വിട്ട് ബാഴ്സലോണയിൽ താമസമാക്കിയ എഴുത്തുകാരൻ ഹെർനൻ കാസിയാരിക്ക് ആ തോന്നലുണ്ടാകുന്നത്. എങ്ങനെയെല്ലാം ഫൗൾ ചെയ്യപ്പെട്ടാലും പന്ത് നഷ്ടപ്പെടാതെ സൂക്ഷിക്കുന്ന മെസ്സിയെ തന്റെ കുട്ടിക്കാലത്തെ വളർത്തുനായ റ്റോട്ടിനുമായി താരതമ്യപ്പെടുത്തുകയാണ് കാസിയാരി.

> മടിയനായ വളർത്തുനായയായിരുന്നു റ്റോട്ടിൻ. ആരെങ്കിലും ഗേറ്റ് കടന്നുവന്നാലോ, എന്തിന് കള്ളൻമാർ തന്നെ വീട്ടിൽ കയറിയാലോ അവൻ ശ്രദ്ധിക്കുകയേ ഇല്ലായിരുന്നു. എന്നാൽ അമ്മയോ സഹോദരിയോ അടുക്കളയിൽ മഞ്ഞനിറമുള്ള സ്പോഞ്ചുകട്ട കൈയിലെടുത്താൽ ആ നിമിഷം അവനത് വേണമായിരുന്നു. അത് കിട്ടും വരെ റ്റോട്ടിന് പിന്നെ ഭ്രാന്തുപിടിച്ച പോലെയാണ്. അവനതിൽനിന്ന് കണ്ണെടുക്കുകയേ ഇല്ല. ആ സ്പോഞ്ച് കൈയിലെടുത്ത് എത്രവേഗത്തിൽ എങ്ങോട്ടു മാറ്റിയാലും അവന്റെ കണ്ണുകൾ സാകൂതം അതിനെ പിന്തുടരും, അവന്റെ കണ്ണുകളിൽ കണ്ടിരുന്ന ധിഷണയുടെ സ്ഫുലിംഗങ്ങളാണ് ഇന്ന് ഞാൻ മെസ്സിയുടെ കണ്ണിൽ കാണുന്നത്.

കൗമാരക്കാരന്റെ പതറുന്ന കണ്ണുകൾ ഷെർലക് ഹോംസിന്റെ ഏകാഗ്രതയിലേക്ക് മാറുന്നത് റ്റോട്ടിനിലും മെസ്സിയിലും ഒരുപോലെയാണെന്നാണ് കാസിയാരി നിരീക്ഷിച്ചത്. മെസ്സിയൊരു നായയാണ്, ഫുട്ബോൾ കളിക്കുന്ന ആദ്യത്തെ നായ, അല്ലെങ്കിൽ നായും നരനും ചേർന്നൊരാൾ - മെസ്സിയെക്കുറിച്ചുണ്ടായിട്ടുള്ള എണ്ണിയാലൊടുങ്ങാത്ത വിശകലനങ്ങളിൽ മൗലികതകൊണ്ട് ശ്രദ്ധേയമായ ലേഖനത്തിൽ കാസിയാരി പറയുന്നു. കളിക്കളത്തിലെ മെസ്സിയുടെ പെരുമാറ്റം കൂടി കണക്കിലെടുത്തായിരുന്നു ഈ നിരീക്ഷണം. This is football എന്ന ആമസോൺ പ്രൈം ഡോക്യുമെന്ററിയിൽ (എപ്പിസോഡ് 6) കളിക്കളത്തിലെ മെസ്സിയുടെ ചലനങ്ങളെക്കുറിച്ച് പെപ് ഗ്വാർദിയോള പറയുന്നത് കണ്ടാൽ (മെസ്സിയുടെ തലയും കണ്ണുകളും ചലിക്കുന്നത് പെപ് അഭിനയിച്ച കാണിക്കുന്നുണ്ട്) കാസിയാരിയുടേത് തികച്ചും വ്യക്തിപരമായ നിരീക്ഷണമല്ലെന്ന് ബോദ്ധ്യമാവും.

> നിരത്തിൽ ഒരു കാർ നേരെ വരുന്നതു കണ്ടാൽ ഒരു നായയും കള്ളവീഴ്ചയ്ക്ക് മുതിരില്ല, പൂച്ച രക്ഷപ്പെട്ടു പോയാൽ പരാതിപ്പെടില്ല, മാലിന്യ ലോറിക്കെതിരെ നടപടി ആവശ്യപ്പെടില്ല, പണ്ടൊക്കെ ഫുട്ബോളും ഇങ്ങനെയൊക്കെയായിരുന്നു. കളിക്കാർ പന്ത് കൈക്കലാക്കാനല്ലാതെ മറ്റൊന്നിനും ശ്രമിച്ചിരുന്നില്ല. നിറമുള്ള കാർഡുകളോ ഓഫ്സൈഡ് നിയമങ്ങളോ നിലവിലുണ്ടായിരുന്നില്ല, സ്വന്തം നാട്ടിലെ ഗോളും (Home goal) അന്യനാട്ടിലെ ഗോളും (Away goal) തമ്മിൽ വ്യത്യാസമില്ലായിരുന്നു. പണ്ട് മനുഷ്യരെല്ലാം മെസ്സിയേയും റ്റോട്ടിനേയും പോലെയായിരുന്നു. പിന്നീട് എല്ലാം വിചിത്രമായിത്തുടങ്ങി.

മെസ്സിയുടെ കടുത്ത ആരാധകനായ കാസിയാരിയുടെ ലേഖനം ഒരു വിലാപം പോലെയാണ് അയാളെ സ്തുതിക്കുന്നത്. മെസ്സിയുടെ കളിക്കളത്തിലെ ഓരോ ചലനത്തിനും മൗലികതയുണ്ടെന്ന് വാദിക്കുന്നവരാണ് മിക്ക കളിയെഴുത്തുകാരും. ചിന്തയും ശരീരപ്രയോഗവും തമ്മിലുള്ള ഏകോപനത്തിന്റെ കാര്യമാണ് ഏവരും എടുത്തു പറയാ

റ്റുള്ളത്. കായികവൈദ്യശാസ്ത്ര വിദഗ്ധനായ ഡോ. രാജ്പാൽ ബ്രാർ, മെസ്സിയുടെ നീക്കങ്ങൾക്കു പിന്നിലെ പേശീചലനങ്ങളെക്കുറിച്ച് അതിസൂക്ഷ്മമായ പഠനങ്ങൾ നടത്തിയിട്ടുണ്ട്. ഫ്രീക്കിക്കുകൾ എടുക്കുമ്പോഴുള്ള മെസ്സിയുടെ ശരീരസ്ഥാനത്തെക്കുറിച്ചുള്ള ഡോ. ബ്രാറിന്റെ നിരീക്ഷണമാണ് ഇവയിൽ ഏറ്റവും ശ്രദ്ധേയം. ഇടം കാലുകൊണ്ട് ഷോട്ട് എടുക്കുന്ന നിമിഷത്തിൽ മെസ്സിയുടെ അരക്കെട്ട് വലത്തോട്ടാഞ്ഞും വലതുകാല്പത്തി പുറത്തേക്കു മറിഞ്ഞുമിരിക്കുന്നത് അത്ഭുതത്തോടെയാണ് കായിക പ്രേമികൾ കണ്ടത്. മറ്റേതു മനുഷ്യനായാലും വലതു കാല്പാദം അത്തരത്തിൽ മറിഞ്ഞാൽ ഉളുക്കു പറ്റുകയാവും ഫലമെന്നും കഠിന പരിശ്രമം ഒന്നുകൊണ്ടു മാത്രം മെസ്സി സ്വായത്തമാക്കിയിട്ടുള്ള സിദ്ധിയാണിതെന്നും ഡോ. ബ്രാർ പറയുന്നു. കരിയറിന്റെ ഉത്തരാർദ്ധത്തിലാണ് മെസ്സി ഫ്രീക്കിക്കുകളിൽനിന്ന് തുടർച്ചയായി ഗോളുകൾ നേടാൻ തുടങ്ങിയതെന്ന വസ്തുത ഈ വാദത്തെ സാധൂകരിക്കുന്നതാണ്.

2008 ലാണ് ലാ ലിഗയിൽ മെസ്സി ആദ്യമായി ഫ്രീക്കിക്ക് ഗോളടിക്കുന്നത്. 2010 ന് ശേഷമാണ് ബാഴ്സയ്ക്കു വേണ്ടിയും അർജന്റീനയ്ക്കു വേണ്ടിയും സ്ഥിരമായി ഫ്രീക്കിക്കെടുക്കാൻ തുടങ്ങുന്നത്. അക്കാലത്ത് ഫ്രീക്കിക്ക് ഗോളുകളുടെ എണ്ണത്തിൽ ബഹുദൂരം മുന്നിലായിരുന്ന ക്രിസ്റ്റ്യാനോ റൊണാൾഡോയെ മെസ്സി മറി കടക്കുന്നത് അടുത്ത കാലത്താണ്. കിക്കെടുക്കുന്ന രീതിയിൽ നടത്തുന്ന നിരന്തരമായ പരിഷ്കരണമാണ് അതിനു കാരണമെന്ന് നിസ്സംശയം പറയാം. 2010 ൽ ദ്യേഗോ മറഡോണ അർജന്റീനയുടെ മാനേജരായിരുന്ന കാലത്ത് മെസ്സിക്ക് ഫ്രീക്കിക്കെടുക്കുന്നതിനായി നല്കിയ ഉപദേശത്തെക്കുറിച്ച് മറഡോണയുടെ കായികക്ഷമതാ പരിശീലകനായിരുന്ന ഫെർനാൻഡോ സിന്യോറീനിയെ ഉദ്ധരിച്ച് ജിമ്മി ബേൺസ് തന്റെ പുസ്തകത്തിൽ പറയുന്നുണ്ട്.

> 2010 ലോകകപ്പിനു മുന്നോടിയായുള്ള ക്യാമ്പിൽ പതിവു സമയം കഴിഞ്ഞിട്ടും മെസ്സി ഫ്രീക്കിക്കുകൾ വീണ്ടും വീണ്ടും പരിശീലിക്കുന്നത് മറഡോണയുടെ ശ്രദ്ധയിൽപ്പെട്ടു. നേരെ അടുത്തു ചെന്ന് പോസ്റ്റിലേക്ക് ഒരു കിക്കെടുത്തശേഷം അതിനുള്ള സൂത്രവിദ്യയും പറഞ്ഞു കൊടുക്കുകയായിരുന്നു. കിക്കെടുത്തു കഴിഞ്ഞും ഇടംകാൽ പന്തിനെ പിൻതുടരുംവിധം ചലനം ക്രമീകരിക്കാനായിരുന്നു മറഡോണയുടെ ഉപദേശമെന്ന് സിന്യോറീനി ബേൺസിനോട് പറയുന്നുണ്ട്.

അതിനു ശേഷമുള്ള മെസ്സിയുടെ ഫ്രീക്കിക്കുകളും അവയിൽ നിന്നുള്ള ഗോളുകളും പരിശോധിച്ചാൽ ഇത് വ്യക്തമാവുകയും ചെയ്യും. മുപ്പതു വയസ്സിനു ശേഷമാണ് മെസ്സി ഫ്രീക്കിക്ക് ഗോളുകളിൽ പ്രാവീണ്യം വർദ്ധിപ്പിച്ചിട്ടുള്ളതെന്നതും മറ്റൊരു തരത്തിൽ വളരെ ശ്രദ്ധേയമാണ്. ഇപ്പോൾ ലോക ഫുട്ബോളിൽ മെസ്സിയോളം ഫലപ്രദമായി ഫ്രീക്കി

ക്കെട്ടുക്കുന്ന കളിക്കാരില്ലെന്നതും ഇതിനോട് ചേർത്തു വായിക്കണം.

തനിക്കു മാത്രം സാദ്ധ്യമാവുന്ന ചില സവിശേഷനീക്കങ്ങളും അസാധാരണമായ ശരീരചലനങ്ങളും മെസ്സിയുടെ പല ഗോളുകളേയും മനോഹരമാക്കാറുണ്ട്. ബാഴ്സലോണയുടെ മുൻ കളിക്കാരനായ ഫ്രഞ്ച് സ്ട്രൈക്കർ തിയൊറി ഒന്റി, മെസ്സിയുടെ ഏറ്റവും മികച്ച ഗോളായി കണക്കാക്കുന്നത് ലാ ലിഗയിൽ 2009 മാർച്ച് മാസത്തിൽ മലാഗക്കെതിരായ സോളോ സ്ട്രൈക്കാണ്. മൈതാനമദ്ധ്യത്തിൽനിന്ന് നീണ്ട ഡയഗണൽ വോളി വലതുവിങ്ങിൽ വച്ച് നെഞ്ചിലെടുത്ത് മെസ്സി പ്രതിരോധ നിരയിലെ മൂന്നോ നാലോ പേരെ വെട്ടിച്ച് വലം കാലുപയോഗിച്ച് നേടിയ ആ ഗോളിനെ വ്യത്യസ്തമാക്കുന്നത്, ഫിനിഷിങ്ങിന് തൊട്ടുമുമ്പ് ഒരേ കാലുകൊണ്ട് നടത്തുന്ന രണ്ട് സ്പർശങ്ങളാണെന്ന് ഒന്റി വിശദീകരിക്കുന്നു. ഇതുകേട്ട ശേഷം ആ വീഡിയോ ഒന്നുകൂടി കണ്ടാൽ ആരും അത്ഭുതപ്പെട്ടുപോകും വിധം മനോഹരമാണ് ആ ഗോൾ. പന്തിന്മേൽ ഒരേ കാലുകൊണ്ട് ഒന്നിലേറെ തവണ മെസ്സി സ്പർശിക്കുന്നത് പിന്നീട് പലപ്പോഴും ശ്രദ്ധിച്ചിട്ടുണ്ട്. 2018 ലോകകപ്പിൽ നൈജീരിയക്കെതിരായ മത്സരത്തിൽ നേടിയ ഗോളാണ് അത്തരമൊന്ന്. എവർ ബനേഹയുടെ ഡയഗണൽ വോളി ഇടം കാലുകൊണ്ട് നിയന്ത്രണത്തിലെടുക്കുന്ന മെസ്സി അതേ കാലുകൊണ്ടു തന്നെ വീണ്ടും ഒന്നുകൂടി പന്തു സ്പർശിക്കുന്നത് അസാധാരണമായി തോന്നും. ശേഷം പ്രതിരോധക്കാരെ വെട്ടിയൊഴിഞ്ഞ് പോസ്റ്റിലേക്ക് പന്തയക്കുന്നത് വലതുകാലുകൊണ്ടാണ്.

ക്രിയോഷോ ഫുട്ബോൾ മുന്നോട്ടുവയ്ക്കുന്ന വ്യക്തിഗത മികവും യൊഹാൻ ക്രൗഫിന്റേയും റൈനസ് മൈക്കെൽസിന്റേയും കാലം മുതൽ ബാഴ്സലോണ പിന്തുടർന്നു വരുന്ന കൂട്ടായ്മയിലൂന്നിയ ഫുട്ബോൾ തത്ത്വശാസ്ത്രവും സമഞ്ജസമായി സമ്മേളിക്കുന്ന സവിശേഷമായ ശൈലിയാണ് മെസ്സി സ്വാംശീകരിച്ചിട്ടുള്ളത്. ടീമെന്ന നിലയിൽ ബാഴ്സക്കും കളിക്കാരനെന്ന നിലയിൽ മെസ്സിക്കും ഒരുപോലെ ആഹ്ലാദകരമായ ഒരു പ്രക്രിയയായിരുന്നു ഈ കൊടുക്കൽവാങ്ങലെന്ന് ബാഴ്സലോണ യുവടീമിന്റെ കോച്ച് അലക്സ് ഗാർസിയ വിലയിരുത്തിയിട്ടുണ്ട്. ബാഴ്സയില്ലാതെ മെസ്സിയേയും മെസ്സിയില്ലാതെ ബാഴ്സയേയും സങ്കല്പിക്കാൻ പോലുമാവാത്ത ആ രണ്ടു പതിറ്റാണ്ടിൽ നഷ്ടം പക്ഷേ, അർജന്റീനയുടെ ദേശീയ ടീമിനായിരുന്നു. ബാഴ്സലോണയിലെ പ്രകടനം ദേശീയ ടീമിനു വേണ്ടി കാഴ്ചവയ്ക്കാനാവുന്നില്ലെന്ന വിമർശനം 2021 ജൂലൈ 11 ന് കോപ്പ അമേരിക്ക നേട്ടംവരെ മെസ്സിയെ പിന്തുടർന്നതും ഇക്കാരണത്താലാണ്.

കുറിയ പാസുകളിലൂടെ കളത്തിനുള്ളിൽ കളങ്ങൾ തീർത്ത് മുന്നേറുന്ന ക്സാവിയും ഇനിയെസ്റ്റയും ബുസ്കെറ്റ്സും ഡാനി ആൽവസുമുൾപ്പെട്ട ഗ്വാർദിയോളയുടെ സ്പാനിഷ് ടികി-ടാക സംഘത്തിന് ഒരു ഗംബീത്തയിലൂടെ കുറഞ്ഞത് രണ്ടു പേരെയെങ്കിലും വെട്ടിയൊഴിഞ്ഞ്

മുന്നേറാൻ ഒട്ടും ആയാസമില്ലാത്ത മെസ്സി ഒരു മുതൽക്കൂട്ടായിരുന്നു. മെസ്സിയുടെ ക്രിയാത്മകമായ സാന്നിദ്ധ്യം ബാഴ്സയുടെ സംഘശൈലിയിലെ യാന്ത്രികതയുടെ അവസാനത്തെ കണികയും ഇല്ലാതാക്കിയെന്ന് *Angels with dirty faces* എന്ന പുസ്തകത്തിൽ ജോനതൻ വിൽസൻ നിരീക്ഷിച്ചിട്ടുണ്ട്. എന്നാൽ ബാഴ്സലോണയുടെ മദ്ധ്യനിരയിൽ നിന്ന് കിട്ടിയിരുന്ന ഭാവനാപൂർണ്ണമായ പിന്തുണ അർജന്റീന ദേശീയ ടീമിൽനിന്ന് മെസ്സിക്ക് കിട്ടിയതുമില്ല.

ദേശീയ ഫുട്ബോൾ കളിക്കാരന്റെ പ്രാഗ് രൂപമെന്ന നിലയിൽ അർജന്റീനക്കാർ കൊണ്ടാടുന്ന പീബെ പരിവേഷത്തോടോ പാരമ്പര്യമായി അവകാശപ്പെടുന്ന ഗൗച്ചോ സംസ്കാരത്തോടോ എന്തിന് ക്രിയോഷോ വിവേസ എന്ന തെരുവുസാമർത്ഥ്യത്തോടോ പൂർണ്ണാർത്ഥത്തിൽ ചേർന്നു പോവുന്ന സ്വഭാവ സവിശേഷതകളൊന്നും തന്നെ മെസ്സിക്കില്ലായിരുന്നു. പതിമൂന്ന് വയസ്സാവും മുമ്പെ ചികിത്സാർത്ഥം ബാഴ്സലോണയിലേക്ക് താമസം മാറുകകൂടി ചെയ്തതോടെ അർജന്റീനയ്ക്കാരെ സംബന്ധിച്ചിടത്തോളം മെസ്സി ഏതാണ്ട് പൂർണ്ണമായും വിദേശിയായിക്കഴിഞ്ഞിരുന്നു. സ്പാനിഷ് പൗരത്വം ലഭിച്ചിരുന്നെങ്കിലും അവരുടെ ദേശീയ ടീമിലേക്കുള്ള ക്ഷണം നിരസിച്ച് അർജന്റീനയ്ക്കു വേണ്ടി യുവലോകകപ്പ് കളിക്കാൻ തയ്യാറായിട്ടുപോലും മെസ്സിയെ തങ്ങളിലൊരുവനായി കാണാൻ അർജന്റൈൻ ജനത-പ്രധാനമായും പത്രങ്ങൾ- വിമുഖത കാട്ടിയിരുന്നു.

ദേശീയഗാനം പാടുമ്പോൾ നിശ്ശബ്ദനായി നില്ക്കുന്നു എന്ന ആരോപണത്തിലായിരുന്നു തുടക്കം. മെസ്സി അർജന്റീനയിലെ പ്രധാന ക്ലബ്ബുകളായ ബോക്കാ ജൂനിയേഴ്സിനോ റിവർ പ്ലേറ്റിനോ വേണ്ടി കളിച്ചിട്ടില്ല എന്നതായിരുന്നു മറ്റൊരു കുറവ്. അക്കാലത്ത് ദേശീയ ടീമിന്റെ മാനേജരാവാൻ ചരടുവലിച്ചിരുന്ന മറഡോണ മെസ്സിയുടെ ആത്മാർത്ഥതയെവരെ പരസ്യമായി ചോദ്യം ചെയ്യാൻ മടിച്ചില്ല. അന്നത്തെ കോച്ചായിരുന്ന സെർജിയോ ബാറ്റിസ്റ്റയെ ലക്ഷ്യമാക്കിയായിരുന്നു മറഡോണയുടെ ആക്രമണങ്ങളെന്ന് പിന്നീട് വ്യക്തമായിരുന്നു. യൂറോപ്പിലെ സൂപ്പർതാരമെന്ന നിലയിൽ മെസ്സി അർജന്റൈൻ ടീമിന് ബാദ്ധ്യതയാവുന്നു എന്ന വിമർശനമാണ് മറഡോണ ഒളിഞ്ഞും തെളിഞ്ഞും ഉന്നയിച്ചത്. മെസ്സിയെ പ്രീതിപ്പെടുത്താൻ എന്ത് കോമാളിവേഷവും കെട്ടാൻ തയ്യാറുള്ള ദുർബ്ബലനായി ബാറ്റിസ്റ്റയെ അവതരിപ്പിക്കുകയായിരുന്നു മറഡോണയുടെ ഉദ്ദേശ്യം. എന്നാൽ ബാറ്റിസ്റ്റയ്ക്കു ശേഷം മാനേജർ സ്ഥാനം ഏറ്റെടുത്തപ്പോൾ ഹവാൻ റിക്വിൽമെയെ ഒഴിവാക്കി മെസ്സിക്ക് ക്യാപ്റ്റൻ സ്ഥാനം നല്കുകയാണ് മറഡോണ ചെയ്തത്. 1986 ലെ ലോകകപ്പ് ടീമിന്റെ നായകസ്ഥാനത്തുനിന്ന് ദാനിയേൽ പാസറെല്ലയെ ഒഴിവാക്കി പകരം യുവാവായിരുന്ന തന്നെ ചുമതലയേല്പിച്ച കാർലോസ് ബിലാർദോയെ അനുകരിക്കാൻ ശ്രമിക്കുകയായിരുന്നു മറഡോണ. 2010 ൽ തന്റെ ഇരുപത്തി മൂന്നാം വയ

സ്സിൽ ഏല്പിക്കപ്പെട്ട ദേശീയടീമിന്റെ നായകസ്ഥാനം മെസ്സിയുടെ പ്രകടനത്തെ പ്രതികൂലമായാണ് ബാധിച്ചതെന്ന് ലോകകപ്പിന് ശേഷം ഫുട്ബോൾ നിരീക്ഷകരെല്ലാം ഒരേ ശബ്ദത്തിൽ വിലയിരുത്തുകയും ചെയ്തു.

LIONEL MESSI
The Story Behind The Legend

മെസ്സിയുടെ കുടുംബത്തിന് ഇറ്റലിയിലും സ്പെയിനിലും (കാറ്റലൂണിയ) വേരുകളുള്ളതായി ജിമ്മി ബേൺസ് സമർത്ഥിക്കുന്നുണ്ട്. മെസ്സിയുടെ അമ്മ സീലിയ മരിയ കുച്ചിത്തീനി ഇറ്റാലിയൻ വംശജയാണ്. ഹോർഹെ മെസ്സിയാവട്ടെ അച്ഛൻ വഴി ഇറ്റാലിയനും അമ്മവഴി കാറ്റലൂണിയനുമാണ്. ഇറ്റാലിയൻ കുടിയേറ്റസമൂഹത്തിന് ഭൂരിപക്ഷമുള്ള റൊസാരിയോവിൽ മൂന്ന് തലമുറയായി ജീവിക്കുന്നവരാണ് മെസ്സി കുടുംബം. പന്ത്രണ്ടാം വയസ്സിൽ ബാഴ്സലോണയിലേക്ക് ജീവിതം പറിച്ചു നട്ടിട്ടും മെസ്സിയുടെ ഇറ്റാലിയൻ സ്വാധീനമേറിയ അർജന്റൈൻ സ്പാനിഷ് ഭാഷയ്ക്ക് ഒരു മാറ്റവുമുണ്ടായിട്ടില്ലെന്ന് ജീവചരിത്രരചയിതാക്കളെല്ലാവരും ഒരേ സ്വരത്തിൽ പറയുന്നുണ്ട്. സ്പാനിഷല്ലാതെ മറ്റൊരു ഭാഷയും സംസാരിക്കാൻ മെസ്സിക്കറിയില്ല തന്നെ. കാറ്റലൂണിയൻ ജീവിതത്തോടു പൊരുത്തപ്പെടാനാവാതെയാണ് മെസ്സിയുടെ അമ്മയും സഹോദരിയും ബാഴ്സലോണയിൽനിന്ന് റൊസാരിയോവിലേക്ക് തിരിച്ചു പോരുന്നതുപോലും.

അർജന്റീനയിലെ ഇറ്റാലിയൻ - സ്പാനിഷ് കുടിയേറ്റക്കാരുടെ അടുത്ത തലമുറ പ്രൊഫഷണൽ ഫുട്ബോളിലൂടെ യൂറോപ്പിലേക്കു നടത്തുന്ന മറുകുടിയേറ്റത്തിന്റെ (Reverse migration) സാമൂഹ്യ രാഷ്ട്രീയ മാനങ്ങൾ വലിയ തോതിൽ പഠിക്കപ്പെട്ടിട്ടില്ല. യൂറോപ്പിൽ പ്രൊഫഷണൽ ഫുട്ബോൾ സജീവമായ ഇരുപതാം നൂറ്റാണ്ടിന്റെ തുടക്കം തൊട്ടുള്ള ഈ പ്രവണത അർജന്റീനയിലെ ദേശീയവാദികളെ പണ്ടു മുതലേ പ്രകോപിപ്പിക്കുന്നുണ്ട്. ഇരുപതുകളിൽ ഇറ്റലിയിലേക്ക് കുടിയേറിയ റെയ്മൻഡോ ഓർസി, ലൂയി മോണ്ടി, എൻ റീക്കെ ഗ്വായ്ത എന്നിവർ 1934 ലെ ലോകകപ്പിൽ ഇറ്റലിക്കുവേണ്ടി കളിച്ചിരുന്നു. പിന്നീട് 1957 ൽ കോപ അമേരിക്ക നേടിയ ടീമിലെ മിന്നും താരങ്ങളായിരുന്ന ഊംബെർതോ മാഹ്ചിയോ, അന്തോണിയോ ആൻഹെലീശോ, ഒമാർ സിവോറി എന്നിവർ ഇറ്റാലിയൻ ലീഗിൽ കളിക്കാൻ പോയതിന് അവർക്ക് ദേശീയ ടീമിൽ വിലക്കേർപ്പെടുത്തുക പോലും ചെയ്തിരുന്നു. റെയൽ മഡ്രീഡിന്റെ ഇതിഹാസതാരമായ ആൽഫ്രെദോ ഡി എസ്തഫാനോ ആവട്ടെ അർജന്റീനയിൽനിന്ന് കുടിയേറിയ

ശേഷം സ്പാനിഷ് പൗരത്വം സ്വീകരിക്കുകയായിരുന്നു. ഈ ചരിത്രത്തിന്റെ ഇങ്ങേ തലയ്ക്കൽ നിന്നുകൊണ്ടാണ് മെസ്സി സ്പാനിഷ് ടീമിലേക്കുള്ള ക്ഷണം നിരസിച്ചത്. യൂറോപ്യൻ ക്ലബ്ബ് ഫുട്ബോളിലെ അക്കാലത്തെ ഏറ്റവും മികച്ച സഖ്യമായിരുന്ന ക്സാവി ഹെർണാണ്ടസ്, ആന്ദ്രെയാസ് ഇനിയെസ്റ്റ, സെസ് ഫാബ്രിഗാസ് എന്നിവർക്കൊപ്പം സ്പാനിഷ് ടീമിലാണ് കളിച്ചിരുന്നതെങ്കിൽ ലോകകപ്പിലേയും യൂറോയിലേയുമടക്കം നിരവധി മെഡലുകൾ മെസ്സിയുടെ വീട്ടിലുണ്ടാകുമായിരുന്നുവെന്ന് കരുതുന്നവർ കുറച്ചൊന്നുമല്ല.

LIONEL MESSI
The Rise

ജന്മനാട് എന്ന പരിഗണനയിൽ അർജന്റീനയ്ക്കൊപ്പം നിന്നിട്ടും മെസ്സിക്ക് സ്വത്വപൂർണ്ണത കല്പിച്ചു നല്കാൻ മാധ്യമങ്ങൾ തയ്യാറാകാതിരുന്നതിനു പിന്നിൽ അയാളുടെ വർഗ്ഗ പശ്ചാത്തലമാണെന്ന് കാതറീൻ എയ്ഡിങ്ടണിനെ പോലുള്ള ഗവേഷകർ നിരീക്ഷിക്കുന്നുണ്ട്. (Dios y los Diez- The Mythologization of Diego Maradona and Lionel Messi in Contemporary Argentina). "മെസ്സിയുടെ സമകാലികനായ കാർലോസ് ടെവെസിന് രാജ്യത്ത് ലഭിക്കുന്ന ജനപ്രീതിക്കു കാരണം വർഗ്ഗ നിലയേക്കാൾ അയാളിലെ ദേശീയ സ്വത്വത്തിന്റെ ആധികാരികത"യാണെന്നാണ് ജോനതൻ വിൽസനടക്കമുള്ള ഫുട്ബോൾ ചരിത്രകാരന്മാരുടെ അഭിപ്രായം. ചേരിയിൽ ജനിച്ച് തെരുവു സാമർത്ഥ്യവും കൗശലങ്ങളും നിറഞ്ഞ ഗംബീത്തയിലൂടെ ദാരിദ്ര്യത്തെ വെട്ടിച്ച് ഉയരങ്ങൾ കീഴടക്കുന്ന പീബെ സ്വത്വം അർജന്റൈൻ ഫുട്ബോൾ പ്രതിഭയെന്ന നിലയിലെ അംഗീകാരത്തിനുള്ള പരോക്ഷ യോഗ്യതയായി കണക്കാക്കപ്പെട്ടിരുന്നു. മറഡോണയും റിക്വിൽമെയും ടെവെസുമെല്ലാം ഈ പരിഗണനപ്രകാരമുള്ള പീബെ സങ്കല്പത്തെ തൃപ്തിപ്പെടുത്തുന്നവരാണ്. മദ്ധ്യവർഗ്ഗ ശിക്ഷണത്തിൽ വളർന്ന മെസ്സിയാവട്ടെ ഈ നിർവ്വചനങ്ങൾക്ക് പുറത്തുള്ളയാളുമാണ്.

മെസ്സിയും ടെവെസുമായുള്ള താരതമ്യം ഓരോ ടൂർണമെന്റ് കാലത്തും അർജന്റീനയിൽ പതിവുമായിരുന്നു. യൂറോപ്യൻ ക്ലബ്ബ് ഫുട്ബോളിൽ ടെവെസിനേക്കാൾ എത്രയോ മുകളിലെത്തിയിട്ടുപോലും അർജന്റൈൻ കാണികളുടെ പിന്തുണ മെസ്സിക്ക് കുറവായിരുന്നുവെന്ന് ജോനതൻ വിൽസൻ തന്റെ പുസ്തകത്തിൽ അനുഭവവിവരണമായി വിശദീകരിച്ചിട്ടുണ്ട്. കറുത്ത ഇടതൂർന്ന മുടിയും കരുത്തുറ്റ കുറിയ ശരീരവും കഴുത്തിലെ പൊള്ളലേറ്റ പാടും കടുത്ത ജീവിതപ്രാരാബ്ധങ്ങ

ളോടേറ്റുമുട്ടി പരുക്കനായിത്തീർന്ന പെരുമാറ്റവുമെല്ലാം ചേർന്ന് കാർലോസ് ടെവെസിൽ ബൊറോകോത്തോ വരച്ചിട്ട പീബെ സ്വത്വം മറഡോണയോളം തന്നെ പ്രകടവുമായിരുന്നു. അർജന്റീനയിലെ ഫുട്ബോൾ പൊതുബോധത്തെ മെസ്സിയേക്കാൾ തൃപ്തിപ്പെടുത്തിയത് ടെവെസിലെ പീബെയാണ്. ഈ ജനപ്രീതികൊണ്ട് മാത്രമാണ് ഒരു കാലത്ത് ടെവെസ് ദേശീയ ടീമിൽ സ്ഥിരമായി ഇടംനേടിയിരുന്നത്.

ബ്രസീലുമായുള്ള സൗഹൃദമത്സരത്തിൽനിന്ന് പേശീവലിവ് ചൂണ്ടിക്കാട്ടി പിന്മാറിയ ടെവെസ് ആ ദിവസങ്ങളിൽ മാഞ്ചെസ്റ്റർ യുണൈറ്റഡിനായി കളത്തിലിറങ്ങിയത് ഒരിടയ്ക്ക് വിവാദമായിരുന്നു. ടെവെസിനെ ടീമിൽനിന്ന് ഒഴിവാക്കിയ ബാറ്റിസ്റ്റയ്ക്ക് പക്ഷേ, രാഷ്ട്രീയ സമ്മർദ്ദത്തെത്തുടർന്ന് അയാളെ തിരിച്ച് വിളിക്കേണ്ടി വന്നു. മെസ്സിയും ടെവെസും ഏതാണ്ടൊരേ ശൈലിയിൽ കളിക്കുന്നവരായതിനാൽ രണ്ടുപേരേയും ഒരുമിച്ച് ടീമിൽ കളിപ്പിക്കുക അസാദ്ധ്യമായിരുന്നു. കട്ടപ്പമേറിയ മത്സരങ്ങളിൽ 'പോരാട്ട വീര്യം' കൂടുതലുള്ള ടെവെസിനെ കളിപ്പിക്കുവാനുള്ള ആരാധക സമ്മർദ്ദത്തിന് പരിശീലകരും ടീം മാനേജ്മെന്റും വഴങ്ങിയതായാണ് ചരിത്രം.

അർജന്റൈൻ നാടോടി പാരമ്പര്യം അതിന്റെ തന്മയായി ഭാവന ചെയ്യുന്ന ഗൗച്ചോ ജീവിതത്തിൽ അവരുടെ കായിക പാരമ്പര്യത്തെ കൊണ്ടുചെന്നു കെട്ടാനാണ് ദേശീയ ചരിത്രകാരന്മാർ എക്കാലത്തും ശ്രമിച്ചിട്ടുള്ളത്. കുതിരകളെ മെരുക്കിയിരുന്ന, ചുറ്റുപാടുകളിൽനിന്ന് അതിജീവന കൗശലങ്ങൾ പഠിച്ച, മണ്ണും മാനവും അതിരുകളാക്കിയ പുരുഷജീവിതമാണ് ഗൗച്ചോ സങ്കല്പത്തിൽനിന്ന് അവർ സ്വാംശീകരിക്കാൻ ശ്രമിച്ചത്. ഫുട്ബോൾ മൈതാനത്തേക്കു വന്ന ആൺകുട്ടികളിൽ അവർ തിരഞ്ഞ പീബെ സ്വത്വം ഗൗച്ചോ സങ്കല്പത്തിന്റെ നാഗരികമായ പതിപ്പാണ്. ചുരുക്കത്തിൽ അർജന്റീനയിലെ ഫുട്ബോൾ ചരിത്രപരമായിത്തന്നെ ആണത്തത്തിന്റെ ആഘോഷമാണ്. കളിക്കാരുടെ ഗാർറ (പോരാട്ടവീര്യം) യാവട്ടെ, കാണികളുടെ/ആരാധകരുടെ അഹ്വാന്തെ (ചങ്കൂറ്റം) യാവട്ടെ, രണ്ടിലും മുഴക്കത്തോടെ നിലനില്ക്കുന്നത് പൗരുഷത്തിന്റെ അക്രമാസക്തമായ കരുത്താണ്. ക്രൈസ്തവ സദാചാരത്താൽ നിയന്ത്രിതമായ ഇംഗ്ലീഷുകാരുടെ വ്യവസ്ഥാപിതമായ പൗരുഷ സങ്കല്പത്തിനെതിരായ കലാപമെന്ന നിലയിൽ ഉയർന്നുവന്ന തനതു ശൈലി പ്രധാനമായും വ്യവസ്ഥയെയാണ് ചോദ്യം ചെയ്തത്. അതുകൊണ്ടുതന്നെ അത് കൂടുതൽക്കൂടുതൽ വന്യവും സ്വതന്ത്രവുമാവുകയാണ് ചെയ്തത്. മറഡോണ വരെയുള്ള മിക്കവാറും എല്ലാ കളിക്കാരും ഏറിയോ കുറഞ്ഞോ ഈ വന്യപൗരുഷത്തെ സ്വാംശീകരിച്ചവരാണ്.

കഴിഞ്ഞ ഒരു നൂറ്റാണ്ടു കാലത്തെ അർജന്റൈൻ ഫുട്ബോളിന്റെ ചരിത്രത്തിൽ ഏറ്റവും ആഘോഷിക്കപ്പെട്ട ഹിംസാത്മക പൗരുഷത്തിന്റെ പേരാണ് ദ്യേഗോ അർമാൻഡോ മറഡോണ. നഗരപ്രാന്ത

ത്തിലെ ചേരിയിലെ ജനനവും അസാധാരണമായ സിദ്ധികളും കലാപോന്മുഖമായ സ്വഭാവസവിശേഷതയും എല്ലാത്തിലുമുപരിയായ പീബെയുടെ സ്വതസിദ്ധമായ ഉത്തരവാദിത്വരാഹിത്യവുമാണ് അയാളെ ക്രിയോഷോ ഫുട്ബോളിന്റെ എക്കാലത്തേയും വലിയ വിഗ്രഹമാക്കി മാറ്റിയതെന്ന് ഗവേഷകനായ കാർലോസ് ആന്ദ്രെയാസ് ബെർതോല്യോ നിരീക്ഷിക്കുന്നുണ്ട്. അർജന്റൈൻ ഫുട്ബോളിന്റെ ഏറ്റവും വലിയ ഉത്തേജനസ്രോതസ്സായി മറഡോണ നിറഞ്ഞു നില്ക്കുമ്പോഴാണ് ഈ ചരിത്രാഖ്യാനത്തിനു തന്നെ ലിയോണൽ മെസ്സിയെന്ന വ്യതിയാനം സംഭവിക്കുന്നത്. തൊണ്ണൂറുകളുടെ ഉത്തരാർദ്ധം മുതൽ തെക്കനമേരിക്കൻ ഫുട്ബോൾ ഒർതേഗ, അയ്മർ, റിക്വിൽമെ, സാവിയോള തുടങ്ങി പീബെയുടെ വാർപ്പ മാതൃകകളിൽ മറഡോണയുടെ പിൻഗാമികളെ തേടിക്കൊണ്ടിരിക്കെയാണ് ഈ നൂറ്റാണ്ടിൽ മെസ്സി സംഭവിക്കുന്നത്. അത് പീബെ എന്ന ക്ലാസിക്കൽ സങ്കല്പത്തിന്റെ എല്ലാ അർത്ഥത്തിലുമുള്ള പൊളിച്ചെഴുത്തായി വായിക്കാവുന്നതാണ്.

ആത്മവിശ്വാസത്തിന്റെ നെഞ്ചൂക്കില്ലാത്ത ദുർബ്ബലമെന്നു തോന്നിക്കുന്ന ശരീരപ്രകൃതിയാണ് മെസ്സി, മറഡോണ എന്ന പൗരുഷസങ്കല്പത്തിന്റെ എതിർവശത്ത് വയ്ക്കുന്നത്. യഥാർത്ഥത്തിൽ മെസ്സി എന്ന കളിക്കാരൻ കായികമായി ഒട്ടുമേ ദുർബ്ബലനല്ലെന്നറിയാൻ അയാളുടെ അടുത്തുചെല്ലുക തന്നെ വേണം. തന്നെ ശാരീരികമായി പ്രദർശനത്തിനു വയ്ക്കുന്നില്ലെന്നിടത്ത് മെസ്സി നിശ്ശബ്ദമായി ഹിംസാത്മക പൗരുഷത്തെ തന്നെ വെല്ലുവിളിക്കുന്നുണ്ട്. ഒരുപക്ഷേ, മെസ്സി എന്ന താരശരീരത്തിന്റെ രാജ്യാന്തര വിപണി ആവശ്യപ്പെടുന്ന പ്രതിച്ഛായ തന്നെ യാവാം ഇത്.

വ്യക്തി എന്ന നിലയിലും മറഡോണ മുന്നോട്ടു വച്ച ജീവിതാഘോഷത്തിൽനിന്ന് അകലം പാലിക്കുന്നുവെന്ന പ്രതിച്ഛായ സൃഷ്ടിക്കുന്നുണ്ട് മെസ്സി. രതിയും ലഹരിയും ഹിംസയും നിറഞ്ഞ മറഡോണയുടെ നിശാജീവിതത്തിനഭിമുഖമായി കുടുംബം, സൗഹൃദം, ശാന്തത തുടങ്ങിയ സൗമ്യഗുണങ്ങളുടെ അകമ്പടിയോടെയാണ് മെസ്സി അയാളെ സ്വയം പ്രതിഷ്ഠിക്കുന്നത്.. എല്ലാറ്റിലുമുപരി കരയുന്ന പുരുഷനെന്ന നിലയിൽ അവനവനെ അവതരിപ്പിക്കാൻ മെസ്സി ഒട്ടും തന്നെ മടി കാണിക്കുന്നുമില്ല.

ബാഴ്സലോണ വിട്ട് പാരീ സാൻ ജേർമാനിലേക്കു പോകാനുള്ള തീരുമാനമെടുത്ത ദിവസത്തെക്കുറിച്ച് മെസ്സി ജീവചരിത്രകാരനും മാധ്യമപ്രവർത്തകനുമായ ഗ്വിയ്യെം ബലാഗെയോട് പറയുന്നതിങ്ങനെയാണ്:

> ബാഴ്സലോണ ഫുട്ബോൾ ക്ലബ്ബുമായുള്ള ബന്ധം അവസാനിച്ചിരിക്കുന്നുവെന്ന് അച്ഛനെന്നോടു പറയുമ്പോൾ എനിക്കെന്തു വേണമെന്നറിയില്ലായിരുന്നു. അല്പ നിമിഷത്തിനുശേഷം

> ഞാനിക്കാര്യം ആന്റൊണെല്ലയോടു പറഞ്ഞു. ഏറെ നേരം ഞങ്ങൾ കെട്ടിപ്പിടിച്ച് കരഞ്ഞു. അതിനുശേഷം മക്കളോട് വിവരം പറയാൻ തയ്യാറെടുത്തു. അവർക്ക് കാര്യങ്ങൾ മനസ്സിലാവുന്നുണ്ട്, വിഷമമുണ്ടെങ്കിലും അവർ എതിർത്തൊന്നും പറഞ്ഞില്ല. തിയാഗോക്ക് നല്ല വിഷമമുണ്ടെന്നെനിക്കറിയാം... അവൻ എന്നെപ്പോലെയാണ്. ഒന്നും പക്ഷേ, പുറത്തു കാണിക്കില്ല.

കളിയിൽനിന്ന് എന്നെന്നേക്കുമായി പുറത്താക്കപ്പെട്ടപ്പോൾ മറഡോണയും കരഞ്ഞിട്ടുണ്ട്. പക്ഷേ, അവിടേയും അയാളിലെ പോരാളിപൗരുഷം ഉടൻ നിയന്ത്രണമേറ്റെടുക്കുന്നുണ്ട്. ഇത് ചതിയാണെന്നും ഇതിനെ താൻ നേരിടുമെന്നും പറഞ്ഞ് നെഞ്ചുവിരിച്ചാണ് ദ്യേഗോ മാധ്യമങ്ങളെ നേരിട്ടത്. അവിടെ നിന്ന്, ബാഴ്സലോണ വിടുമ്പോൾ വാർത്താ സമ്മേളനത്തിൽ പൊട്ടിക്കരയുന്ന, കുടുംബത്തിനകത്ത് ഏറ്റവും സ്വകാര്യമായ നിമിഷത്തിൽ പൊഴിച്ച കണ്ണീരിനെപ്പറ്റി അഭിമുഖത്തിൽ തുറന്നു പറയുന്ന ലിയോ മെസ്സിയുടെ ദുർബ്ബല പൗരുഷത്തിലേക്ക് ഏറെ ദൂരമുണ്ട്. അർജന്റൈൻ ഫുട്ബോളിന്റെ പരമ്പരാഗതമായ ആണത്തവീറിനെ അവഗണിക്കുന്നതുകൂടിയാണ് മെസ്സി സ്വദേശത്തെ ആരാധകർക്ക് അന്യനാവുന്നതിന്റെ ഒരു കാരണമെന്ന് അമേരിക്കൻ ഗവേഷകയായ ബ്രെൻഡ എൽസി നിരീക്ഷിക്കുന്നുണ്ട്. എഴുപതുകളിലെ പട്ടാളഭരണകാലത്ത് കാണാതായ (കൊല്ലപ്പെട്ട) മക്കൾക്കുവേണ്ടി അനിശ്ചിതകാലം സമരം ചെയ്ത അമ്മമാരോട് - മാദ്രെ ദ് പ്ലാത്താ ദ് മയോ (Mothers of the May square) - ഐക്യപ്പെട്ടിട്ടും ഫ്രാൻസിസ് മാർപാപ്പയുമായി കൂടിക്കാഴ്ച നടത്തിയിട്ടും മെസ്സിക്ക് അർജന്റൈൻ ഇടതുപക്ഷത്തിന്റെയോ കത്തോലിക്ക വിശ്വാസികളുടേയോ മനമറിഞ്ഞുള്ള പിന്തുണ ലഭിക്കാത്തതിനും കാരണം മറ്റൊന്നല്ല, 'അവനൊരാൺകുട്ടിയല്ല' എന്ന ബോധമാണ്.

ലോകത്തിലെ മികച്ച ഫുട്ബോളർ താനാണോ എന്ന മാധ്യമപ്രവർത്തകരുടെ ചോദ്യത്തിന് മറഡോണ നല്കിയിട്ടുള്ള ഏറ്റവും പ്രശസ്തമായ മറുപടി, "എന്റെ അമ്മ അങ്ങനെ വിചാരിക്കുന്നുണ്ട്. അവരങ്ങനെ കരുതുന്നുവെങ്കിൽ എനിക്കും സംശയമുണ്ടാവേണ്ട കാര്യമില്ല, ലോകത്തിലേക്കും മികച്ചവൻ ഞാൻ തന്നെയാവും" എന്നാണ്. ഇതേ ചോദ്യത്തിന് ഒരുപക്ഷേ, മറഡോണയേക്കാൾ തന്റേടത്തോടെ മറുപടി നല്കിയത് ക്രിസ്ത്യാനോ റൊണാൾഡോയാണ്. ഏറ്റവും മികച്ച കളിക്കാരൻ താനല്ലാതെ മറ്റാരുമല്ലെന്ന് പറയാൻ റോണോക്ക് അമ്മയുടെ ജാമ്യം പോലും വേണ്ടി വന്നിട്ടില്ല. അതേസമയം ഇതേ ചോദ്യത്തെ മെസ്സി നേരിട്ടത് തന്നെ ഒന്നാമനായി കണക്കാക്കേണ്ടതില്ലെന്ന് വിനയാന്വിതനായിക്കൊണ്ടാണ്. സ്വഭാവ നിർമ്മിതിയിലെ ഈ വൈരുദ്ധ്യം മെസ്സിക്ക്, മറഡോണയ്ക്കും റൊണാൾഡോക്കുമില്ലാത്ത മറ്റൊരു വിപണിമൂല്യമാണ് നല്കുന്നതെന്നും ബ്രെൻഡ എൽസി ചൂണ്ടിക്കാട്ടുന്നു.

ഗോൾഡൻ ബാച്ലർ മാർക്കെറ്റെന്നറിയപ്പെടുന്ന യുവത്വത്തിന്റെ മോളുകളിൽ മെസ്സിയേക്കാൾ വിലയുള്ളതാരം റൊണാൾഡോയാണ്. അതുകൊണ്ടാണ് വ്യവസ്ഥാപിത കുടുംബത്തിന് പുറത്ത് സിംഗ്ൾ ഫാദറായി കുട്ടികളെ വളർത്താനും അവനവനെ പ്രദർശിപ്പിക്കാനുള്ള മ്യൂസിയമൊരുക്കാനും മുപ്പത്തിയാറാം വയസ്സിലും കളിക്കളത്തിൽ ശരീരപ്രദർശനം നടത്തുന്ന ഷോബോട്ടറായി തുടരാനും റൊണാൾഡോക്ക് കഴിയുന്നത്.

മെസ്സിയാവട്ടെ കുടുംബത്തെ ശരീരത്തിൽ പച്ചകുത്തി, പൊതുവേദികളിലെ സംസാരം പരമാവധി കുറച്ച് കൂടുതൽ കൂടുതൽ ഉൾവലിയുകയും ചെയ്യുന്നു. ലോകമെങ്ങുമുള്ള മദ്ധ്യവർഗ്ഗ പൊതുബോധത്തെ അത് വലിയ രീതിയിൽ തൃപ്തിപ്പെടുത്തുന്നുണ്ടെന്നു വേണം മനസ്സിലാക്കാൻ. ആണത്താഘോഷത്തിന്റെ ഉത്തുംഗത്തിൽ നില്ക്കുന്ന ക്രിസ്ത്യാനോ റൊണാൾഡോയുടെ അപരബിംബമായി ലിയൊണൽ മെസ്സിയെ കളത്തിനു പുറത്തും അവതരിപ്പിക്കാനുള്ള വിപണിയുടെ തന്ത്രമായും ഇത് വ്യാഖ്യാനിക്കപ്പെട്ടേക്കാമെന്നു മാത്രം.

ഫുട്ബോളിൽ മത്സരശേഷം എതിരാളികളുമായി സൗഹൃദം പങ്കിടാനുള്ള സമയത്തെ കളിയുടെ തേഡ് ഹാഫ് എന്ന് പറയാറുണ്ട്. അർജന്റീനയിലെ ഫുട്ബോൾ മത്സരങ്ങൾ പലപ്പോഴും അക്രമത്തിലവസാനിക്കാറുള്ളതിനാൽ തേഡ് ഹാഫ് ഔദ്യോഗികമായിത്തന്നെ ഒഴിവാക്കാറുണ്ട്. കളിയുടെ വീറും വാശിയും കളത്തിനു പുറത്തേക്കും കൊണ്ടുപോവുന്നതുതന്നെയാണ് ചരിത്രപരമായി അർജന്റൈൻ ആരാധകസംസ്കാരം. മെസ്സിയുടെ വരവോടെ മൂന്നാംപകുതി വീണ്ടും സജീവമാകുന്നുണ്ടെന്നത് ഇതിനാൽത്തന്നെ ശ്രദ്ധേയവുമാണ്. കോപ്പ അമേരിക്ക വിജയത്തിനുശേഷം നെയ്മറിനെ ആശ്ലേഷിക്കുകയും, ബ്രസീൽ ടീമിനെ അപഹസിക്കുന്ന പാട്ടു പാടുന്നതിൽനിന്ന് റൊദ്രിഗോ ഡി പോളിനെ വിലക്കുകയും ചെയ്യുന്ന മെസ്സിയുടെ വീഡിയോ വൈറലാകുന്നത് അയാൾ മുന്നോട്ടുവയ്ക്കുന്ന പുതിയ സൗമ്യപൗരുഷത്തിന് രാജ്യാന്തരതലത്തിൽ കിട്ടുന്ന സ്വീകാര്യതയായിട്ടാണ് കാണേണ്ടത്. മെസ്സിയുടെ ആരാധകസമൂഹത്തിന്റെ തലസ്ഥാനം അർജന്റീനയ്ക്കു പുറത്താണെന്ന വാദത്തെ സാധൂകരിക്കുന്നതു കൂടിയാണിത്.

MESSI
The Movie

അനുബന്ധം

യുവന്റസ്സിനെതിരെ ക്രിസ്റ്റ്യാനോ
റൊണാൾഡോയുടെ ബൈസിക്കിൾ
കിക്ക് ഗോൾ (2018)

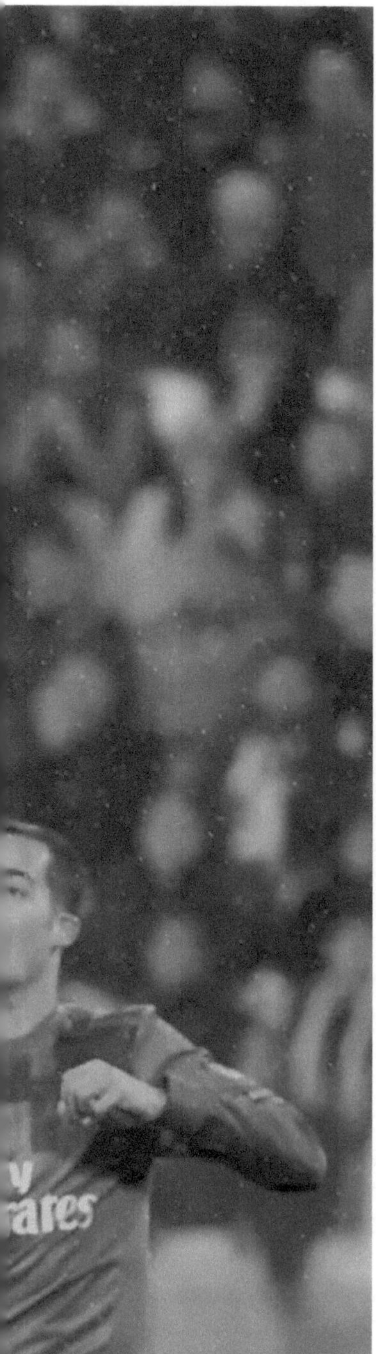

“ഒരു ദിവസം ലിയോണൽ മെസ്സിയും ക്രിസ്ത്യാനോ റൊണാൾഡോയും ഫുട്ബോളിൽനിന്ന് വിരമിക്കും. പന്തുകളി വീണ്ടും സാധാരണ നിലയിലേക്ക് തിരിച്ചുവരും. റെക്കോഡുകൾ ആഴ്ചതോറും തകർക്കപ്പെടാതെ കാലങ്ങളോളം നിലനില്ക്കും. ഹാറ്റ്ട്രിക്കുകൾ വീണ്ടും അപൂർവ്വ നേട്ടങ്ങളാവും. സീസണിൽ അമ്പതു ഗോളെന്നതൊക്കെ പഴയതുപോലെ അത്ഭുതങ്ങളായിമാറും. എല്ലാറ്റിലുമുപരി ബലോൺ ദ് ഓറിന് പുതിയ അവകാശികളുണ്ടാവും. അതുവരെ നമുക്ക് താരതമ്യം നിർത്തി രണ്ടു പേരുടേയും കളി ആസ്വദിക്കാം.”

- അജ്ഞാതകർതൃകം

പ്ലേ സ്റ്റേഷനിലെ ഷോബോട്ടർ

രണ്ടായിരത്തി പതിനെട്ട് ഏപ്രിൽ 3: അതൊരു പ്ലേ സ്റ്റേഷൻ ഗോളായിരുന്നു - ലോകമെങ്ങുമുള്ള ഫുട്ബോൾ നിരീക്ഷകരും കളിക്കാരുമെല്ലാം ക്രിസ്റ്റ്യാനോ റൊണാൾഡോ, യുവന്തസിന്റെ വലയിലേക്ക് തൊടുത്ത ആ ബൈസിക്കിൾ കിക്കിനെ നിർവ്വചിച്ചുകൊണ്ടിരുന്നപ്പോൾ, അതിൽ എനിക്കേറ്റവും ശ്രദ്ധേയമായി തോന്നിയത് മുൻ ഇറ്റാലിയൻ ദേശീയ കളിക്കാരനും യുവന്തസിന്റെ ഡിഫന്ററുമായ ആന്ദ്രെയാ ബർസാലിയുടെ ഈ നിരീക്ഷണമാണ്. തന്റെ തലയ്ക്ക് മുകളിലൂടെ മനുഷ്യസാദ്ധ്യമായ ഏറ്റവും മികച്ച കൃത്യതയോടെ റൊണാൾഡോ പന്ത് പോസ്റ്റിലേക്ക് തൊടുക്കുമ്പോൾ അതിന്റെ വഴിയിൽ നിസ്സഹായനായി നിന്നിരുന്നയാളാണ് ബർസാലി. ഒരുപക്ഷേ, വായുവിൽ മറിയുന്ന റൊണാൾഡോയുടെ ജ്യാമിതീയ രൂപചാരുത അയാളെ ഒരു നിമിഷത്തേക്ക് സ്തബ്ധനാക്കിയിരിക്കാം. ക്ലബ്ബ് ഫുട്ബോൾ ശ്രദ്ധിക്കുന്ന മുഴുവനാളുകളേയും ആ ഒരു നിമിഷത്തിൽ നിശ്ചലരാക്കാൻ പോന്നതായിരുന്നു ആ ഓവർഹെഡ് കിക്കെന്ന കാര്യത്തിൽ ആർക്കും സംശയമേതുമുണ്ടാവില്ല. പക്ഷേ, ആ കിക്ക്, അതിന്റെ സ്ഥലകാലങ്ങളിൽ ഏറ്റവും അടുത്തുനിന്ന് അനുഭവിച്ചയാളുടെ വാക്കുകളിൽ അതിന് ലഭിച്ച വിശേഷണം വീഡിയോ ഗെയിം ഗോളെന്നാണ്.

> റൊണാൾഡോയെപ്പോലുള്ള ഒരു ലോകോത്തര കളിക്കാരനെ അത്രയും സ്വതന്ത്രനാക്കി വിട്ടുകൂടാ, വിട്ടാൽ അയാൾ നിങ്ങളെ തകർത്തുകളയും. ചരിത്രത്തിലിടം നേടുന്ന ആ ഗോൾ അയാൾ ഒരു നിമിഷാർദ്ധംകൊണ്ട് സൃഷ്ടിച്ചെടുത്തതാണ്, പക്ഷേ, എന്തു ചെയ്യാം അത് ഞങ്ങൾക്കെതിരെയായിപ്പോയി.

റൊണാൾഡോക്കുള്ള പ്രകീർത്തനങ്ങളായി ബർസാലി തന്റെ വിവരണം ഇനിയും തുടരുന്നുണ്ട്, പക്ഷേ, ആദ്യത്തെ ഒറ്റവാചകത്തിൽ ആ ഇറ്റലിക്കാരൻ നിർവ്വചിച്ചത് ആ ഗോളിനെ മാത്രമല്ല, ക്രിസ്റ്റ്യാനോ റൊണാൾഡോ എന്ന താരത്തെത്തന്നെയാണ്.

എന്തുകൊണ്ട് ഞാൻ ക്രിസ്റ്റ്യാനോ റൊണാൾഡോയുടെ ആരാധകനല്ല എന്ന ചോദ്യത്തിൽനിന്നാണ് ഈ ചിന്തകളുടെ തുടക്കം. കളിക്കളത്തിലെ മനുഷ്യരുടെ രേഖീയ ചലനങ്ങൾ എന്നെ കാര്യമായി

ഭ്രമിപ്പിക്കാറില്ല. അവയേക്കാൾ എന്നെ ആനന്ദിപ്പിക്കുന്നത് വളവുകളുടെ ചലനവടിവുകളാണ്. ആ ഒഴുക്കിനുള്ള താളാത്മകവും മനോഹരവുമായ പൂർണ്ണത, യന്ത്രസമാനമായ (Robotic) നേർരേഖാചലനങ്ങൾക്കില്ല. വളവുകൾ (Curves) തീരെ കുറഞ്ഞ, ഏറെയും രേഖീയമായ നീക്കങ്ങളിലൂടെയുള്ള ഒരു തരം 'പുരുഷത്വപൂർണ്ണത'യുള്ള ത്വരയാണ് ക്രിസ്ത്യാനോ റൊണാൾഡോയുടെ ശരീരഭാഷയിലുടനീളം ഞാൻ കാണുന്നത്.

CRISTIANO RONALDO - UNHUMAN
The Story Behind The Legend - Documentary

ഞാനൊരു ഫാനല്ലാത്തതും ഇതുകൊണ്ടുതന്നെയാണെന്ന വിശദീകരണംകൊണ്ട് പക്ഷേ, ഏറെപ്പേരെയൊന്നും തൃപ്തിപ്പെടുത്താനാവില്ല, പ്രത്യേകിച്ച് പുതുതലമുറ സ്പോർട്സ് പ്രേമികളെ. ആലോചനകളിലും രാഷ്ട്രീയത്തിലുമെല്ലാം എന്നോടു ചേർന്നു നില്ക്കുന്ന സുഹൃത്തുക്കളിലൊരാളായ കഥാകൃത്ത് പ്രമോദ് രാമന്റെ പതിനഞ്ചുകാരനായ മകൻ അമലേന്ദുവിനെ ഉദാഹരണമായി എടുക്കാം. ഇളവില്ലാത്ത റോണോ ഫാനായ അമലു എന്റെ ഫേസ് ബുക്ക് കുറിപ്പിനെഴുതിയ പ്രതികരണത്തിൽ ഇങ്ങനെയാണ് പറയുന്നത്- ഫുട്ബോളിൽ രണ്ടു തരത്തിലുള്ള കളിക്കാരുണ്ട്, ഷോബോട്ടേഴ്സും (Showboaters) അല്ലാത്തവരും, റൊണാൾഡോയും അലക്സി സാഞ്ചസുമെല്ലാം ഷോബോട്ടേഴ്സിൽപെടും. (ഇതേക്കുറിച്ച് കൂടുതൽ വഴിയെ പറയാം) നിങ്ങൾ മെസ്സിയുടെ കളി ഇഷ്ടപ്പെടുന്നതിനാൽ മാത്രം മറ്റവരെ തള്ളിക്കളയരുത്, കണിശതയുള്ളതുകൊണ്ടു മാത്രം റൊണാൾഡോയുടെ നീക്കങ്ങൾ റോബോട്ടിക് ആണെന്ന് പറയരുത്, അവ ക്ലിനിക്കൽ ആണ് - കൗമാരക്കാരനായ ആരാധകന്റെ വൈകാരികത മാറ്റിവച്ചാൽ അമലുവിന്റെ വിലയിരുത്തൽ ഗൗരവമുള്ള പരിഗണന അർഹിക്കുന്ന ഒന്നാണ്. എത്ര കൃത്യതയോടെയാണ് അവനടക്കമുള്ള കൗമാരക്കാർ ഒരു മത്സരനിമിഷത്തെ വിശകലനം ചെയ്യുന്നതെന്നത് എന്നെ അത്ഭുതപ്പെടുത്തുന്നു. യുവന്റസ് പ്രതിരോധ നിരക്കാർ സ്വതന്ത്രനാക്കി വിട്ട റൊണാൾഡോയെ അവർ നിരീക്ഷിക്കുന്നുണ്ട്, ലൂക്കാസ് വാസ്കസിന്റെ തലയെ ലക്ഷ്യമിട്ട് നല്കിയ ആ ക്രോസ് അതിനിടയിൽനിന്നുകൊണ്ട് ഏതാണ്ട് അപ്രായോഗികമായ ഒരു ഉയർന്ന ചാട്ടത്തിലൂടെ തലയ്ക്കു മുകളിലൂടെ പുറകിലേക്ക് മറിച്ച റൊണാൾഡോയുടെ ധീരതയെ അവർ ആരാധിക്കുകയാണ്. ആ പന്തിനെ പോസ്റ്റിന്റെ വലതുമൂലയിലേക്കു പായിക്കാൻ കഴിഞ്ഞ ആ കൃത്യതയിൽ, ആ ദൃശ്യത്തിന്റെ ജ്യാമിതീയ ചാരുതയിൽ അവർ മതിമറന്നു പോകുന്നുമുണ്ട്. ജ്യാമിതീയതയുടെ അതിപ്രസരമുള്ള റൊണാൾഡോ നീക്കങ്ങൾ പുതുമുറക്കാരെ ഇത്രകണ്ട്

ആകർഷിക്കുന്നതിന്റെ കാരണമന്വേഷിക്കുമ്പോഴാണ് മൈതാനത്തിനു പുറത്തുള്ള മീഡിയേറ്റഡ് സ്പോർട്സിന്റെ പുതിയ ആകാശത്തേക്ക് നമ്മൾ എത്തിപ്പെടുന്നത്.

വിവിധങ്ങളായ ഗെയിമിങ് പ്ലാറ്റ്ഫോമുകളിൽ ലഭ്യമാകുന്ന കായിക വിനോദങ്ങളുടെ സിമുലേഷേൻസ്, മൈതാനത്ത് നടക്കുന്ന യഥാർത്ഥ കളിയെ പലവിധത്തിലും സ്വാധീനിച്ച് തുടങ്ങിയിരിക്കുന്നുവെന്ന വസ്തുത വിശകലനം നടത്തുമ്പോൾ നമ്മൾ കാണാതെ പോകുന്നുണ്ട്. റോബർട് അലൻ ബ്രൂക്ക്‌ലീ, തോമസ് പാട്രിക് ഓറ്റ്സ് എന്നിവർ ചേർന്ന് എഡിറ്റ് ചെയ്ത *Playing to Win- Sports, Video games and the Culture of Play* എന്ന പുസ്തകത്തിന്റെ മുഖവുരയിൽ അവർ ഇങ്ങനെ നിരീക്ഷിക്കുന്നുണ്ട്.

> Sports studies have not adequately addressed how new digital technologies and new networks and modes of engagement are changing the cultural work of contemporary mediated sport. The dreath of scholarship is especially glaring given the growing importance of these games in promoting the professional sports leagues they simulate and the increasingly prominent convergence between video gaming and sport.

ചുരുങ്ങിയ പക്ഷം വീഡിയോ ഗെയിമിങ്, അതിൽത്തന്നെ സിമുലേഷൻ ഗെയിമുകൾ ഇത്രയ്ക്ക് സാർവ്വത്രികത നേടിക്കഴിഞ്ഞ ഏതാണ്ട് പതിനഞ്ചോ ഇരുപതോ വർഷക്കാലയളവിലെങ്കിലും ഫുട്ബോളുൾപ്പെടെയുള്ള കായിക വിനോദങ്ങൾക്കുണ്ടായിട്ടുള്ള പരിണാമം സവിശേഷ പഠനം അർഹിക്കുന്നുണ്ട്. കളിക്കളത്തിനു സമാന്തരമായി നിലനില്ക്കുന്ന ഗെയിമിങ് പ്ലാറ്റ്ഫോമുകൾ കായിക ശരീരങ്ങളിലേക്ക് എത്രമാത്രം കടന്നു കയറിയിട്ടുണ്ടെന്നത് ഒരുപക്ഷേ, നമ്മെ അത്ഭുതപ്പെടുത്തിയേക്കാം. വീഡിയോ ഗെയിമിങ്ങിനൊപ്പം വളരുന്ന യുവാക്കൾക്ക് ക്രിസ്ത്യാനോ റൊണാൾഡോയുടെ കളി രീതിയുമായി താദാത്മ്യം പ്രാപിക്കാനാവുന്നതെങ്ങനെയെന്ന് എനിക്കു കാണിച്ചു തരുന്നത്, ആന്ദ്രെയാ ബർസാലിയുടെ ആ പ്രയോഗമാണ് - പ്ലേ സ്റ്റേഷൻ ഗോൾ. ബർസാലിയുടെ പ്രയോഗത്തിന്റെ സ്വാധീനത്താലാവണം എ എഫ് പി അവരുടെ സ്റ്റോറിയിലും ക്രിസ്ത്യാനോയുടെ ഗോളിനെ വിളിക്കുന്നത് വീഡിയോ ഗെയിം ഗോളെന്നാണ്. വീഡിയോ ഗെയിമിലേതുപോലുള്ള ഒരു പ്രകടനം എന്നത് പ്രശംസയാണോ വിമർശനമാണോ എന്നതാണ് അടുത്ത പ്രശ്നം.

പുതുതലമുറ വീഡിയോ ഗെയിമുകളിൽ സിമുലേറ്റ് ചെയ്യപ്പെടുന്നത് കളിക്കാരുടെ രൂപം മാത്രമല്ല, അവരുടെ ആകാര-ചലനസവിശേഷതകളും കൂടിയാണ്. ലോകമെങ്ങുമുള്ള ലക്ഷോപലക്ഷം ഗെയിമർമാർ

കളിക്കാരുടെ ത്രിമാന രൂപത്തിലൂടെ അവർക്ക് പരീക്ഷിക്കാവുന്ന അനന്തമായ ചലന സാദ്ധ്യതകൾ ഓരോ നിമിഷവും ഉല്പാദിപ്പിക്കുന്നുണ്ട്. ഇത്തരം സാദ്ധ്യതകളിലേക്ക് തന്റെ ശരീരത്തെ തുറന്നുവയ്ക്കുന്നവനാണ് ഇന്നത്തെ ഓരോ കളിക്കാരനും. ഓരോ പ്രൊഫഷണൽ ക്ലബ്ബുകളുടേയും പരിശീലന പദ്ധതിയിൽ ഗെയിം സിമുലേഷൻസ് ഉൾപ്പെടുന്നുണ്ട്. സ്വന്തം കളിക്കാരന്റേയും എതിരാളിയുടേയും ചലനസവിശേഷതകൾ മുൻനിർത്തി തന്ത്രങ്ങളാവിഷ്കരിക്കാൻ ചുമതലയുള്ള പ്രത്യേക സംഘം ഓരോ ക്ലബ്ബിനുമുണ്ട്. ടീമുകൾ അനലിറ്റിക്-ഇൻവെസ്റ്റിഗേറ്റീവ് ടൂളെന്ന നിലയിൽ സ്ലോമോഷൻ റീപ്ലേകളെ ഉപയോഗപ്പെടുത്തുന്നതിനെക്കുറിച്ചുള്ള ധാരാളം ഗവേഷണങ്ങൾ കഴിഞ്ഞ രണ്ടു പതിറ്റാണ്ടായി നടന്നിട്ടുണ്ട്. എന്നാൽ സിമുലേഷൻ ഗെയിമിങ് കളിക്കളത്തിലുപയോഗപ്പെടുത്തുന്നതിനെക്കുറിച്ചുള്ള പഠനങ്ങൾ ഇനി വരാനിരിക്കുന്നതേയുള്ളൂ. ഗെയിമിങ് പ്ലാറ്റ്ഫോമുകളിലെ കളിക്കാരുടെ ത്രിമാനതയുള്ള ഡിജിറ്റൽ സദൃശരൂപങ്ങൾക്ക്, എത്രകണ്ട് അവ പ്രതിനിധാനം ചെയ്യുന്ന യഥാർത്ഥ മനുഷ്യനുമായി സാമ്യപ്പെടാനാവുന്നുണ്ട് എന്നാണല്ലോ ഗെയിമുകളുടെ ഉപഭോക്താക്കളെന്ന നിലയിൽ നമ്മൾ നോക്കാറുള്ളത്. എന്നാൽ തന്റെ ഡിജിറ്റൽ പ്രതിരൂപത്തിന് സാദ്ധ്യമാവുന്ന റൊബോട്ടിക് മൂവ്മെന്റുകളെ കളിക്കളത്തിൽ ക്ലിനിക്കൽ പെർഫെക്ഷനോടെ പുനരാവിഷ്കരിക്കാൻ ജീവനുള്ള ശരീരങ്ങൾ ശ്രമിക്കുന്നുണ്ടോ എന്നതും പഠനവിധേയമാക്കേണ്ടതുണ്ട്. ബർസാലിയുടെ പ്ലേസ്റ്റേഷൻ ഗോളെന്ന പ്രയോഗം ഇതിലേക്കുള്ള ചൂണ്ടുപലക കൂടിയാണ്.

ഞാൻ റോബോട്ടിക്ക് എന്ന് വിമർശിക്കുന്ന റൊണാൾഡോ നീക്കങ്ങളെ ക്ലിനിക്കൽ എന്ന് പ്രശംസിക്കാൻ അമലു ഉൾപ്പെടെയുള്ള പുതുമുറക്കാരെ പ്രാപ്തരാക്കുന്നത് ഗെയിമിങ് പ്ലാറ്റ്ഫോമുകളുമായുള്ള അവരുടെ ചങ്ങാത്തമായിരിക്കണം. ഇവിടെ എന്നേയും അവനേയും വേർതിരിക്കുന്നത് ഒരുപക്ഷേ, മുപ്പത് വർഷങ്ങളേക്കാൾ ഒരു ഗെയിമിങ് കൺസോളാവണം.

കളിയെന്ന നിലയിൽ ഫുട്ബോളിന് സാദ്ധ്യമായ രാഷ്ട്രീയ-സാമൂഹ്യ - സാംസ്കാരിക അട്ടിമറികളെ ഡിജിറ്റൽഗെയിമുകൾ റദ്ദാക്കുന്നതെങ്ങനെയെന്ന് ഡോ. സ്റ്റീഫൻ കോൺവേ, vastars*: The Encoding of Fame within Sport Digital Games* എന്ന പ്രബന്ധത്തിൽ വിശദീകരിക്കുന്നുണ്ട്.

The soccer video game wipes the semiotic slate clean and reconstructs a Utopian presentation of the sport aligned with the mathematical precision and neutrality of the machine, with the potential for any political, social, or cultural subversion of the sport (as sometimes practiced by the players and fans themselves) nullified....... By transforming the celebrity into a hyper-ludic game piece primed for heroic acts, the developers propagate a form of cult worship synchronic with mass-media production.

അമിതാത്മവിശ്വാസത്തിൽനിന്നുണ്ടാവുന്ന പ്രദർശനപരതയെയാണ് Showboating എന്ന പ്രയോഗം സൂചിപ്പിക്കുന്നത്. മക്മില്ലൻഡിക്ഷണറി ഷോബോട്ടിങ്ങിന് നല്കുന്ന നിർവ്വചനം ഇതാണ്

"A behaviour that is intended to make people notice and admire you. Showboating is pervasive in sport, where an athlete or competitor will perform over-exaggerated or outrageous actions before (or instead of) achieving their intended goal."

സ്പോർട്സിലും അപൂർവ്വമായി ലൈംഗിക ഭാഷാ ശാസ്ത്രത്തിലും (അതും അനാശാസ്യമായ ഒരു സ്വഭാവവൈകല്യത്തെ കുറിക്കാൻ) ഉപയോഗിച്ചു പോരുന്ന ഈ അമേരിക്കൻ പ്രയോഗം അധികവും നിഷേധാർത്ഥത്തിലാണ്. ബോക്സർ മുഹമ്മദലി മുതൽ ഉസൈൻ ബോൾട്ട് വരെയുള്ള പലരും ഷോബോട്ടിങ്ങിന്റെ പേരിൽ 'കുപ്രസിദ്ധ'രുമാണ്. ഡച്ച് ഫുട്ബോളിലെ ഒരു കാലത്തെ സൂപ്പർസ്റ്റാറായിരുന്ന റൂഡ് വാൻ നിസ്റ്റൽറൂയ്, മാൻചെസ്റ്റർ യുണൈറ്റഡ് കാലത്ത് ക്രിസ്ത്യാനോ റൊണാൾഡോയെ പരസ്യമായി ശാസിച്ചതും ഷോബോട്ടിങ്ങിന്റെ പേരിലാണ്. എന്നാൽ ഈ പ്രദർശനപരതയ്ക്ക് അടുത്ത കാലത്തായി ലഭിക്കുന്ന വലിയ തോതിലുള്ള സ്വീകാര്യത, ഒരു വേള ഗെയിമിങ്ങിലെ ആനിമേറ്റഡ് ആയ താരചലനങ്ങളുടെ കടന്നുവരവോടെയാവണം.

കളിക്കളത്തിലെ സ്വാഭാവിക ചലനവും ഗെയിമുകളിലെ ചിത്രീകൃത ചലനവും തമ്മിലുള്ള കൊടുക്കൽവാങ്ങലിന്റെ ഒരു സവിശേഷ ഘട്ടമായി വേണം ഈ കാലത്തെ കാണാൻ. റൊണാൾഡോയുടെ ഗോളിലേക്ക് തിരിച്ചു വരാം. ബൈസിക്കിൾ കിക്കെന്നും സിസേഴ്സ് കിക്കെന്നുമെല്ലാം പേരുള്ള ഈ സവിശേഷമായ കൗശലത്തിന് നൂറ്റാണ്ടുകളുടെ പഴക്കമുണ്ട്. ഫുട്ബോളിലെ എക്കാലത്തേയും ഗ്ലാമർനീക്കമായ ഈ ഓവർഹെഡ് കിക്കിനുള്ള ആരാധനാമൂല്യവും അതിനൊക്കും വിധം ഉയർന്നതാണ്. പെലെ മുതൽ സ്ലാറ്റൻ ഇബ്രാഹിമോവിച്ച് വരെയുള്ള രാജ്യാന്തര പ്രശസ്തരും, ഐ എം വിജയനടക്കമുള്ള നമ്മുടെ സ്വന്തം പ്രതിഭകളും സിസർ കിക്കിന്റെ പേരിൽ അറിയപ്പെട്ടിട്ടുണ്ട്. കഴിഞ്ഞ പതിനഞ്ചു വർഷമായി ക്രിസ്ത്യാനോ റൊണാൾഡോ കളിക്കളത്തിൽ നിരന്തരം പരീക്ഷിക്കുന്നതുമാണിത്. ഇരുപതിലേറെ തവണ റൊണാൾഡോ ഓവർഹെഡ് കിക്ക് പരീക്ഷിക്കുന്ന വീഡിയോകൾ യൂട്യൂബിൽ ലഭ്യമാണ്. ഏപ്രിൽ മൂന്നിനു മുമ്പ് ഒരു തവണ മാത്രമേ റൊണാൾഡോക്ക് പന്ത് ബൈസിക്കിൾ കിക്കിലൂടെ ഗോൾവരയ്ക്കപ്പുറമെത്തിക്കാൻ കഴിഞ്ഞിരുന്നുള്ളൂ, റഫറിയുടെ നോട്ടപ്പിശകുകൊണ്ട് പക്ഷേ, അത് ഗോളായി പരിഗണിക്കപ്പെട്ടുമില്ല.

എന്നാൽ റൊണാൾഡോയുടെ വിർച്വൽരൂപം പക്ഷേ, ഏതാണ്ട് നാലുകൊല്ലം മുമ്പ് തന്നെ ബൈസിക്കിൾ കിക്കിലൂടെ അതിനിർണ്ണായകമായ ഗോളടിച്ചിട്ടുണ്ട്. സാംസൺഗ്യാലക്സിയുടെ പരസ്യത്തിന്റെ ഭാഗമായി Galaxy 11-Starwars; Football will save the world എന്ന ഒരു ആനിമേറ്റഡ് ഹ്രസ്വചിത്രം നിർമ്മിച്ചിരുന്നു, 2014 ൽ. ഫ്രാൻസ് ബെക്കൻബോവർ ജീവനോടെയും മെസ്സിയും റൊണാൾഡോയുമടക്കമുള്ള 11 കളിക്കാർ ചിത്രീകൃതരൂപങ്ങളായും പ്രത്യക്ഷപ്പെട്ട ഈ ചിത്രം ഭൂമിയെ രക്ഷിക്കാനായി നടക്കുന്ന ഒരു ഫുട്ബോൾ മത്സരമാണ്. അമാനുഷരായ അന്യഗ്രഹജീവികളുമായുള്ള ഈ ഫുട്ബോൾമത്സരം ജയിക്കുന്നവർക്കുള്ളതാണ് ഭൂമിയുടെ അവകാശം. ബെക്കൻബോവർ തെരഞ്ഞെടുത്ത ലോക ഇലവൻ മെസ്സിയുടെ നേതൃത്വത്തിൽ അവരെ നേരിടാനിറങ്ങുന്നു. അവസാന നിമിഷംവരെ ജയിക്കാനാവാതിരുന്ന മനുഷ്യരുടെ ടീമിനെ ഇഞ്ചുറി ടൈമിൽ ഗോളടിച്ച് ജയിപ്പിക്കുന്നത് ക്രിസ്ത്യാനോ റൊണാൾഡോയാണ്. മെസ്സിയുടെ ക്രോസിൽ ബൈസിക്കിൾ കിക്കെടുത്ത് ക്രിസ്ത്യാനോയുടെ കല്പിതരൂപം നേടിയ ആ ഗോളിന്റെ, ജീവിതത്തിലേക്കുള്ള പരിഭാഷയാണ് ഏപ്രിൽ മൂന്നിന് യുവന്തസിനെതിരെ നമ്മൾ കണ്ടതെന്ന് പറയാം.

THE END IS NEAR
Cristiano Ronaldo & Lionel Messi
Official Documentary 2020

ഗ്യാലക്സിയുടെ ആ ഗ്ലോബൽ ആഡ് കാമ്പെയ്നിൽ മനുഷ്യരാശിക്കു വേണ്ടിയുള്ള നിർണ്ണായകമായ ആ ഗോളടിക്കാൻ മെസ്സിയെയല്ല, റൊണാൾഡോയെയാണ് അവർ തെരഞ്ഞെടുത്തതെന്നതിൽ യുവാക്കളുടെ മാർക്കറ്റിൽ ആർക്കാണ് വലിയ ഫാൻഡം ഉള്ളതെന്ന വലിയ ചോദ്യത്തിന്റെ ഉത്തരവുമുണ്ട്. ഗെയിമിങ് ഹാൻഡിലുകൾക്ക് സമാനമായ CR7 എന്ന വിളിപ്പേരിൽ അയാൾ മാർക്കറ്റ് ചെയ്യപ്പെടുന്നതും മറ്റൊന്നുകൊണ്ടുമാവണമെന്നില്ല.

The action replay celebrates the male body in deliberate ways serving to eroticize power to extend the moment of climax and to promote the erotic theatricalisation of athletic body" മൂന്ന് പതിറ്റാണ്ടു മുമ്പ് മാധ്യമ ഗവേഷകനായ ജോൺ ഫിസ്ക് ടെലിവിഷൻ റീപ്ലേകളെക്കുറിച്ച് പറഞ്ഞതിനെ അക്ഷരാർത്ഥത്തിൽ കാണാം, ആ ബൈസിക്കിൾ കിക്കിന്റെ ആവർത്തിച്ചുള്ള ടെലിവിഷനിൽ. റൊണാൾഡോയുടെ കാര്യത്തിൽ കളിക്കളത്തിലെ അയാളുടെ ഓരോ നീക്കവും പുരുഷ ശരീരത്തിന്റെ/പൗരുഷത്തിന്റെ ആഘോഷമാണ്. ആറടി ഒരിഞ്ച് പൊക്കത്തിൽ പുരുഷാർത്ഥപ്പൊരുളിനൊത്ത് പരിപാലിച്ച് സൂക്ഷിക്കുന്ന ആ വെളുത്ത കൊക്കേഷ്യൻ

ശരീരവും അതിന്റെ ബോധപൂർവ്വമായ ഓരോ ചെറുചലനങ്ങളും അതു ല്പാദിപ്പിക്കുന്ന സമാനതകളില്ലാത്ത ആധികാരികതയുമാണ് കളിക്കാരനെന്ന നിലയിൽ അയാളുടെ നിക്ഷേപം. മാർക്ക് സിംപ്സണിന്റെ സ്പോർണോസെക്ഷ്വൽ (Spornosexual) എന്ന സങ്കല്പത്തിന്റെ ആൾരൂപമായി റൊണാൾഡോ മാറുന്നത് വെറുതെയല്ല

ഫാൻബോയ്സ് പോസ്റ്റ് സ്ക്രിപ്റ്റ്

ചില വാക്കുകളുണ്ട് ഉച്ചാരണവേളയിൽ ശബ്ദം കൊണ്ടുതന്നെ അർത്ഥസ്ഫുരണം സാദ്ധ്യമായിട്ടുള്ള ചിലത്. ഇംഗ്ലീഷിലെ Deft എന്നത് അത്തരമൊരു വാക്കാണ്. ഡെഫ്റ്റിലെ ആ എഫ് ഒരു തൂവൽസ്പർശമാണ്. ഡെഫ്റ്റ് ടച്ചെന്ന് വിശേഷണം ഒരു ചെറു ചലനത്തിന്റെ സൗന്ദര്യത്തിന് പോകാവുന്ന ഉയരത്തിന്റെ പരകോടിയാണ്. ആ വാക്ക് ഒരിക്കലും യോജിക്കില്ലാത്ത കളിക്കാരനാണ് ക്രിസ്ത്യാനോ റൊണാൾഡോ എന്ന വാദമാണ് ഞാൻ മുന്നോട്ടുവയ്ക്കുന്നത്. റൊണാൾഡോയുടെ ഓരോ സ്പർശത്തിലും അയാൾ സ്ഫുരിപ്പിക്കുന്ന ആധികാരികതയുടെ പെരുക്കം Deft എന്ന വിശേഷണത്തെ ആവർത്തിച്ച് റദ്ദാക്കിക്കൊണ്ടിരിക്കും.

റൊണാൾഡോയെക്കുറിച്ച് പറഞ്ഞു തുടങ്ങുന്നത് ലയണൽ മെസ്സിയിലെത്തുന്നത് ഇങ്ങനെയാണ്. തന്റെ പൂർണ്ണനിയന്ത്രണത്തിലുള്ള പന്തിന്മേലുള്ള മെസ്സിയുടെ ഓരോ കാൽവയ്പിലും ആ തൂവൽസ്പർശമുണ്ട്. അസാധാരണവും അദൃശ്യവും ബോധപൂർവ്വവുമായ ഒരു വേഗക്കുറവുണ്ട് മൈതാനത്തെ മെസ്സിയുടെ ചലനങ്ങളിൽ. ചലനകോണുകളുടെ മൂർച്ച കുറച്ച് തരംഗരൂപത്തിലുള്ള അയാളുടെ മുന്നേറ്റങ്ങൾ സാദ്ധ്യമാവുന്നത് ഈ പതിഞ്ഞതാളം കൊണ്ടാണ്, ഇതാണ് മെസ്സിയെ മൈതാനത്തിന്റെ കളിക്കാരനാക്കുന്നത്, ആർക്കും പിടികിട്ടാത്ത സെക്കന്റിന്റെ നൂറിലൊരംശമോ മറ്റോ വരുന്ന ആ വേഗഭ്രംശമാണ് മെസ്സിയുടെ കൈമുതൽ. അയാളെ നേരിടുന്ന പ്രതിരോധ ഭടന്മാർ ഒരു ഞൊടി മുമ്പേയാണ് ഇല്ലാത്ത പന്തിനായി കാൽനീട്ടുന്നത്, ആ നീട്ടിയകാലുകൾക്ക് ശേഷമാണ് മിക്കവാറും മെസ്സി മുന്നോട്ടു കുതിക്കാറുള്ളതും.

പലപ്പോഴും മെസ്സിയെ റൊണാൾഡോയ്ക്ക് മുന്നിലെത്തിക്കുന്നത്, അടിച്ച ഗോളുകളേക്കാൾ ഒരുക്കിയ അവസരങ്ങളാണ്. എല്ലാ തരം ഫുട്ബോളിലും റൊണാൾഡോയേക്കാൾ ഗോളവസരങ്ങൾ സൃഷ്ടിച്ചിട്ടുള്ളതും മറ്റുള്ളവർക്കായി ഒരുക്കിക്കൊടുത്തിട്ടുള്ളതും മെസ്സി തന്നെയാണ്. (ഗ്ര്യാലക്സിയുടെ ആനിമേറ്റഡ് വീഡിയോവിലും മെസ്സിയുടെ അസിസ്റ്റിലാണ് റൊണാൾഡോ സിസേഴ്സ് കിക്കിലൂടെ ഗോളടിക്കുന്നത്.)

CRISTIANO RONALDO
The One and Only

ഉച്ചാരണ സഹായി

തെക്കനമേരിക്കൻ ഭാഷകളുടെ ഉച്ചാരണത്തിനായി പ്രധാനമായും pronnouncenames.com എന്ന വെബ്സൈറ്റിനെയാണ് ആശ്രയിച്ചിട്ടുള്ളത്. സ്പാനിഷ് -ഇറ്റാലിയൻ ഉച്ചാരണങ്ങൾ പരമാവധി മൂലശബ്ദത്തോട് അടുത്തുവരും വിധം ഉപയോഗിക്കാൻ ശ്രമിച്ചിട്ടുണ്ട്, വിശേഷിച്ചും ആളുകളുടെ പേരുകൾ. ഞാൻ എന്നെ എന്തുവിളിക്കുന്നുവോ അതാണ് എന്റെ പേര് എന്ന നിലപാടാണ് ഇക്കാര്യത്തിൽ സ്വീകരിക്കാറുള്ളത്. സിനദിൻ സിദാൻ എന്ന അൾജീരിയൻ പേരിനെ സെയ്നുദ്ദീൻ സെയ്ദാൻ എന്ന് എഴുതി പരിചിതമാക്കുന്നത് ശരിയായ രീതിയല്ലെന്നാണ് കരുതുന്നത്. അതുകൊണ്ടാണ് ഏയ്ഞ്ജൽ ഡി മരിയ എന്ന് ആംഗലീകരിക്കാതെ അയാളെ ആൻഹെൽ ഡി മരിയ എന്ന് സ്പാനിഷിൽ തന്നെ ഉച്ചരിക്കാൻ ശ്രമിക്കുന്നത്. ഓരോരുത്തരുടേയും പേരിന്റെ ഉത്ഭവം സ്പാനിഷാണോ ഇറ്റാലിയനാണോ എന്ന് നിശ്ചയമില്ലാത്തതിനാൽ ഉച്ചാരണം ചിലയിടത്തെങ്കിലും മാറിപ്പോയിട്ടുണ്ടാവാനുള്ള സാദ്ധ്യതയും ഉണ്ട്. എന്നാൽ നിരന്തരോപയോഗം മൂലം പ്രചാരത്തിലുള്ള സ്ഥല/ രാജ്യനാമങ്ങൾക്ക് ഇംഗ്ലീഷ് ഉച്ചാരണം തന്നെയാണ് ഉപയോഗിച്ചിട്ടുള്ളത്. അർഹെന്റീന എന്ന തദ്ദേശീയ ഉച്ചാരണമുപയോഗിച്ചാൽ വ്യക്തതയേക്കാൾ ആശയക്കുഴപ്പമാണുണ്ടാവുക എന്നതിനാൽ അതിൽ ഭാഷാശുദ്ധി വരുത്താൻ തുനിഞ്ഞിട്ടില്ല. അല്ലെങ്കിൽത്തന്നെ നമ്മൾ തിരുവനന്തപുരത്തിന് ട്രിവാൻഡ്രമെന്നും കോഴിക്കോടിന് കാലിക്കറ്റെന്നും ഉപയോഗിക്കാൻ മടിയില്ലാത്തവരാണല്ലോ!

പുസ്തകത്തിൽ ഉപയോഗിച്ചിട്ടുള്ള ചില ഉച്ചാരണങ്ങൾ ഇനി കൊടുക്കുന്നു.

Aguante	അഹ്വാന്തെ
Alajandro d Los Santo	അലഹാന്ദ്രോ ദ് ലോസ് സാന്തോ
Alfredo di Stefano	ആൽഫ്രദോ ദി എസ്തഫാനോ
Anti Futbol	ആന്റെ ഫുട്ബോൾ

Antonio Angelillo	അന്തോണിയോ ആൻഹെലീശോ
Arsenal di Sarandi	ആർസനൽ ദ് സരാൻദി
Arthur Friedenreich	ആർതർ ഫ്രീദിൻഹാച്ച്
Barrabrava	ബാർറ ബ്രാവ
Boca Juniors	ബോക്കാ ജൂനിയേഴ്സ്
Borocoto	ബൊറോകോത്തൊ
Buenos Aires	ബ്വീനൊസ് ഐറിസ്
Campeonato Sudamericano	കാംപ്യനാത്തോ സുദമേരിക്കാനോ
Capoeira	കപോഏറ
Carlos Andres Bertoglio	കാർലോസ് ആന്ദ്രെയാസ് ബെർതോലിയോ
Catanaccio	കാറ്റനാച്ചോ
Cesar Luis Menotti	സീസർ ലൂയിസ് മെനോറ്റി
Cesareo Onzari	ചെസാരിയോ ഒൻസാരി
Che Guevara	ചെ ഗുവാര
Claudia Villafane	ക്ലൗദിയ വീശഫാന്യെ
Claudio Caniggia	ക്ലൗഡിയോ കനിഹ്യ
Daniel Carnevali	ദാനിയേൽ കാർനെവാല്ലി
Diego Maradona	ദ്യേഗോ മറഡോണ
Eduardo Galeano	എദ്വാർദോ ഗലെയാനോ
Eduardo P. Archetti	എദ്വാർദോ പി. ആർക്കെറ്റി
El Grafico	എൽ ഗ്രാഫികോ
Enganche	എൻഗാൻചെ
Enrique Guaita	എന്റിക്കെ ഹ്വാഷ്ട
Estudiantes	എസ്റ്റ്യൂഡിയാൻതെ
Fidel Castro	ഫിദൽ കാസ്ട്രോ
Fiorentina	ഫ്യൊറന്റീന
Franscesco Totti	ഫ്രാൻചെസ്കോ ടോട്ടി
Gambetta	ഗംബീത്ത
Gaucho	ഗൗച്ചോ
Ginga	ജിംഗ
Grandoli	ഗ്രൻദോൽഫി
Guillermo	ഗ്വിയെർമോ സ്ത്തബീലെ
Hugo Chavez	ഊഗോ ചാവേസ്
Humberto Maschio	ഊംബെർതോ മാഹ്ചിയോ
Isabelino Gradin	ഇസബെല്ലീനോ ഗ്രാദിൻ

Johan Cruyff	യൊഹാൻ ക്രൗഫ്
Jonathan Wilson	ജോനതൻ വിൽസൻ
Jorge Burruchaga	ഹോർഹെ ബുറൂചാഗ
Jose Altafini	ഷൂസെ അൽതാഫീനി
Juan Delgado	ഹ്വവാൻ ദെൽഗാദോ
Juan Roman Riquelme	ഹ്വവാൻ റോമൻ റിക്വിൽമെ
Julio Libanatti	ഹൂലിയോ ലിബോനാറ്റി
La Maquina	ലാ മാക്കീന
La Nuestra	ലാ നുസ്ത്ര
Lionel Messi	ലിയൊണെൽ മെസ്സി
Leopoldo Luque	ലിയൊപോൾദൊ ലൂക്കെ
Madureira Esporte	മദുരേര എസ്പോർതേ
Manuel Giudice	മാന്യുവൽ ജ്യൂഡീചെ
Mario Gotze	മാരിയോ ഗൊറ്റ്സ
Mestizo	മെസ്റ്റീസോ
Montevideo	മോൻഡെവിദെയൊ
Mulatto	മ്യൂലാതോ
Newell's old boys	ന്യൂൾസ് ഓൾഡ് ബോയ്സ്
Omar Oreste Corbatta	ഒമാർ ഒറെസ്തെ കൊർബാത്ത
Omar Sivori	ഒമാർ സിവോറി
Ozvaldo Cruz	ഓസ്വാൽദോ ക്രൂസ്
Ozvaldo Zubeldia	ഓസ്വാൽദോ സുബെൽദിയ
Paris Saint Germain	പാരീ സാൻ ജേർമാൻ
Park de Prince	പാർക്ക് ഡി പാസ്
Pedalada	പെഡലാദ
Pelota	പെലോത്ത
Potrero	പോത്രേറോ
Raimundo Orsi	റെയ്മൻഡോ ഓർസി
Renato Cesarini	റിനാറ്റോ സിസാറീനി
Ricardo Lorenzo Rodriguez	റിക്കാർദോ ലൊറാൻസോ റൊദ്രീഗസ്
Richard Giulianotti	റിച്ചാർഡ് ജൂലൈനോറ്റി
Rio de la Plata	റിയോ ദ് ല പ്ലാത്ത
Rodrigo	റൊദ്രീഗോ
Rossario Central	റൊസ്സാരിയോ സെൻത്രൽ
Ubaldo Fillol	ഉബെൽദോ ഫില്യോൾ

അവലംബം

പുസ്തകങ്ങൾ

1. Angels With Dirty Face: The Footballing History of Argentina, 2015 Wilson, Jonathan.
2. Avastars: The Encoding of Fame within Sport Digital Games Conway, Steven.
3. Blood on the crossbar- The dictatorship's world cup, The Football History Boys, 2021 Richard, Rhys.
4. Christiano and Leo- The race to become the greatest foot baller of all time, Macmillan, London, 2018 Burns, Jimmy.
5. Dios y los Diez: The Mythologization of Diego Maradona and Lionel Messi in Contemporary Argentina, Latin American Studies, New York University, 2015 Addington, Catherine.
6. El Diego,Yellow Jersy Press, London, 2000 Maradona, Diego
7. El Matador - My Autobiography, January 2014 Kempes, Mario Alberto.
8. Fifty Shades of Che, University of Alberta, Canada, 2016 Cruikshank, Stephen A.
9. Football, nation, and women in Argentina: redefining the field of power, Movimento (Porto Alegre), Jan./ Dec. 2021 Moreira, Verónica; Garton Gabriela.
10. Football as the Popular Game of Malappuram- Third Front, a journal of Humanities and Social studies, 2013 Shafeeq, Mohammed K.

11. Football in Sun and Shadow, 2018 Galeano, Eduardo.
12. Football is dead, Long live football, Ph.D. dissertation University of Florida, 2016 Bertoglio, Carlos Andres.
13. Futbol rivalry and fan identification in Rosario, Latin American & Caribbean Studies Utrecht University, 2008 Stuivenberg, J
14. Higuitta, DC Books, Edition 21, 2021 Madhavan, N S.
15. How can one be a sports fan? In The Cultural Studies Reader, New York: Routledge Bourdieu, Pierre.
16. How political ideology shaped soccer fandom in India, Asia Times, September 2020 Peetambar, Kaushik.
17. Hybridization, diversity and generalization in the ideological world of osccer and polo, 1997 Archetti, Eduardo P.
18. Inverting The Pyramid: The History of Soccer Tactics, 2008 Wilson, Jonathan.
19. Kicking off: Violence, honor, identity and masculinity in Argentinian football chants, International Review for the Sociology of Sport 2021 Huddleston, William.
20. Kicking Old Habits- Thesis, April 2009 Miller, Jeffry Edward Department of History, Vanderbilt University.
21. Masculinities- Football, Polo and the Tango in Argentina, 1999 Archetti, Eduardo P.
22. Messi is a dog, https://www.hernancasciari.com/, 12 June 2012 Casciari, Hernan.
23. Messi Lessons in style, Short Books, 2018 Punti, Jordi.
24. Messi Maradona and Argentine Machismo, Allrounder, 17 Nov 2014 Elsey, Brenda.
25. Peronism and Anti Peronism: Social-cultural bases of political identity in Argentina, University of California at Berkeley, 1997 Ostiguy, Pierre.
26. Playing to Win- Sports Video games and the Culture of Play Brookely, Robert Alan; Oates, Thomas Patrik (Ed).
27. Race and silence in Argentine football, 2007 Farred, Grant.

28. Round letter: Borocotó, published in the 480th edition of El Grafico of 1928 (Reproduced in 2018) Borocoto (Lorenzo, Ricardo).
29. Soccer and Philosophy: Beautiful Thoughts on the Beautiful Game, 2010 Richards, Ted.
30. Sport on Television: Replay and Display, 2003 Morse, Margaret.
31. Sports and Identity- New agendas in Communication Brummet, Barry; Ishak, Andrew (Ed).
32. Sports Fans, Identity and Socialization: Exploring the Fandemonium Earnheardt, Adam C; Haridakis, Paul M. & Hugenberg, Barbara S. (Ed).
33. The Crisis of Brazilian Football: Perspectives for the Twenty-First Century, Federal University of Rio de Janeiro, Rio de Janeiro State University, 2001 Gordon, Cesar & Helal, Ronaldo.
34. The Global Game: Writers on Soccer, 2008 Turnbull, John; Satterlee, Thom and Raab, Alon (Ed).
35. The making of a White nation: The disappearance of the Black population in Argentina, University of North Carolina at Charlotte, 2018 Edwards, Erika.
36. The motorcycle diaries - Notes on a Latin American journey, Ocean books, 2003 Che Guevara, Ernesto.
37. The social, political, and economic causes of violence in Argentine soccer, The Canadian Student Journal of Anthropology, Volume 21, July 2009 Paradiso, Eugenio.
38. The Work of Sporting Bodies: Football and Masculinity in North Kerala, Studies in Global Asias , Vol. 7, No. 1, University of Minnesota Press, 2021, Mani, Veena & Krishnamurthy, Mathangi.
39. Why Diego Maradona saw 'the hand of God' in Pope Francis? Angelus, December 10, 2020 San Martin, Ines.
40. Why Maradona matters, The Harvarw Gazette, December 4, 2020 Siskind, Mariano as told to Mineo, Liz.

വീഡിയോ

1. Diego Maradona, Dir: Asif Kapadia, 2019 Documentary/ Sport/ English/ Spanish.
2. Garrincha: Estrela Solitária, Dir: Milton Alencar Jr, 2003 Drama/ Portuguese with English subtitles.
3. Maradona by Kusturica, Dir: Emir Kusturica, 2008 Documentary/Sport/ English/ Spanish.
4. Pelé, Dir: Ben Nichols and David Tryhorn, 2021 Historical Documentary/ English/ Portuguese
5. Take the Ball Pass the Ball, Dir: Duncan McMath, 2018 Documentary/Sport/English/Spanish.
6. This is football, Wonder, Season 01, Episode 06 Dir: James Erskine 2019, Amazon Prime.

&

Enormous football videos on the YouTube and other streaming platforms.

www.ingramcontent.com/pod-product-compliance
Lightning Source LLC
LaVergne TN
LVHW100257051026
849517LV00006B/2125
* 9 7 8 9 3 9 3 4 6 8 3 7 6 *